కొత్త వెల్లువ – మనసు వెన్నెల

(Kotta velluva– Manasu vennela)

(కథా సంపుటి)

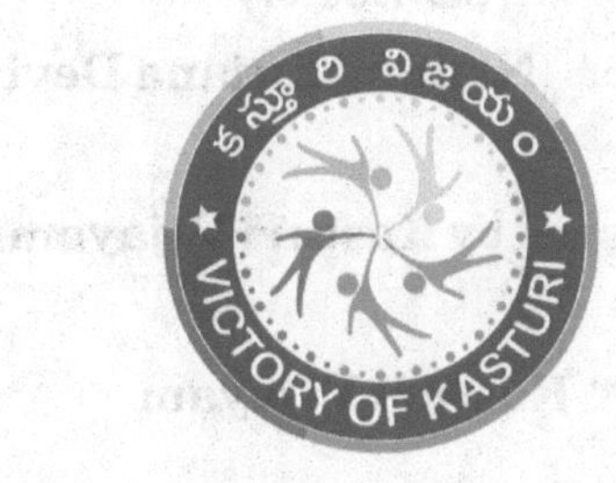

నామని సుజనాదేవి

కొత్త వెల్లువ – మనసు వెన్నెల
(Kotta velluva– Manasu vennela)
(కథా సంపుటి)
Author: **Namani Sujana Devi**

Published by **Kasturi Vijayam**

© **Kasturi Vijayam**

ISBN(Paperback): 978-93-5768-537-5
ISBN(E-Book):978 -81-960562-1-6

కథాక్రమం

సుజనాదేవి కథల సూత్రం 1
సమస్యలకు పరిష్కారం – కథ కథకు వైవిధ్యం 4
గుప్పెడు గుండెను తడిమితే 5

కొత్త పెల్లువ   7

కనువిప్పు 8
అలుపెరగని సూర్యులు 10
నేను సైతం 13
పొడుస్తున్న పొద్దు 16
మానవత్వం 19
క్వారంటైన్ 22
మనసుంటే (నేను సైతం) 25

మనసు వెన్నెల   32

అనుబంధం 33
అమ్మ మారిపోయింది 39
ప్రత్యామ్నాయం లేని బంధం 47
అమ్మనే అలిగితే 54
అసలు ప్రేమ 65
బంధం 74
చేయని తప్పు 82
'వాగర్థావివసంపృక్తౌ' 88
కుజదోషం 93
తేడా 98
నిర్ణయం 103
సంసారంలో సరిగమలు 107
నడిపోడు 112
పునరావృతం కాకుండా 120
గాయం 126
తప్పెవరిది? 134
అసలు రహస్యం 140
చక్ర భ్రమణం 147

సుజనాదేవి కథల సూత్రం

నామని సుజనాదేవి దాదాపు పదిహేనేళ్లుగా కథలు వ్రాస్తున్నది. 2009 నుండి ఇప్పటివరకు నాలుగు కథా సంపుటాలు ప్రచురించింది. ప్రజాస్వామిక రచయిత్రుల వేదిక వల్ల పరిచయమై స్నేహ పరిధిలోకి వచ్చిన వాళ్లలో తాను కూడా ఒకరు. ఇప్పుడు ప్రచరిస్తున్న "కొత్త వెల్లువ మనసు వెన్నెల" సంపుటికి పరిచయ వాక్యాలు వ్రాయటం ఆ స్నేహం వల్లనే.

ఈ సంపుటంలో కథలు ఇరవై అయిదు. ఇవన్నీ 2019 నుండి ఈ మూడు నాలుగేళ్ల కాలంలో వ్రాయబడ్డాయి. ఈ కాలపు విపత్తులలో కరోనా సుజనా దేవిని బాగా వెంటాడింది. ఏడు కథలు కరోనా కేంద్రంగా వచ్చినవే. సాధారణ మధ్యతరగతి కోణం నుండి వ్రాయబడిన కథలు ఇవి. కరోనా కాలపు భయాలు , లాక్ డౌన్ అందరినీ ఇళ్లకు బందీలుగా చేస్తే అది అవ్యవస్థీకృత రంగాలలో పని చేసే ఎందరికో ఉపాధి లేకుండా చేయటం పెద్ద విషాదం. బయటకు పోయి ఏదో ఒక పని చేసుకోనిదే పొట్టగడవని వర్గం గురించిన స్నేహ సుజనాదేవికి ఉంది. ఇళ్లల్లో పనిచేసే వాళ్లకు నెల జీతం ఇవ్వటం వాళ్ల అవసరాలు కనిపెట్టి సహాయపడటం దగ్గర నుండి బయట కూడా అలాంటి వాళ్లకు అవసరమైన ఆర్థిక సహాయానికో,సేవలు అందించటానికో మధ్యతరగతి సంసిద్ధం అవుతం డటాన్ని ఆమె కథలు చెప్పాయి. కరోనా త్వరగా వ్యాపించే వ్యాధి కనుక కరోనా బాధితులను వాళ్లు ఉన్న ఇంటిని బహిష్కరించినట్లుగా చేసే మనుషుల అతిభయాలు అమానవీయమైనవి అంటుంది సుజనా దేవి. తగిన జాగ్రత్తలు తీసుకొంటూ తోటివారిని ఆదుకోవలసిన ధర్మం గురించి చెప్తుంది. మధ్యతరగతి సంస్కరణ భావాలకు ప్రాతినిధ్యం వహిస్తాయి ఈ కథలు.

బయటకు పోయి ఏదో ఒక పని చేసుకోనిదే పొట్టగడవని వర్గానికి లాక్ డౌన్ కాలం బతుకు తెరువు దారులన్నీ మూసివేసింది అన్న స్నేహ ఉన్నప్పటికీ సుజనా దేవి కథలలో ఆ సమస్య ప్రధానం కాలేదు. మోడీ ప్రభుత్వం చెప్పినట్లు లాక్ డౌన్ నియమాలను అనుసరిస్తూ , చేతులూ కాళ్లూ శుభ్రంగా కడుక్కొంటూ కరోనాను తరిమి కొట్టటాన్నే ఆ వర్గానికి కూడా కార్యక్రమంగా ఇచ్చిన కథలు ఇవి. అలుపెరుగని సూర్యులు, నేను సైతం, పొడుస్తున్న పొద్దు వంటి కథలు ఈ కోవలోవి.

కరోనా ఎంత వేగంగా వ్యాపిస్తూ ఎంతమంది జీవితాలను బలిగొన్నదో మనకు తెలిసిందే. అదే సమయంలో అంతే వేగంగా అనేక వదంతులను కూడా వ్యాపింపచేసింది. చేతులు కాళ్లు శుభ్రంగా కడుక్కొంటూ ఉండటం, భౌతిక దూరాన్ని పాటించటం, బయటనుండి వచ్చిన ప్రతి వస్తువును శానిటైజర్లు చల్లి లోపలికి తెచ్చు కొనటం వంటివి భారతీయ సంప్రదాయం లో మడి ఆచారం పేరిట ముందు నుండీ ఉన్నవే అని ప్రవచన కారులు ప్రచారం చేశారు. దానికి గొంతు కలుపుతున్నట్లుగా వుంది సుజనా దేవి వ్రాసిన 'అమ్మ ప్రేమ అనంతం కథ'.

ఈ సంపుటి లోని కథలలో ఎక్కువ భాగం కుటుంబంలో స్త్రీ పురుష సంబంధాలలోని వైరుధ్యాలకు సంబంధించినవి. ఇవి సర్వ కాలాల సమస్యలు. స్త్రీ పురుష సంబంధాలలో వైరుధ్యానికి

మూలం మగవాడి ఆధిక్యత, ఆడదాని అధీనత. అధీనతే ధర్మమని సహనంతో స్త్రీలు సంసార రథాన్ని లాక్కువచ్చినంతసేపు అంతా సజావుగానే ఉంటుంది. ఆడవాళ్ళ సహనం నశిస్తేనే మగవాళ్ళు వాస్తవంలోకి కన్ను విప్పుతారు. ఆడవాళ్ళ శ్రమ లేనిదే బతకలేని తామే అసలైన అధీనులమని గ్రహిస్తారు. 'అమ్మనే అలిగితే కథ' ఆ సత్యాన్నే చెప్తుంది. స్త్రీలు తమ ఆరోగ్యం, ఆనందం పట్టించుకోకుండా ఇంట్లో భర్తకు పిల్లలకు ఆరోగ్య కరమైన వంటలు వడ్డించటంలో అనుక్షణం అంటిపెట్టుకొని సేవలు అందించటంలో జీవితం గడిపేస్తుంటారు. అది సరైంది కాదని స్త్రీలు స్వీయ ఆరోగ్య విషయంలో శ్రద్ధగా ఉండాలని అందుకు అనుగుణంగా పౌష్టిక ఆహారం తీసుకోనాలని వ్యాయామం చెయ్యాలని సుజనా దేవి అభిప్రాయం. దానిని గట్టిగా చెప్పటానికే ఆమె అమ్మ మారిపోయింది, అసలు ప్రేమ, నిర్ణయం అనే మూడు కథలు వ్రాసింది. స్త్రీలు తమ ఆరోగ్యం కోసం ఆలోచించటం, సమయం కేటాయించటం మొదలు పెడితే ఇంట్లో భర్త కు, పిల్లలకు కూడా విచిత్రంగా కనబడుతుందని, విమర్శలు ఎదురవుతాయని రచయిత్రికి తెలుసు. ఆ విమర్శను, వ్యాఖ్యానాలను భాగం చేస్తూనే ఆమె ఈ కథలు వ్రాసింది. అయితే ఈ కథలలో స్త్రీలు ఎప్పుడు తమ ఆహారం గురించి, వ్యాయామం గురించి ఆలోచించటం ప్రారంభించారు? కథ ముగిసేసరికి అనారోగ్య సమస్యలు వచ్చినప్పుడు మాత్రమే వాళ్ళు తమగురించి తాము ఆలోచించుకోనటం మొదలు పెట్టారని తెలుస్తుంది. ఆ అనారోగ్య సమస్య చిన్నది కాదు... మూడు కథలలోనూ కాన్సరే. ఆ విషయం ఇంట్లో చెప్పకుండానే దాని నుండి బయటపడటానికి వెంటనే యోగా, ఉదయపు నడక మొదలు పెడతారు. మొలకలు, కాయగూరలు ఆహారంలో ఎక్కువగా ఉండేట్లు జాగ్రత్త పడతారు. తాము అసలే లేకుండాపోతే భర్త పిల్లల అవసరాలు చూసుకోనే వాళ్ళు ఉండరన్నదృష్టితో వాళ్ళ కోసం, వాళ్ళకు సేవలు అందించటానికి తాము ఆరోగ్యంగా ఉండాలి అన్న పట్టుదల అన్నిటికీ మూలం. భర్త మీద, పిల్లలమీద అసలైన ప్రేమ ఉన్న స్త్రీలు స్వీయ ఆరోగ్య విషయంలో శ్రద్ధ పెడతారు అన్నది నామని సుజన కథా తాత్పర్యంగా కనిపిస్తుంది. తమ శరీరం, తమ ఆరోగ్యం, తమ జీవితం, తమ ఇష్టాలు, తమ నిర్ణయాలు తమవిగా ఉండటం గురించిన స్త్రీల ఆరాటం, అందుకు అవరోధంగా ఉన్న పితృస్వామిక రాజకీయాలపై పోరాటం ప్రపంచమంతటా గత రెండు వందల సంవత్సరాల చరిత్ర. కాగా స్త్రీల ఆరోగ్యాన్ని, ఆహారాన్ని, జీవితాన్ని కుటుంబ అవసరాల భర్త పిల్లల అవసరాలు సౌఖ్యాల సాపేక్షతలో నిర్వచించబడటం ఎంతవరకు సమంజసం?

'కుటుంబ హింస' కూడా సుజనాదేవి కథలకు వస్తువైంది. సంసారంలో సరిగమలు, గాయం వంటి కథలు చూడవచ్చు. భార్యలను అనుమానించటం, అవమానించటం, కొట్టటం సంసారంలో సరిగమలు కావు. అపస్వరాలు. అయితే ఈ హింసతో విసిగిపోయి స్త్రీలు బయటకు వెళ్ళిపోయినా ఆత్మహత్య చేసుకొన్నా కుటుంబానికి కష్టం, కుటుంబానికి ఎన్నో సేవలు చేసే వాళ్ళను శాశ్వతంగా పోగొట్టుకొనటం అవుతుందని నచ్చెప్పో, వేధింపులు భరించలేక ఆడవాళ్ళు పోలీసు రిపోర్ట్ ఇస్తే బతుకు, పరువు ఆగమవుతాయని హెచ్చరించో హింసించే భర్తలకు బుద్ధి చెప్తే బంధువుల్లో, స్నేహితుల్లో వుంటారని రచయిత్రి విశ్వాసం. వాళ్ళ వల్ల కాపురాలు కుదుట పడతాయని ఈ కథలు చెప్తాయి.

ఆడపిల్లను 'ఆడ' పిల్లే కానీ ఈడ పిల్ల కాదు అని అత్తింటి సంబంధంలో మాత్రమే ఆమె అస్తిత్వాన్ని నిర్ణయించే సమాజంలో ఆడపిల్లలకు తల్లిదండ్రుల బాగోగులు చూసే బాధ్యత లేదు. కానీ ఆధునిక మహిళ ఈ నిర్వచనాలను తిరగ వ్రాసే స్థితికి ఎదగాలన్న ఆకాంక్ష వుంది సుజనాదేవికి. అందువల్లనే కుజ దోషం కథ వ్రాయగలిగింది.

యువతీ యువకుల మధ్య ప్రేమలు, పెళ్ళిళ్లు తరచు ఎదురయ్యే ఈ కాలపు సవాళ్లు. ప్రేమించి పెళ్లి చేసుకోవచ్చు కానీ , చదువులు పూర్తి కాకుండానే ఆలోచనలలో పరిణతి, జీవితంలో స్థిరత్వం రాకుండానే తొందరపడటం సరైంది కాదని పునరావృతం కథలో చెప్పింది రచయిత్రి. ప్రేమ పెళ్లిళ్లు కులాంతరం కూడా అయినప్పుడు తమకంటే తక్కువ సాంఘిక స్థాయి వాళ్లతో సంబంధాన్ని అవమానంగా భావించి హత్యలకు కూడా దిగటం వర్తమాన దృశ్యం అవుతున్న సందర్భంలో కులాన్ని కాక కూతురి ఇష్టాన్ని చూడాలని , కూతురు ఎంచుకొన్న వాడి కులగోత్రాలు కాక గుణ వ్యక్తిత్వాలు గమనించి ఆదరించాలని సూచిస్తూ కథ (విరిసిన వసంతం) వ్రాయటం రచయిత్రి ఉదారవాద ప్రజాస్వామిక దృష్టికి నిదర్శనం.

'కాదేది కవితకనర్హం' అని శ్రీ శ్రీ అన్న మాట ప్రభావమో ఏమో **కంటికి** కనబడిన ఘటన, పత్రికలో చదివిన వార్త, విన్న విషయం ఏదైనా కథకు అర్హమే అన్నది సుజనాదేవి అవగాహన. మంచిదే. కథా రచన అభ్యాసదశలో అలా అనుకోవచ్చు. కానీ నామని సుజనా దేవి కథా రచనలో చాలా దూరమే ప్రయాణం చేసి వచ్చింది . ఇప్పుడిక ఆమె చెయ్యవలసినది ఘటనలకు వార్తలకు వెనకవున్న సామాజిక సాంస్కృతిక శక్తుల కదలికలను కనిపెట్టగలగాలి. అవి జీవితాన్ని ఎటువైపు నడిపిస్తున్నాయో గమనించాలి. 'కాదేది కవితకనర్హం' అన్న శ్రీశ్రీయే లోకంలోని సమస్త ఘటనలు కవిని "తమలోతు కనుక్కోమంటాయ్" **అని** చెప్పిన విషయం మర్చిపోకూడదు. కనిపించే ఉపరితలం అలా ఉండటానికి కారణం దాని పునాది లో ఉంటుంది. దాని స్వభావం తెలియాలంటే నిశితమైన చూపు ఉండాలి. అది అధ్యయనం వల్ల సమకూరుతుంది. జీవితాన్ని నీతుల కోణంనుండి, సంస్కరణ కోణం నుండి , స్వీయాత్మకత నుండి కాక వస్తుగతంగా పరిశీలించగల శక్తి సామర్ధ్యాలు పెరుగుతాయి. ఆ దిశగా నామని సుజనా దేవి కథా రచన ప్రయాణం మరో మలుపు తీసుకొని ముందుకు సాగాలని ఆకాంక్షిస్తున్నాను. అభినందిస్తున్నాను.

ధన్యవాదాలతో
పశ్యంతి కాత్యాయనీ విద్మహే
ప్రజాస్వామిక రచయిత్రుల వేదిక

సమస్యలకు పరిష్కరం – కథ కథకు వైవిధ్యం

ఏ కథకు ఆ కథ ప్రత్యేకత కలిగి ఉండడం రచయిత్రి నామని సుజనాదేవికే సాధ్యం అనడంలో అతిశయోక్తి లేదు. ఎలా అంటే సంఘంలోని రకరకాల వాస్తవ సమస్యలను చూపడం, దానికి పరిష్కరం కూడా చెప్పడం అద్భుతం. రెండు కల్సినట్లుగా సృష్టించటం రచయిత్రి ప్రత్యేకత. ఏ కథ టైటిల్ చదివినా సరిగ్గా ఇదే టైటిల్ సరైనది అనిపిస్తుంది. అది ఆ కథకు ఎంతో నప్పేలా ఉండడం కూడా విశేషమే!

కొన్ని కథలు ఇంకా చాలా బాగా నచ్చాయి. ఉదాహరణకు 'నడిపోడు' ఆ పేరు ఎంత బావుందో! ఆ పేరు బావుంది. కథ బావుంది. నిజంగా సంతానం ఎక్కువున్న వాళ్ళ మధ్య పరిస్థితి చాలా చక్కగా చెప్పారు. దాని పరిష్కరం కూడా, ఉన్న ఆస్తి కోసం పోరాడుకోకుండా, చిన్నచిన్న సమస్యలను పరిష్కరించుకుంటూ కుటుంబాలు కల్సి ఉండాలి, అంటూ 'నడిపోడి' బాధను, బరువును, బాధ్యతను చక్కగా వివరించారు.

ఈ కాలంలో జగాన్ని ఊపిన కరోనా కథలు కూడా అంతే. ప్రతీ కథలో ఆ కాలంలో రకరకాల సమస్యలతో జనం పడ్డ బాధలు, వెల్లివిరిసిన మానవత్వం, మనం చేసిన తప్పులను భావితరం చేయకుండా దిశానిర్దేశం చేసిన తీరు బావుంది. 'కరోనా' నిజంగా కూడా అందరికీ ఒక పాఠమే.

'పునరావృతం' కథ కూడా బాగా నచ్చింది. జీవితంలో కొన్ని కొన్ని అలా పునరావృతం అవుతాయి. కాలం పాఠం నేర్పుతుంది కూడా. 'పొడుస్తున్న పొద్దు' కూడా చాలా బావుంది.

'అమ్మ మారిపోయింది' కథకి హాట్సాఫ్. ఈ కాలం ప్రతి మహిళా చదవాల్సిన కథ.

'అనుబంధం' చదువుతుంటే కళ్ళు చెమ్మగిల్లని వారుండరంటే అతిశయోక్తి కాదు. మీ ప్రతి కథ కళ్ళను అక్షరాల వెంట పరుగులు పెట్టిస్తుంది.

ఇలాగే చాలా చిన్న వయసులోనే, ఉద్యోగం చేస్తూ, సంసార బాధ్యత నిర్వహిస్తూ ఎన్నో అనుభవాలను కథలుగా మలుస్తూ ముందుకు సాగడం ప్రశంసనీయం. ఇది నాకెంతో సంతోషాన్ని కలిగిస్తున్నది. చదువుతుంటే చదవాలనిపించే మీ కథలంటే అందుకే నాకు చాలా ఇష్టం.

మీరు సాహిత్యంలో ఇంకా ఇంకా ముందుకు వెళ్ళాలని మనస్ఫూర్తిగా కోరుకుంటూ, ఆ దేవుడు ఆ శక్తి నివ్వాలని ఆకాంక్షిస్తూ, శుభాశిస్సులతో ...

మీ

నేరెళ్ళ శోభా వేణుమాధవ్

రచయిత్రి అంతరంగం
గుప్పెడు గుండెను తడిమితే

****

ఉద్దేశం

సహితయోః భావః సాహిత్యం. మంచితో కూడినది సాహిత్యం అని అంటారు. ప్రపంచ భాషలన్నిటికీ ఇదే సూత్రం అన్వయిస్తుంది. కరోనా సమయంలో ప్రపంచం భాషంతా 'మానవత్వమే' అయ్యింది.

ఇంతకు పూర్వం క్రీస్తు శకం క్రీస్తు పూర్వం లా కాలం ఇప్పుడు కరోనా పూర్వం కరోనా తర్వాత అన్నట్లు విభజించ బడింది, అంటే అతిశయోక్తి కాదు. ప్రత్యేక తెలంగాణా కోసం అసువులుబాసిన ఎందరో వీరుల్లా, మనోధైర్యం కోల్పోయి నేలరాలుతున్న అనేకానేక జనంలో మనోధైర్యం నింపడానికి, కరోనా సమయంలో ఎందరో కవులు తమ గళాలను, కలాలను సవరించుకున్నారు. మరెన్నో సంస్థలు ఈ మహా యజ్ఞంలో పాలుపంచుకున్నాయి. మనం చేసిన స్వయంకృతాపరాధాలే మనకు శిక్షగా తయారయ్యాయి.

'సమాజ హితేన సాహిత్యం' అని, సమాజానికి హితం చేసేదే సాహిత్యం అని అన్నారు. ప్రతీ కథలో అన్యాపదేశంగా ఏదైనా సమాజానికి మంచి చేసే విషయం తెలపడానికి ప్రయత్నించాను.

ఎల్లవేళలా విఘ్నులు తొలగించి నా వెనక ఉండి నడిపించిన ఆ వినాయకునికి, అక్షరజ్ఞానాన్ని ఇచ్చిన సరస్వతీ మాతకు ముక్కోటి దేవతలకు ముకుళిత హస్తాలతో శిరసాభివందనాలు. ఉన్నతచదువులు చదవడానికి శ్రమించి ప్రోత్సహించిన అమ్మ నాన్నలు నామని జయా డాక్టర్ నామని రాజ కనకయ్య గార్లకు పాదాభివందనాలు. గురుదేవులైన నల్లాన్ చక్రవర్తుల చక్రవర్తి గారికిమరియు పూసపాటి కృష్ణ సూర్య కుమార్ గారికి పాదాభివందనాలు.

కథావస్తువు

'శరీరాన్ని మించిన క్షేత్రం, మనస్సుని మించిన తీర్థం, జీవితాన్ని మించిన గ్రంథం, అంతరాత్మను మించిన గురువు, అనుభవాన్ని మించిన పాఠం లేదు' అన్నట్లు ఆ సమయంలో లెక్కకు మించిన అనుభవాలు ఒక్కొక్కరివి.

క్షరం కానిది అక్షరం అంటారు. మనం ఉన్నా లేకున్నా, ఆ సమయంలో జరిగిన విషయాలు, పరిస్థితులు తర్వాతి తరానికి తెలవాలనే ఉద్దేశంతో రాసిన కథలను, లోకమంతా విశ్రాంతి తీసుకున్న ఆ సమయంలో కూడా, అవిశ్రాంతంగా శ్రమించిన అమ్మ గురించి, మనసులో వేయి శరత్కాల చంద్రికలు విరిసేలా చేసే అమ్మ ప్రేమ గురించీ తెలిపే ప్రయత్నమే ఈ 'కొత్త వెల్లువ–మనసు వెన్నెల' కథ ల సంపుటి.

శీర్షిక

కొత్త వెల్లువై నేల(కరోనా నేలపై పుట్టి) నింగి(గట్టి నింగిలో తారలా వెలిగి) నేకం చేసిన కరోనాను, దాదాపు అన్ని వృత్తులవారు విశ్రాంతి తీసుకున్న తరుణం లో కూడా అలుపెరుగక శ్రమించి మనసులను వెన్నెల మయం చేసిన అమ్మను కలిపి అందమైన లాలిత్యమైన, సూటిగా సరిపోయే సుందరమైన పేరు సూచించి, పుస్తకరూపం దాల్చడానికి అన్నిరకాల సహాయం చేసిన మేధావి, ఆత్మీయుడు, ప్రియనేస్తం డాక్టర్ ఈ రాం భాస్కర్ రాజు గారికి శతాధిక వందనాలు.

వందనాలు

ఇష్టంగా అడిగి అన్ని కథలు చదివి, ఆత్మీయ స్పందనతో ప్రోత్సహించిన శ్రీమతి నేరెళ్ళ శోభా వేణుమాధవ్ అమ్మ గారికి పాదాభివందనాలు.

ఊపిరి సలపని పనులతో చాలా బిజీగా ఉన్నను ఆత్మీయంగా ముందుమాట రాయమన్న నా వినతిని అంగీకరించి ముందు మాట రాసి దీవించిన జాతీయ ప్రజా స్వామ్యిక రచయిత్రులసంఘం అధ్యక్షురాలు, కేంద్ర సాహిత్య అవార్డ్ గ్రహీత, సాహితీ స్రష్ట శ్రీమతి కాత్యాయని విద్మహే గారికి నా మనః పూర్వక పాదాభివందనాలు.

అన్నింటిలో ముందుండి సూచనలతో, సలహాలతో నడిపిస్తూ ఎన్నో రకాల సహాయం చేస్తూ ముందుకు తీసుకెళుతున్న ఆత్మీయురాలు అక్షరయాన్ అధినేత్రి శ్రీమతి ఇనంపూడి శ్రీలక్ష్మి అక్కయ్య కు, సలహాలిచ్చిన గురుతుల్యులు శ్యామలరావు, అక్షరదోషాలు సరిదిద్దిన నందూరి సుందరీ నాగమణి అక్కయ్యకు, అడిగిమరీ వికీ పీడియా చేసిన రమేష్ గారికి, ప్రోత్సాహం, నూతనోత్సాహం నింపిన, సాహితీ యజ్ఞం చేస్తున్న మేధావి, ప్రియనేస్తం వేముల శ్రీనివాస్ కు శిరసాభివందనాలు.

అనుక్షణం అర్థం చేసుకుని అన్ని విధాలా, అన్నివేళలా నీడలా వెంట ఉండి నడిపించిన, ధన్యవాదాలు చెప్పి వేరు చేయలేని శ్రీవారు క్యాతం సంపత్ గారికి అభివాదాలు. ఎంత అర్ధరాత్రి అయినా, ఏ సమస్య వచ్చినా, వారెంత బిజీలో ఉన్నా వెంటనే స్పందించి సహాయం చేసి, నా రచనలు ప్రోత్సహించే పెద్దబాబు కన్నా, చిన్నూ, వరుణ్ (క్యాతం శశాంక్, శరత్ చంద్ర, గజ్జెల వరుణ్)లకు, కోడలు మౌనిక, (మనవరాలు ప్రవ్య)లకు హృదయపూర్వక ఆశీస్సులు. అమ్మను మించిన ప్రేమ చూపే చిన్నక్క, చిన్నబావ కరుణ నారాయణ, పెద్దక్క బావ గార్లకు, ఆడపడుచులు, అన్నయ్యలు , ఆత్మీయులు, హితులు, శ్రేయోభిలాషులు, ఆత్మీయ బంధుజనం, అభిమానులు అందరికీ శిరసాభివందనాలు.

ముఖ చిత్రం & ప్రింటింగ్

సందర్భాను గుణంగా అందమైన అమ్మ ప్రేమను, కరోనా కాలాన్ని ముడిపెడుతూ అందమైన ముఖ చిత్రం వేసిన ప్రముఖ చిత్రకారులు గిరిధర్ గారికి, అనుకున్న సమయానికి పబ్లిష్ చేసిన కస్తూరి విజయం వారికి హృదయపూర్వక ధన్యవాదాలు.

మీ
నామని సుజనాదేవి

కొత్త వెల్లువ

కస్తూరి విజయం

కనువిప్పు

"త్వరగా తెమలమంటే ఇంతాలస్యమా? త్వరగా రమ్మని మరీ మరీ చెప్పాడు అన్నయ్య! పెళ్ళికి రమ్మంటే అప్పగింతల కెళ్ళేట్టున్నాం. ఎంత కారులో వెళ్ళినా నాలుగ్గంటల ప్రయాణం" చంద్రశేఖర్ కోప్పడుతున్నాడు.

"అయిపోయిందండీ! ఆడవళ్ళకెన్ని పనులు! అవునూ... అబ్బాయేమన్నాడు? పెళ్ళికి వస్తున్నాడా?" అంది కాత్యాయని బ్యాగ్ తో బయటకువస్తూ.

"ఇప్పుడు రావడం కుదరడం లేదు. ఆఫీస్ లో ఏదో ముఖ్యమైన పనున్నదన్నాడు"

"ఏం ఉద్యోగాలో, ఎప్పుడేం కొంప మునుగుతుందో తెలీదు. పదండి! పదండి!"

★★★

వేగంగా వెలుతోంది కారు. డ్రైవర్ హఠాత్తుగా బ్రేక్ వేసాడో చోట. యాక్సిడెంట్ అయినట్లుంది. రోడ్డు కడ్డంగా టూ వీలర్ పడి ఉంది. రక్తపు మడుగులో ఒకతను పడి ఉన్నాడు. చుట్టూ జనం ఓ పదిమంది వరకు మూగి ఉన్నారు. అప్పుడే జరిగినట్లుంది. ఎవరో కారు ఆపమంటూ చేయి కూడా ఊపుతున్నారు.

"అయ్యో! పాపం ఏ తల్లి కన్నబిడ్డలో? పాపం! ఆపండి! హాస్పిటల్ కి తీస్కెలదాం""ఏం మాట్లాడుతున్నావ్? అక్కడ పెళ్ళికి టైం అవుతోంది. ఆ రక్తము అంతా కార్లో అంటుతుంది. అదో తలనొప్పి. అయినా 10 8 కి ఫోన్ చేసి ఉంటార్లే!" కారు ఆపకుండా రోడ్డు పక్కనుండి తీస్కెలుతూ అన్నాడు.

★★★

పెళ్ళిలో ఉన్నమాటేగాని మనస్సంతా ఆ దృశ్యమే కదిలింది కాత్యాయనికి. పాపం ఎలా ఉన్నాడో? పైగా భర్త ఆ విషయం, 'మళ్ళీ ఎవరితో అనకు' అంటూ హుకుం కూడా జారీ చేశాడు.

పెళ్ళితంతు జరుగుతోంది. చంద్ర శేఖర్ సెల్ మోగింది. కాస్త పక్కకెళ్ళి తీశాడు. కొడుకు సెల్ నుండే. "హల్లో! ఆ! ఏరా నాన్నా! ఆఫీస్ పని అయిపోతే బయల్దేరిరా! రెండు గంటలేగా ప్రయాణం..." ఇంకా అనబోతున్నాడు. కానీ అటునుండి వేరే అపరిచిత గొంతు... "అంకుల్! నేను మీ అబ్బాయి సాయిశంకర్ ఫ్రెండ్ ని మాట్లాడుతున్నా! పెళ్ళికి రానుకున్నోడు, ఆఫీస్ పని వేరే వాళ్ళకప్పగించి మీకు సర్ప్రైజ్ ఇద్దామని ఇద్దరం బండి మీద బయల్దేరాం. దారిలో యాక్సిడెంట్ అయ్యింది. ఇక్కడే కరీంనగర్ లో సాయిశివ హాస్పిటల్ లో ఉన్నాము. త్వరగా రండి!" అన్నాడు.

నిశ్చేష్టుడైన చంద్రశేఖర్ ఏదో అనబోతుండగానే కట్ అయ్యింది. అంతా అయోమయంగా ఉందతనికి. అయోమయంగా కొడుక్కేం కావొద్దని దేవుడికి మొక్కుతూ గబగబా భార్య దగ్గరకెళ్ళి చేయి పట్టుకుని ఎవరికీ చెప్పకుండా లాక్కొచ్చి కార్లో కూర్చోమ్మని స్టార్ట్ చేసాడు, విషయం చెబుతూ. ఆమె ఏడవడం మొదలు పెట్టింది.

హాస్పిటల్ లో బయటే ఉన్న ఒకతను వివరం అడిగి లోనకి తీస్కెళ్ళాడు. లోన ICEU లో ఉంచారు. తలకంతా బాండేజీ చుట్టి ఉంది. పక్కనే ఫోన్ చేసిన ఫ్రెండ్ ఉన్నాడు. అతనికి బాగానే గాయాలయ్యాయి.

అయోమయంలో ఉన్న వారికి ధైర్యం చెబుతూ అతనే డాక్టర్ దగ్గరకు తీస్కెళ్ళాడు.

"తలకు బలమైన గాయం తగలడం వల్ల రక్తం బాగా పోయింది. రక్తం బాగా పోవడంవల్ల కోమాలోకి వెళ్ళిపోయే వాడే! కానీ ఇతను సమయానికి తీసుకు రాబట్టి బతికాడు. ఇప్పుడు ప్రాణానికేం భయం లేదు. నిజానికి బతికేవాడే కాదు. కానీ ఇతనెవరో సమయానికి అక్కడుండటాన, తీసుకురావడం వల్ల బతకగలిగాడు. అంతకు ముందు ఆక్సిడెంట్ జరగ్గానే వచ్చిన కారు ఆపకుండా పోయిందటట. అసలు అలా ముందే చికిత్స అందితే ఇంత నష్టం కూడా జరగకపోయేది. ఇంకా నయం ఇతనితో వచ్చినతని బ్లడ్ గ్రూప్ కలిసి అతని బ్లడ్ ఎక్కించటాన ప్రస్తుతానికి ప్రాణానికి భయం లేదు. ఇవ్వాళ ఇలా సరిగ్గ సమయానికి అన్నీ సమకూరడం నిజంగా ఆ దేవుడి దయే. మేము డాక్టర్లమే గాని దేవుళ్ళం కాదు!" డాక్టర్ సాంత్వన వచనాలు పలుకుతూ భుజంపై చేయి వేశాడు.

"మీకు, అతనికి ధన్యవాదాలు డాక్టర్ గారు! ఆక్సిడెంట్ ఎక్కడ జరిగింది?"అతికష్టంపై గొంతు పెగిల్చి అడిగాడు అనుమానంతో. చెప్పారు.

అది తను చూసి ఆగకుండా వచ్చినదే! అంటే అప్పుడు అక్కడ పడి ఉన్నది తన కొడుకే అన్నమాట! ఛీ! ఛీ! ఎంత మానవత్వం లేకుండా వ్యవహరించాడు. భార్య అడిగినా కాదంటూ తీసుకొచ్చాడు. ఎవరిదైనా ప్రాణమే అని మర్చిపోయాడు. ఇలాంటి తానేనా, '60 కిలోమీటర్లు తోపుడుబండిపై భార్య శవాన్ని లాక్కుంటూ వెళ్ళిన దీనుని గురించి, భార్య చనిపోయిందని అర్ధంతరంగా బస్ లోనుండి అడవి మధ్యలో భర్తను శవంతో సహ దించేసిన బస్ సిబ్బంది గురించి, పేదరికం కారణంగా మృతి చెందిన భార్య శరీరాన్ని భుజంపై వేసుకుని బహుదూరం నడిచినా సహాయం చేయని జనం గురించి, నడవలేని భార్యను పించను కోసం భుజంపై 20 కిలోమీటర్లు మోసుకొచ్చిన భర్తను చూస్తే కాని కనికరించని యంత్రాంగాన్ని గురించి, 'మానవత్వం' లేదని దుయ్యబట్టాడు. కానీ తాను మాత్రం చేసింది ఏమిటి? ఆ స్థానంలో తన కొడుకుందేసరికి తనకు ఇంత బాధ అవుతుంది. ఇలాగే ప్రతి ఒక్కరు ఎదుటి వారి కష్టం తనకే వచ్చినట్లు, తానా స్థానంలో ఉండి ఆలోచిస్తే చాలు! మానవత్వం పరిమళించదూ! దేవుడికి కృతజ్ఞతలు తెలుపుకుంటూ, కళ్ళు రెండూ మత్తడొచ్చిన చెరువులుకాగా, ఏ సంబంధం లేకపోయినా కొడుక్కి ప్రాణభిక్ష పెట్టిన అతని కాళ్ళు కన్నీటితో అభిషేకించాడు.

అలుపెరగని సూర్యులు

ఏప్రిల్ లోని ఎండలు మంటలు రేపుతున్నాయి. అంతకన్నా ఎక్కువ మంట వారి కడుపులోని ఆకలి రేపుతుంది. అయినా అంతులేని ప్రయాణానికి సిద్ధమైనట్లు మొక్కవోని ధైర్యంతో ప్రయాణం చేస్తున్న వాళ్ళు అలుపెరగని సూర్యుల్లా ఉన్నారు. చిన్నా పెద్దా, స్త్రీ పురుష భేదం లేక ఏకైక లక్ష్యంతో, ఏ వాహనమూ ఇవ్వని నమ్మకాన్ని ఇచ్చిన కాళ్ళపై అనంత విశ్వాసంతో ఆకలిదప్పులను మరిచి సాగుతున్న వాళ్ళు, క్రమశిక్షణకు మారుపేరైన చీమల దండులా దృఢవిశ్వాసంతో కదులుతున్నారు.

నిప్పులు చెరిగే ఎండ, కబళిస్తున్న ఆకలి, వక్కలు చెక్కలై, పెచ్చులూడి పగిలి మట్టి కొట్టుకుని దుమ్ము రేగిన పాదాలు, నడవడానికి మొరాయించినా, వారి దృఢసంకల్పానికి తలవంచి రెప్పలు తెరిచి రక్తతర్పణం చేస్తున్నాయి. ఆ రక్తపు పాదముద్రలు బడుగు జీవితాల వెతలను భావితరానికి తెలిపే చరిత్రలోని శిలాక్షరాలను తలపిస్తున్నాయి.

కడుపులోని ఎనిమిదినెలల బిడ్డ ఆమె పడుతున్న కష్టానికి, ఒత్తిడికి మెలికలు తిరుగుతుందేమో, జమిలీబాయికి కళ్ళు తిరుగుతున్నట్లు అనిపించింది. పై నున్న ఎండ ప్రతాపం, పొద్దటి నుండి ఏమీ తినకుండా ఏక దీక్షతో నడిచినందుకేమో గాని ఆమెకు పాదాలు గాలిలో తేలుతున్నట్లు, కళ్ళు చీకట్లు కమ్ముతున్నాయి. ఆమె తోటివారంతా గమ్యం త్వరగా చేరాలనే ఆరాటంతో వేగంగా నడుస్తుంటే వారితో పోటీ పడలేక వెనకపడిపోతోంది. ఆమె వెంటున్న ఆమె భర్త భుక్య, ఆమెకు కష్టం కలగవద్దని ఒక భుజంపై కొడుకును మోస్తూ, మరో చేయితో సంచులు, సామాన్లు మోస్తూ భారమైనా నెమ్మదిగా ఆమెకు తోడుగా నడుస్తున్నాడు. భుజం పై నున్న బుడ్డోడు, 'ఇంకెంత దూరం నాయనా! ఆకలవుతోంది. దాహం అవుతుంది.' అంటుంటే బుజ్జగిస్తూ, సంచిలోని జొన్నరొట్టె ఇస్తూ ఎలాగో లాక్కొస్తున్నాడు.

ఇక నడవలేనట్లు తల తిరుగుతుంటే అలాగే కింద పడిపోయింది జమిలి. చేతులోని బరువులన్నీ కిందపడేస్తూ ఆమె తలను తన తొడపై పెట్టుకున్నాడు భుక్య. కింద ఉన్న రోడ్డుకు, తొడుక్కున్న సన్నని పాయింటుపై నుండి సుర్రుమని కాలుతుంది కాలు. దెబ్బకు అక్కడ చుట్టూ నడుస్తున్నవాళ్ళు ఆగారు. ఒక్కొక్కరు ఒక్కో మాట అంటూ ఒకరు ఆమె మొహంపై నీళ్ళు చిలకరించారు. నెమ్మదిగా లేచి కూర్చుంది జమిలి. రోడ్డు పక్కనే ఉన్న నల్ల నుండి నీళ్ళు పట్టుకొచ్చి ఇచ్చారు ఎవరో. తాగింది. ఆకలి వల్ల, నిండు గర్భవతి కదా, అని ఎవరో అంటూ వారి దగ్గర ఉన్న జొన్నరొట్టెలు ఇచ్చారు. ఆబగా కారంతో ఇచ్చిన వాటిని తిన్నది జమిలి. కొంచెం ప్రాణం నెమ్మదించింది. అందరూ ఆమెను అలా నడపడం మంచిది కాదన్నారు. ఈ లోగా అనుకోని ఒక సంఘటన జరిగింది.

స్లాబ్ వేయడానికి సిమెంట్, ఇసుక కలిపే రౌండ్ డ్రమ్ము ఉన్న మోటార్ ట్రాలీ ఒకటి పోతూ, గుంపును చూసి, ఆమెను చూసి కొంచెం స్లో చేసి ఏం జరిగిందని అడిగాడు డ్రైవర్. అక్కడి వాళ్ళు

విషయం చెప్పి ,ఆ ట్రాలీ ఎక్కడి వరకు పొతే అక్కడి వరకు కొంత మందిని తీసుకెళ్లమంటూ బతిమిలాడారు. గర్భిని ని చూసి జాలిపడిన ఆ ట్రాలీ అతను అతికష్టం మీద అనుమతిచ్చాడు. వెంటనే భుక్య, జమిలి , బుడ్డోడి తో బాటు మరో పది మంది ఆ రౌండ్ లోకి ఎక్కారు. అసలు భౌతిక దూరం పాటించాలనే ప్రభుత్వానికి తిలోదకాలిదిలారు.

దాదాపు ఒక అరగంట ప్రయాణం తర్వాత ఎదురయ్యింది అనుకొని అవాంతరం. అందులో కూర్చుంటే ఎవరికీ అనుమానం రాదని, చాలా కష్టంగా ఒకరి పై ఒకరు కూర్చున్నట్లు కూర్చున్నారు. అయితే ఆరోజు ఆ రోడ్డుపై చెక్ పోస్ట్ దగ్గర డ్యూటీ చేసేది సూర్యతేజ. అతను చాలా స్ట్రిక్ట్ ఆఫీసర్ గా పేరు పొందాడు. నిజానికి మరొకరు అయితే ముందు ఉన్న డ్రైవర్ ను చూడగానే వెళ్లి పొమ్మనే వారే.

ఎందుకంటే తర్వాత ఉన్నది రౌండ్ గా ఉండే మాలు కలిపే రోలర్! దానిలో ఎవరూ కూర్చునే అవకాశం లేదు. కాని అతనికి అనుమానం వచ్చింది. దానికి కారణం ఆ రోలర్ నుండి కొంచెం బయటకు తొంగి చూస్తున్న చిన్న చీర ముక్క. దాన్ని చూసి బ్రకీటి ముడిచాడు. ఆపాడు. డ్రైవర్ కి గుండె ఆగినంత పనయ్యింది. అతను భయపడ్డదంతా అయ్యింది. ఒక్క క్షణంలో లంఘించి పైకెక్కి లోనకు తొంగి చూసి ఆశ్చర్య పోయాడు. మరుక్షణం కోపంతో లాటీ ఝులిపించాడు. లోన ఉన్నవాళ్యంతా పోలోమని పదిమంది బయటకు ఒక్కరొక్కరుగా దిగారు. కింద ఉండి ఆశ్చర్యపోవడం తేజ వంతయ్యింది. అసలు సవ్యంగా నలుగురు కూర్చోవడమే కష్టమైనా, ఆ రౌండ్ డ్రమ్ములో అంత మంది పట్టారంటే, వాళ్ళు ఎంత భయంకరంగా కూర్చుని ఉంటారో అర్థం అయ్యింది. కోపం నషాళానికి అంటింది.

అతనికి కే.వీ.నరేందర్ గారి కథ గుర్తొచ్చింది. అందులో విదేశం దుబాయి నుండి స్వస్థలం చేరుకోవాలని, వీసా లేక నరకయాతన పడుతున్న కార్మికులు ధైర్యం చేసి ఇలాగే రోడ్డు రోలర్లో కూచుని వస్తుంటే దారిలో ఆటకాయించిన పోలీసులు చెక్ పేరుతో డ్రైవర్ సీట్లో కూర్చుని ఆ రోలర్ ను గిర్రన తిప్పే బటన్ నొక్కుతాడు. ఇక తర్వాతి ఘట్టం మనం ఊహించలేం. అంత హృదయ విదారక దృశ్యం.

ఆ కోపంతో దిగుతున్న వాళ్ళ మీద లాటీని నాట్యం చేయించాడు.

"సారూ! సారూ! ఆగండి సారూ! ఒక్కసారి మా నరకయాతన చూడండి సారూ!" మహిళ కంఠం విని పక్కకు తిరిగిచూసాడు. అప్పుడే రోలర్ నుండి బయటకు వచ్చిన ఆ నిండుగర్భిణి పొట్టను ఒక చేతితో పట్టుకుని ఏడుస్తూ ఆపమని వేడుకుంటోంది. అసలు ఆమెను ఊహించని తేజ నిరుత్తరుడయ్యాడు.

"సారూ! మేమేం పాపం చేసినాము సారూ! లూటీ చేసినమా? దొంగతనం చేసినమా? తిందామంటే తిండి లేదు. చేద్దామంటే పని లేదు. చేతిలో నయా పైసా లేదు. అన్నీ లాక్ డౌనే! కాని మా ఆకలికి ఎందుకు లాక్ డౌన్ చెయ్యలేదు సారు! అయినా ఓర్చుకుని మా మానాన మేము మా ఊళ్లకు పోతానం!. కల్లో గంజో తాగి ఆడనే సద్దమని పోతానం! అంతేగాని మేము చేసిన నేరం ఏందీ సారూ! గట్ల గొడ్లను బాదినట్లు బాదుతున్నారు. దయచేసి మీ కాల్మొక్కుతం సారూ! ఈ భారం

మోయలేక ఎంత కష్టమైనా ఇండ్ల ఇరుక్కుని వచ్చినం. దయజూడండి సారూ! ఆయనకు దెబ్బలు తగిలితే ఈ సామాను ఆ పిలగాన్ని ఎవరు మోస్తారు సారూ?" కిందకు అతి కష్టం మీద దిగిన ఆమె ఆయన కాళ్లు పెట్టుకుంటూ ఏడుస్తోంది. చాలా హృదయవిదారకంగా ఉందా దృశ్యం. అక్కడికి చేరుకున్న జమిలీ బృందం కూడా దానిని చూస్తోంది.

"లేమ్మా! లే!" అంటూ కోపాన్ని దిగ మింగిన తేజ ముందు పోలీసులతో వారికి అక్కడే ఉన్న ఆహారపొట్లాలు అందజేశాడు. అందరికీ పాకెట్లలో నీళ్ళు ఇచ్చి, స్వచ్ఛంద సంస్థ వాళ్ళు ఇచ్చిన మాస్కులు అంద జేశాడు.

"దయగల సారువు సారూ! మీలాంటోల్లు ఉంటె మొన్న మాఅక్క వాళ్ళు రైలుపట్టాల దగ్గర పడుకుంటే రైలు వాళ్ళ మీది కెళ్ళిపోయి చనిపోయే తోల్లె కాదు! . మీ కడుపు సల్ల గుండ సారూ! మీ పిల్లలు సల్ల గుండ" అందులోనే ఉన్న ఒక ముసలావిద అన్నది.

"మీరంతా ఇలా కూర్చోండి దూర దూరంగా!   మీరంతా ఎన్ని కష్టాలు వచ్చినా, మీ కుటుంబం అంతా ఒకే చోట ఉన్నరు. ఎలాంటి కష్టమైనా ఎదుర్కుంటారు. కాని మా సంగతి మీకు తెల్సా? పోలీసులు, డాక్టర్లు, సిస్టర్లు, రాజకీయ నాయకులు, పారిశుద్ధ్య కార్మికులు ఇంకా కనబడని కొరియర్లు, బ్యాంకు ఉద్యోగులు, ఇలా మేమంతా మీ అందరికి ఆరోగ్యం బావుండాలని, బయటకు వస్తే, మీరు ఇలా మాస్కు లు లేకుండా తిరగడం వల్ల కరోనా సోకుతుందని, మేము మా ఇంట్లో కూడా అంటరానివాళ్ళలా, ఎంత మనసు కొట్టుకున్న పిల్లలను ముట్టుకోవడం చేయక, నరకయాతన అనుభవిస్తున్నామో తెల్సా? కనీసం తినే తిండి అయినా సంతృప్తిగా తినడం లేదు. అన్ని వైపులా ప్రమాదం కరోనా రూపం లో పొంచి ఉంది. ఎలా అయినా రావచ్చు. ఒకవేళ వస్తే మాత్రం మనది కుక్క చావే! ఆత్మీయులు కాదు కదా, ఎవరు మన వద్దకు రారు. ఒక అనాథశవంలా దహనం అవుతాం. ఇలా రోజూ తిరిగి పనిచేయడంతో ఏ క్షణమైనా కరోనా సోకే ప్రమాదం ఉంది. కాని మిమ్మల్ని కేవలం ఇంట్లో ఉండమంటున్నం. కష్టపడమనడం లేదు. నిజమే కష్టమే. సుఖాన్ని చూడాలి అంటే అప్పటివరకు బతకాలి కదా! అందుకే ఇలా! అన్ని సదుపాయాలూ నెమ్మదిగా ప్రభుత్వం ఏర్పాటుచేస్తోంది కదా! శిబిరాలు, ఆహారం, మీ ప్రయాణ ఏర్పాట్లు అన్ని నెమ్మదిగా అవుతాయి. ఇంతచేసేది మీ కోసమే కదా!" అంటూ ఒక్కొక్కరి త్యాగాన్ని విడమరిచి చెబుతుంటే అందరికీ వారి త్యాగానికి కళ్ళల్లో నీళ్ళు వచ్చాయి. సిగ్గుగా తలవంచుకున్నరు.

'మీరు ఆరాట పడేది మా కోసమే అయినా మేము గుర్తించలేకపోయాం సర్! నిజంగా మీకు చేతులెత్తి మొక్కుతున్నాం. మీరు అలుపెరుగని సూర్యులు మీరు చెప్పినట్లే వింటాం" అంటూ జమిలి అనగానే అంతా చేతులెత్తి మొక్కరు. పక్కనే ఉన్న దేవుడి గుడిలోని ఆరుబయట ఉన్న జే గంటలు గాలికి శుభం అన్నట్లు మృదుమధురంగా మోగాయి.

✿❀✿

ప్రజాస్వామిక రచయిత్రుల వేదిక ద్వారా శతాధిక రచయిత్రుల 'కరోనాకాలం కథలు' సంకలనం (17.04.2022)లో, మామ్స్ ప్రెస్లో ప్రచురించబడింది.

నేను సైతం

అందరం కూర్చుని వార్తలు చూస్తున్నాం.

"ఇప్పటివరకు కరోనా కారణంగా రాష్ట్రాల వారీగా మృతిచెందినవారి వివరాలు:

తెలంగాణాలో 425, ఆంధ్రప్రదేశ్ లో..." అదేదో ఉష్ణోగతలు చదువుతున్నట్లు ప్రతిరోజూ రాష్ట్రాల వారీగా, జిల్లాల వారీగా ప్రతిరోజూ గుండెదడ పెంచుతూ, గుండెల్ని మెలిపెడుతూ ఈ గణాంకాలు.

వార్తలవ్వగానే శ్రావణమేఘాల్లా వర్షిస్తున్న కళ్యను తుడుచుకుంటూ, నేను వంటగదిలోకి వెళ్ళిపోయాను. కరోనా భయం విశ్వమంతా వై ఫైలా విస్తరించి లోకాన్ని అల్లకల్లోలం చేస్తుంది. ఎక్కడ చూసినా అవే వార్తలు.

ఉల్లిపాయలు తరుగుతున్నాన్న మాటేగాని, నాకు ఏడుపు ఆగడం లేదు. అసలు మొన్న మొన్నటి వరకు ఆకాశంలోని ఇంద్రధనుస్సుల్లా ఎన్నో ఆశలు, కోరికలు, ఉత్సాహం, చైతన్యం వెల్లివిరిసేవి ఇంటిలో. అలాంటిది ఒకేసారి భయంకరమైన నీరవ నిశ్శబ్దం. రోజూ ఆ వార్తలు వినడం, ఎవరికి వారు దాని గురించి భయం భయంగా గడపడం. నవ్వడం అనేది మర్చిపోయినట్లు, ఏదో ఉన్నామా, తిన్నామా, పడుకున్నామా అన్నట్లుంది పరిస్థితి. దానికి తోడు నాలుగు రోజుల నుండి రాని మా పని మనిషి ఈ రోజు వచ్చింది. దాని మాటలు మనసును కదిలించాయి.

'కూర్చుని తింటే కడుపు ఎలా నిండుతుందమ్మా? దయచేసి, 'రావద్దు' అని మాత్రం, అందరిలా అనకండమ్మా! మా కడుపు కొట్టకండమ్మ' అంది. బాధనిపించింది. నిజమే! రాకపోతే వారి కడుపు నిండదు. రానిస్తే, మాలాంటి వారికి భయం. బయట తిరిగి వస్తూ, కరోనాని అంటించుకుని వచ్చారేమోనని! కొప్పడి నెల జీతం ఇచ్చి పంపించా.

వెళుతూ వెళుతూ అది అన్న మాటలు మా అందరికి కళ్ళల్లో నీళ్ళు తెప్పించాయి. "అమ్మగోరూ! మీరు మంచి మనుషులు కాబట్టి నేను పని చేసినా చేయకపోయినా, ముందే జీతం చేతుల్లో పెట్టి, నాకు మాస్క్ ఇచ్చి, అందరూ సల్లగుండాలని పంపిస్తున్నారు. కాని అందరూ మీలా ఉండరు కదమ్మా! రెక్కాడితే గాని డొక్కాడదు మాకు. మా ఆయన పూలమ్ముతాడు. గుళ్ళు, సినిమా టాకీసులు అన్నీ బందే! ఇప్పుడు ఎవరు కొంటారమ్మా? ఒక్క మా ఇల్లే కాదు, మా ఇంటి చుట్టూ కూలి పనికి పోయే కూలోళ్ళు ఉన్నారు. వారికి రోజూ నాలుగెళ్ళు కడుపులోకి ఎలా పోతాయమ్మ? ఏదో గవర్నమెంట్ అందరికీ డబ్బులు, ఉప్పులు, పప్పులు ఇస్తాదట. కాని ఎప్పటికి వచ్చేనో? అసలు వచ్చినా అవి ఎక్కడ సరిపోతాయమ్మ? లోకం ఎక్కడికి పోతోందో? కరోనా వస్తదని ఇంట్ల కూసోమంటే, ఎంత కాలమిలా బైతకాలా? పనిలేదంటే ఈ లోపలె మా పానాలు పోతాయమ్మా!" అంటూ బావురుమంది.

"పిచ్చిదానా! అట్లేం జరగదు. ఏ అవసరం ఉన్నా నన్ను అడుగు. ప్రభుత్వం అన్ని అవసరాలు చూస్తాదిలే. ఇది నీ ఒక్కదానికి వచ్చిన కష్టం కాదు. పైగా ఒక్కరు అజాగ్రత్తగా ఉన్నా అది ఎంతో మంది పాలిట శాపం కావచ్చు. అది మనకు, సమాజానికి మానసిక క్షోభనే కలిగిస్తుంది. ఈ కష్టాలు ఎల్లాకాలం ఉండవు. జాగ్రత్త" అంటూ పంపించా.

కొంగుతో కళ్ళు తుడుచుకుంటుంటే మా అమ్మాయి వచ్చింది. "అమ్మా! ఎందుకేడుస్తున్నావు? నాకు తెలుసు. నీకు కూడా మన రంగమ్మ మాటలు ఏడుపు తెప్పించాయి కదా! అందుకే నేను ఒక ఉపాయం చేశా!" అంది మెరుస్తున్న కళ్ళతో.

దానికి నా బాధ తెలవడం ఇష్టం లేక, "నేనేం ఏడవడం లేదు. ఉల్లిపాయలు కదా తరుగుతంటా! ఇంతకీ ఏం ఉపాయం?" అన్నాను తరుగుతూనే.

"మరే, మీరు నాకు నెల నెలా ఇస్తున్న పాకెట్ మనీ నా కిడ్డీబాంక్ లో దాచుకుంటున్నా కదా!

'పరుల కోసం పాటు పడని నరుని బ్రతుకు దేనికని' అని డాక్టర్ సి. నా. రే గారు అన్నారని నాన్న ఎప్పటికీ చెబుతుంటారుగా! అందుకే నేను ఆ డబ్బు ఇప్పుడు కరోనా హెల్ప్ లైన్ కి ఇవ్వమని నాన్నకు చెప్పాలనుకుంటున్నా! పాపం రంగమ్మ లాంటి వాళ్ళు ఎంతో మంది ఉంటారుగా!" అంది.

ఇప్పుడు నిజంగానే నా కళ్ళల్లో నీళ్ళు పెల్లుబికి జల జలా రాలాయి. అయితే అప్పుడు వచ్చినవి బాధతో వచ్చిన కన్నీళ్ళయితే, ఇప్పుడు వచ్చినవి మా వారసత్వాన్ని పుణికి పుచ్చుకున్న మా చిట్టితల్లిని చూసి మది పులకరించి వచ్చిన ఆనందబాష్పాలు. ఆర్తిగా హత్తుకోవాలనుకున్నాను. కానీ ఇంట్లో ఉన్నా కూడా, మన చేయి మన కన్నును గాని, నోటిని కానీ పదే పదే తాకకూడదని ప్రసారమాధ్యమాల్లో చెబుతుండటంతో, అది కూడా క్షేమంగా ఉండాలంటే హత్తుకోకూడదు కాబట్టి బలవంతాన నిగ్రహించుకుని, 'నా చిట్టితల్లి మనసు వెన్న! నా బంగారం ' అన్నాను రెండు చేతులతో దాని మొహంపై నుండి చక్కదనంగా ఉన్నావు అన్నట్లు తీసి కణతల దగ్గర చేతులు ఆనించుకుని మెటికలు విరుస్తూ.

అన్నానే కాని నాకు చెళ్ళున చెంప దెబ్బ కొట్టినట్లయింది. అసలు నాకు రాని ఆలోచన పట్టుమని పదేళ్ళు లేని తనకి ఎలా వచ్చింది? నాకు చేతనయినంతలో సహాయం ఎలా చేయాలా, అని ఆలోచించింది. నేను ఎందుకు ఆలోచించ లేకపోయాను?

ఇప్పుడు నా చేతిలో ఉన్న సహాయం ఏమిటి? అని ఆలోచించగా తక్షణం ఒక ఆలోచన తట్టింది. మధ్య తరగతి కుటుంబం, పైగా ఒక్కరి సంపాదన పైనే ఆధార పడిన కుటుంబం కాబట్టి ఆర్థికంగా నేను పెద్దగా సహాయం చేయలేకపోవచ్చు. కానీ మనసుంటే మార్గ ఉంటుంది కదా! నాకు టైలరింగ్ వచ్చు. ఇవాళ వార్తల్లో కూడా చూసా. చాలా మంది మాస్కులు లేకుండా తిరుగుతున్నారని. వలస కూలీలు, మామూలు చేసుకుంటే బతికే దినసరి కూలీలు చాలామంది కానే స్తోమత లేక మాస్కులు పెట్టుకోవడం లేదు. అదే నేను నాకు వీలయినన్ని పోలీసుల ద్వారానో, హెల్ప్ లైన్ ద్వారానో పంచగలిగితే! అలాగే నిస్వార్థ సేవ చేస్తున్న మీడియా, పోలీసులు, వాలంటీర్లకు

హోటల్స్ లేని ఈ సమయంలో భోజనం పెట్టగలిగితే? నిజమే! తలచుకుంటే మనసే ఉంటే మార్గాలకేం కొదవ? మాస్క్ లకు సరిపడే క్లాత్ లు చాలా ఉన్నాయి నా దగ్గర. తక్షణం 'నేను సైతం' అనుకుంటూ పని మొదలుపెట్టాను, నాకు స్ఫూర్తి నిచ్చిన నా కూతుర్ని తలచుకుంటూ. నా ఆలోచనను సమర్థిస్తూ దీవిస్తున్నట్లు, పూజ గది తలుపులకున్న జే గంటలు మృదుమధురంగా మ్రోగాయి.

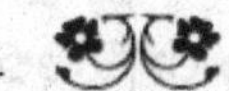

పొడుస్తున్న పొద్దు

ఇంట్లో అంతా నిశ్శబ్దంగా ఉంది. పొయ్యి మీద ఉన్నఅన్నం తుకతుక ఉడుకుతా ఉంది.దాన్నే చూస్తున్న లక్ష్మి మనస్సు కూడా అలాగే కుతకుత ఉడికిపోతాఉంది. ముందు రూమ్ లో పుస్తకాలు ముందు వేసుకుని కూర్చున్నారన్నమాటేగాని ఏడేళ్ళ నాని, పదేళ్ళ బుజ్జి ముఖాలు వాడిపోయి ఉన్నాయి. కుర్చీలో కూర్చుని ఆలోచిస్తున్న రామయ్య మొహం బాధ, కోపం సమ్మేళితమై జేవురించింది. ఒక మూల వాడిపోయిన పూల మాలలన్నీ కుప్పలుగా పోసి ఉన్నాయి.

అన్నాన్నే చూస్తూ ఆలోచనల్లో పడ్డ లక్ష్మి మనస్సు, ఇంతకు ముందు జరిగిన గొడవను మననం చేసుకుంటుంది.రెక్కాడితేగాని డొక్కాడని బతుకులు తమవి. ఏదో ఉన్నంతలో ప్రతిరోజూ గుడి దగ్గర పూలు అమ్మిన డబ్బులతో భర్త, నాలుగిళ్లలో పాచిపని చేసి తను సంపాదించే నాలుగు డబ్బులతో పిల్లలిద్దరికీ ఏ లోటు రానీయకుండా చదివిస్తున్నారు.

కాని ఈ వారంరోజుల నుండే చాలా కష్టంగా ఉంది. ప్రపంచాన్ని గడగడ వణికిస్తున్న కరోనావల్ల దేవాలయాలు, షాపులు, సినిమాలు, ఆఫీసులు అన్నీ మూలపడ్డాయి. వీధి వీధిన తిరిగి పూలమ్మి జేబునిండా డబ్బులతో సింహంలా ఇల్లు చేరే భర్త, పిల్లి పట్టిన కోడిలా అయిపోయాడు. నాలుగిళ్లలో చకచకా పని చేసే తాను, బయటకు వెళ్ళనీయక పోవడంతో ఏం తోచక కాలుగాలిన పిల్లిలా ఇంట్లోనే తిరుగుతుంది.

అసలే చిరాకుగా ఉన్న భర్తతో తాను ఇంట్లో కూరగాయలు, సరుకులు ఏవీ లేవని, తెమ్మని పదేపదే అనడంతో గట్టిగా అరుస్తూ మీద మీదకు కొట్టడానికి వచ్చాడు భర్త. ఆ కోపంతో ఆకలన్న పిల్లలను నాలుగు దెబ్బలేసి తనూ అరిచింది. ఎప్పుడూ నవ్వుతూ, తుళ్ళుతూ ఉండే ఇంట్లో జరిగిన ఈ సంఘటనతో బిత్తర పోయిన పిల్లలు ఇల్లెగిరిపోయేలా ఏడ్చి, కోపంగా తను నోట్లో నుండి మాట బయటకు రావద్దంటూ గద్దించడంతో బిక్కుబిక్కుమంటూ పుస్తకాలు ముందేసుకుక్కూర్చున్నారు.

నిశ్శబ్దం భరించలేక, బయటకు వెళ్ళే అవకాశం లేక, భర్త రేడియో పెట్టినట్టున్నాడు. వార్తల్లో మరో ఇరవై ఒక్కరోజు వరకు లాక్ డౌన్ అంటూ ప్రధాన మంత్రి చెబుతున్నాడు. ఒక్కసారి ఉలిక్కిపడింది లక్ష్మి. లక్ష్మి తొమ్మిదివరకు చదివింది కాబట్టి, అన్నీ అవగాహన చేసుకోగలదు. గబగబా ముందు రూమ్ లోని రేడియో దగ్గరకు వచ్చింది. అప్పటికే భర్త కూడా లేచి సౌండ్ ఎక్కువ పెట్టాడు.   పెరుగుతున్న కరోనా వైరస్ వ్యాప్తి దృష్ట్యా,   భద్రతా చర్యల్లో భాగంగా మూడువారాలపాటు దేశమంతా లాక్ డౌన్ విధిస్తున్నట్లు చెబుతున్న ప్రధాన మంత్రి మాటలు వింటూనే, అలాగే నిలువునా కూలబడిపోయాడు రామయ్య.

అక్కడే ఉన్న లక్ష్మి, అమాంతం రామయ్య తలను తన ఒళ్లోకి తీసుకుంటూ, "అయ్యో! ఏమయిందయ్యా?" అంటూ ఇంతకు ముందు కోపం మర్చి, "మంచినీళ్ళుతేపోవే" అంటూ అరిచింది కూతురుతో.

కూతురు నీళ్ళుతేగానే అతని మొహంపై చిలకరించింది. నెమ్మదిగా కళ్ళు విప్పాడు రామయ్య. ఎక్కడున్నా, అన్నట్లు ఒక్కసారి చుట్టూ చూసాడు. కాని మళ్ళీ అతని కళ్ళు వాలిపోయాయి. లక్ష్మి గుండెలు బాదుకుంటూ ఉండగానే, ఇంటి ముందు వాన్ ఆగింది. ఇద్దరు వ్యక్తులు ముఖానికి మాస్క్ లు ధరించి, చేతులకు గ్లౌజులు వేసుకుని చేతిలో ఒక పాకెట్ పట్టుని లోనకు వచ్చారు.

లోన పరిస్థితి అర్థం కాగానే, బయటకు వెళ్ళి తెల్లటి ఆఫ్రాన్ వేసుకున్నడాక్టర్ ని లోనకు పంపి వారు బయటనే ఉన్నారు. అతను వారందరినీ పక్కకు దూరదూరంగా ఉండమని చెబుతూ, ఫాన్ స్విచ్ వేసి కొంచెం నీళ్ళు చిలకరించాడు. నెమ్మదిగా కళ్ళుతెరిచి లేచి కూర్చున్నాడు రామయ్య.

ఆయన కిట్ లో నుండి పేపర్ నాప్ కీన్ఇచ్చి మొహాన్ని తుడుచుకోమన్నాడు.

"ఏం లేదమ్మా! కొంచెం నీరసం, మానసిక ఒత్తిడి వల్ల ఇలా అయ్యింది. భయం లేదు. ఇదిగొండి, ఈ గోళీలు తీసుకోండి" అంటూ గోళీలు ఇచ్చి ఎలా వాడాలో చెప్పాడు.

"సడెన్ గా ఇలా ఎందుకయ్యింది సారూ?" అడిగింది లక్ష్మి.

"ఏమయినా వినరాని మాటగాని ఆందోళన కలిగించే విషయంగాని విన్నాడా?" అడిగాడు డాక్టర్.

"వారం రోజుల లాక్ డౌన్ కే ఇంట్లో గడవడం కష్టమయితాంది. చేసుకుంటే బతికేటోళ్ళం. ఇంకా ఇరవై ఒక్కరోజులు ఇలాగే లాక్ డౌన్ అని చెబితే విని ఇలా అయిపోయాడు సారూ. వీళ్ళకేం తెల్సుసారూ, మా కష్టాలు. అన్ని రోజులు పనిలేకపోతే మేమెట్లా బతకాలి?"

"అమ్మా! మీరు పనిచేసేది ఎందుకోసం?"

"బతకడానికి. పిల్లలకు మంచి సదువులు చెప్పించడానికి

"అదిగో అలా సదువులు చెప్పించాలంటే, ముందు మనం బతకాలి కదా? బతకాలి అంటే ప్రధానిగారు చెప్పినవి తప్పక పాటించాలి. మన దేశంకన్నా, అమెరికా, ఇటలీ లాంటి దేశాలు చాలా అభివృద్ధి చెందిఉన్నాయి. వారి దగ్గర హాస్పిటల్స్ గాని, డాక్టర్లుగాని ఆధునిక యంత్రపరికరాలుగాని చాలా చాలా ఉన్నాయి. అలాంటి దేశాలే ఈ 'కరోనా' వైరస్ను అరికట్టలేకపోయాయి. అక్కడ హాస్పిటల్స్, సానిటైజర్లు, డాక్టర్లు ఇంకా ఇంకా కావాల్సిన పరిస్థితి ఉంది. అక్కడి కన్నా మనదగ్గర చాలా చాలా తక్కువ వనరులు ఉన్నాయి. అంటే ఉదాహరణకు ఈ ఊళ్ళో రెండు హాస్పిటల్స్ ఉన్నాయి. దాదాపు పదిమంది డాక్టర్లు ఉన్నారు. వారు మహా అంటే వంద లేదా రెండువందల మందికి చికిత్స చేయగలరు. ఈ ఊళ్ళో రెండువేలమంది ఉన్నారు.ఒక వేళ వారంతా జబ్బునపడితే ఏమవుతుంది?"

"అబ్బో! ఊహించుకోవడానికే దుర్భరంగా ఉంది సారూ! కళ్ళ ముందంతా చీకటే కనిపిస్తాంది.అయినా అలా అందరూ ఒకేసారి ఎందుకు జబ్బున పడతారు?"

"ఇప్పుడు వచ్చిన కరోనా వైరస్ కు అలాంటి శక్తి ఉంది. కరోనా వైరస్ ఉన్న వ్యక్తి తో దగ్గరగా ఉండి మాట్లాడినా, లేదా ఆయన మాట్లాడినప్పుడు గాలిలోకి వచ్చిన ఆ వైరస్ లు మరోవ్యక్తికి సోకవచ్చు. ఆ సోకిన వ్యక్తి, మరో మనిషి దగ్గరకు రావచ్చు. లేదా ఆయన ముట్టిన వస్తువులను మనం ఎవరం తాకినా వస్తుంది. అదిగో ఆ మిషన్ కి ఉన్న సూదిని చూసావా? అంత చిన్నసూది పైన కొన్నికోట్ల వైరస్ లు ఉండవచ్చు"

"అమ్మో!"

"ఇది మిమ్మల్ని భయపెట్టడానికి కాదు. కాని వాస్తవాన్ని తెలుపుతున్నా! అలా కరోనా వైరస్ ద్వారా చనిపోతే, ఆ మనిషిని ఎవరూ చూడడానికి, పూడ్చడానికి రారు సరికదా, ఆ భస్మాన్ని కూడా ప్లాస్టిక్ కవర్ లో చుట్టి ఇస్తారు. ఆది కూడా మనం చూడడానికి వీల్లేదు. అంత ఘోరమైన చావు. పైగా ఎవరికైనా అది సోకినా వెంటనే బయటకు తెలీదు. పద్నాలుగు రోజుల్లో ఎప్పుడైనా బయటపడవచ్చు. ఈలోగా ఆ వ్యాధి లేదని వాళ్ళు బయట తిరిగితే వారిద్వారా ఎవరికైనా రావచ్చు. అందుకే అది ఒకరి నుండి ఒకరికి సోకకుండా ఇలా ప్రభుత్వం లాక్ డౌన్ ప్రకటించింది"

"అమ్మో! ఇంత కథ ఉందా? కాని ఇంట్లో సరుకులు లేవు. మేమంటే ఎలాగో ఉంటాం. కాని పసిపిల్లలు వారికెలా? పైగా పైసా సంపాదించకపోతే పస్తులే కదా! ఇగ మాకు ఉరిబెట్టుకునుడు తప్ప దిక్కులేదు.

"అదుగో, అందుకే ప్రభుత్వం నగదు డబ్బులతోపాటు ఇంటింటికి నిత్యావసర వస్తువుల కిట్, అత్యవసర మందులను పంపిణీ చేస్తున్నది. మేము అందుకే వచ్చాం. పొద్దున్న ఉదయించిన సూర్యుడు, ఇపుడు అస్తమించి చీకటి కాలేదా? అయినా రేపు మళ్ళీ సూర్యుడు వస్తాడు కదా! మళ్ళీ వెలుతురూ వస్తుంది కదా! చీకటి తర్వాత వెలుగు తప్పక ఉంటుంది. ఇంతకూ మీరు పడే కష్టం ఏమిటి? కేవలం మీ కోసం, మీ వాళ్ళకోసం ఇంట్లో ఉండడమే కదా! ప్రధాని, పాలకులు చెప్పేది కేవలం మనందరి మంచికే కదా! ఇపుడు సరిగ్గా పాటించకపోతే ప్రపంచం శవాల దిబ్బే అవుతుంది. కొన్ని పదుల సంవత్సరాల వెనక్కి ప్రగతి వెళ్ళి పోతుంది" అంటూ బయటివాళ్ళని పిల్చి, ప్రభుత్వం పేదలకు పంచే నిత్యావసర వస్తువుల కిట్లు రెండు పాకెట్లు అందజేశారు.

"మా కళ్ళు తెరిపించారు సారూ! ఇప్పటి నుండి మీరు చెప్పినట్లు, రేడియోలో చెప్పినట్లు బయటకు వెళ్ళం. తప్పక చేతులు కాళ్ళు గంటకోసారి శుభ్రంగా కడుక్కుంటాం. చాలా సంతోషం సారూ" చేతులెత్తి మొక్కారు లక్ష్మితోపాటు ఇంటిల్లిపాది. బయట గంటమోగించుకు తిరిగే ఆ బండికున్న గంటలు గాలికి చిరుసవ్వడి చేసాయి.

మామ్స్ ప్రెస్సో వెబ్సైట్ లో ప్రచురితం.

మానవత్వం

విమానంలో చెక్ లన్నీ పూర్తిచేసుకుని బయటపడేసరికి, తల ప్రాణం తోకకొచ్చింది రమణకు. ఫ్లైట్ దాదాపు నెలరోజుల ముందరే బుక్ చేసుకున్నాడు, హెచ్ వన్ వీసా స్టాంపింగ్ కోసం. కానీ తీరా దిగాక ఈ కరోనా భూతం తీవ్ర రూపం దాల్చిన సంగతి తెల్సింది. అయిదేళ్ళ తర్వాత మాతృభూమిలో అడుగు పెట్టగానే, ఆ మట్టినితాకినందుకేమో మనస్సు పులకించింది. ఒక్కసారి కళ్ళు మూసి చల్లగాలి గుండెల నిండా పీల్చుకున్నాడు. ఆప్యాయంగా కింద నేలను తాకాడు.

'నా జన్మభూమి ఎంతో అందమైన దేశము... నా ఇల్లు అంతకన్నా చక్కని ప్రదేశమూ ... నాసామిరంగా...' పాట మనస్సులో మెదిలింది.

వాష్ రూమ్ కెళ్ళి, పెట్టుకున్న మాస్క్ తీసి, మూత ఉన్నడస్ట్ బిన్ లో వేసి, కొత్తది తీసి పెట్టుకున్నాడు. అన్ని పరీక్షలు ముగించుకున్నాడు కాబట్టి రిలాక్స్ అయి కాబ్ లో శంషాబాద్ నుండి రైల్వేస్టేషన్ చేరుకున్నాడు. వచ్చేప్పుడే సెల్ లో తాను క్షేమంగా చేరినట్లు ఇటు అమ్మ నాన్నకి, అటు అమెరికాలోని భార్యకు ఫోన్ చేసి చెప్పాడు.

అయినా అతని మనస్సు గందరగోళంగా ఉంది. భార్యకు ఇంకా వీసా గడువు ఉంది కాని, తనకు లేకపోవడం వల్ల తప్పనిసరై ఇలా వచ్చాడు. రిటర్న్ ఫ్లైట్ కూడా దీనితో పాటే బుక్ చేసాడు, మరో పది రోజుల్లో. ఇప్పుడు ఇంటికి వెళ్ళిన తెల్లవారి వీసా స్టాంపింగ్ తేదీ పెట్టుకున్నాడు. ఆ తర్వాత నాలుగురోజుల్లో తిరిగి వెళ్ళిపోవడమే. అమ్మ వాళ్ళు, మరో నాలుగురోజులు ఉండమని బలవంతం చేస్తున్నారు కాని తనకు సమయం లేదు. అసలే భార్య రవళికి ఇప్పుడు ఎనిమిదినెలలు నిండాయి. మరో నెలరోజుల్లో డాక్టర్స్ టైం ఇచ్చారు డెలివరీకి. తనతో పాటు రవళి అమ్మ, నాన్నను తీసుకుని వెళదామని అందరికీ టికెట్స్ బుక్ చేసాడు. ఆలోచనల్లోనే రైల్వే స్టేషన్ కి చేరుకున్నాడు.

అక్కడ అప్పటికే కరోనా భయం వల్ల రష్ చాలా తక్కువ ఉంది. ఎందుకైనా మంచిదని చేతులకు గ్లౌజెస్ కూడా వేసుకున్నాడు. రైలు ఎక్కి కూర్చున్నాడు. తమ ఊరు వెళ్ళాలంటే రైలు దిగాక, బస్ కూడా ఎక్కాలి. నిజానికి నాన్న, అమ్మ వాళ్ళు రైల్వే స్టేషన్ కి వస్తామన్నారు. కాని ఇంతదూరం నుండి వాళ్ళు ఖాళీగా తనును తీసుకుపోవడానికి రావడం, అసలే కరోనా సమయంలో పరిస్థితులు ప్రయాణానికి అనుకూలంగా లేనప్పుడు ఎందుకని, తనే వద్దన్నాడు. పైగా నాన్నది మందుల షాపు, కిరాణం షాపు, ఈ సమయంలో చాలా అవసరం. అందుకనే తను వద్దన్నాడు.

రైల్లో నుండి దిగగానే, ప్లాట్ ఫాం మీద చాలామంది బిచ్చగాళ్ళు అసలు ఏ మాత్రం శుచీశుభ్రం లేక అలా కింద ప్లాట్ ఫాంపై నిద్రపోతూ, కూర్చుని కనిపించారు. వాళ్ళు ముక్కుకు అడ్డుగా ఏమీ మాస్క్ కట్టుకోలేదు. వాళ్ళు చేతులు శుభ్రంగా లేవు. ఏవీ శుభ్రంగా లేవు. బాధని

పించింది. అప్పుడప్పుడే పోలీసులు అక్కడికి వచ్చి, వారికి అవగాహన కలిగిస్తున్నట్లున్నారు. మొదటి నుండి సమాజ సేవలో ముందుండే రమణ తనతో పాటు ఉన్న నాలుగైదు మాస్క్ లు అక్కడున్న వారికి ఇచ్చి ఒక్కటి ఎక్స్ట్రా మాత్రం ఉంచుకుని బయటకు వచ్చాడు.

బస్ లో ఎక్కి, ఊర్లో దిగగానే నాన్న వాళ్ళు కార్లో వచ్చి రిసీవ్ చేసుకున్నారు.

అందరినీ ఆప్యాయంగా ఆలింగనం చేసుకున్నాడు. బయట పరిస్థితి బాలేదని హడావుడిగా ఇంటికి వెళ్లిపోయారు. ఇంట్లో ఇన్నేళ్ళ తర్వాత వచ్చాడని అప్పటికే వచ్చి ఉన్న బంధువులు అందరూ ఆప్యాయంగా పలకరించారు.

ఆ రోజు చాలా ఆనందంగా గడిచిపోయింది. ఆ రాత్రే కరోనా భూతం మహమ్మారిలా అందర్నీ కబలిస్తోందని, అన్ని దేశాలు అతలాకుతలం అయిపోతున్నాయని, విదేశాల నుండి వచ్చిన వాళ్ళు స్వచ్ఛందంగా వచ్చి పరీక్షలు చేయించుకుని క్వారంటైన్ లో ఉండాలని అనౌన్స్ చేసారు.

"వాళ్ళు అలాగే అంటారు లేరా, నువ్వు అన్ని పరీక్షలు చేయించుకునే వచ్చావుగా! నువ్వేమీ వెళ్ళకు. అలాగైతే నీ వీసా సంగతేంగాను" అన్నాడు తండ్రి వీరేశం.

'వద్దు నాన్నా! అది పద్ధతి కాదు, అంటూ ఫోన్ చేసి సమాచారం ఇచ్చాడు. వెంటనే అంబులెన్స్ లో వచ్చిన వాళ్ళు, సాంపిల్ తీస్కెకుతూ ఇంటికి స్టాంపింగ్ చేసి, చేతిపై స్టాంపింగ్ వేసి, తప్పక క్వారంటైన్ లో ఉండాలని ఇంట్లోనే ఎలా ఐసోలేషన్ లో ఉండాలో, కుటుంబ సభ్యులు కూడా ఎలా దూరంగా ఉండాలో చెప్పి, సమాజంతో వాళ్ళెవరూ కలవవద్దని చెప్పి వెళ్లిపోయారు.

ప్రతిరోజూ ఇంటికి డాక్టర్లు, మున్సిపాలిటీవాళ్ళు, రాజకీయ నాయకులు ఇలా వస్తూ ఆరోగ్యం గురించి ఆరా తీస్తూనే ఉన్నారు.

సడెన్ గా ఆ రోజు వచ్చిన డాక్టర్ అతనికి కరోనా పాజిటివ్ వచ్చిందని చెప్పి మొత్తం కుటుంబాన్ని, వారిని కలిసిన బంధువులందరినీ పరీక్షలకు పిల్చాడు. అసలు ఒక్కసారి నిర్ఘాంతపోయారంతా.

'ఏం పాపం చేసామని మనకీ శిక్ష వేశాడా భగవంతుడు? నా బిడ్డ రాక రాక వస్తే ఇలా జరిగిందేంటీ? ఎన్ని పూజలు చేసాను, దేవుడా...' నెత్తి నోరూ బాదుకుంది రమణ తల్లి సునంద.

'అమాయక ప్రజల దగ్గర సమయాన్ని చూసి, బలహీనతను వాడుకున్నందుకు తగిన శాస్తి జరిగింది' ఇంటి ముందు నుండి పోయేజనం, ఇరుగుపొరుగు మాటలు చెవిన పడ్డ వీరేశంకి కనువిప్పయ్యింది.

'నాకర్ధమయ్యింది. దేవుడు ఈ శిక్ష మనకు ఎందుకు వేశాడో, నాకర్ధమయ్యింది. నేను పాపిష్టివాడిని. కరోనా మహమ్మారి ప్రబలిన బలహీన క్షణాన్ని ఆసరాగా తీసుకుని, పది రూపాయలుండే మాస్క్ లు ధరలు పెంచి యాభై, డెభై, వందలకు అవసరాన్నిబట్టి అమ్మను. నిత్యావసర వస్తువులను ధరలు పెంచి రెట్టింపుధరలకు అమ్మను. తల్లిదండ్రులు చేసిన పుణ్యం

వారి పిల్లలకు వస్తుంది అంటారు. మేము చేసిన పాపం వాడికి ఇలా చుట్టుకుంటుందని అనుకోలేదు. దేవుడా! నేను తప్పు చేసాను. నన్ను క్షమించు తండ్రీ!' తల బాదుకున్నాడు వీరేశం.

ఈ లోగా రమణకు ఫోన్ వచ్చింది. భార్యకు అక్కడ పురిటి నొప్పులు వస్తున్నాయని. అతని మనసు నీరయ్యింది. అప్పటికే వీరు వెళ్ళే ఫ్లైట్ కాన్సిల్ అయ్యింది.

అందరూ డాక్టర్ దగ్గర ఐసోలేషన్ వార్డ్ లో ఉండి చికిత్స పొందుతున్నారు. బయట వీరిని అంటరానివారిగా చూస్తున్న తీరు, భయంతో ప్రాణాలు కోల్పోతున్న జనాన్ని, ఎన్ని మందులు మింగినా తగ్గక అంతకంతకు పెరుగుతున్న జ్వరాన్ని చూసి ప్రాణాలతో బయటపడతామనే ఆశ వదిలేసుకున్నాడు వీరేశం. తను చేసిన పాపానికి ప్రాయాశ్చిత్తంగా తన షాప్ లో పనిచేసేవారితో నిత్యావసర వస్తువులు, మాస్క్ లు ఉచితంగా మురికివాడల్లో పంచేలా ఆదేశాలిచ్చాడు వీరేశం.

అనూహ్యంగా నాలుగు రోజుల్లో కరోనా బారి నుండి బయటపడిన వారిగా అందరూ క్షేమంగా ఇల్లు చేరారు. అక్కడ అతని భార్యకు, రమణ స్నేహితుల కుటుంబాలు సహాయం చేయగా పండంటి బిడ్డకు జన్మనిచ్చింది. అందరూ క్షేమంగా ఉన్నట్లు ఫోన్ చేసారు.

'దేవుడు మన పాపాల్ని క్షమించాడు. నువ్వు చేసిన సమాజ సేవా కార్యక్రమాలకు మెచ్చి నీ కుటుంబానికి వెంటనే సహాయం అందజేశాడు. దేవుడు కరుణామయుడు. ఈ లోకాన్ని కూడా కరోనా బారి నుండి తప్పక రక్షిస్తాడు.' రెండు చేతులు పైకెత్తి దేవుడికి సర్వస్య శరణాగతి చేస్తూ తల్లి తండ్రి అన్న మాటలకు దేవుడి గదికి ఉన్న గంటల తలుపుకు ఉన్న గంటలు గాలికి మృదుమధురంగా 'తథాస్తు...శుభం' అన్నట్లు మోగాయి.

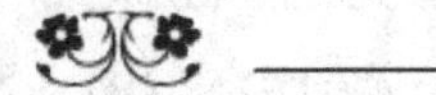

తపస్వి మనోహరం– 27.06.2021
(కరోనా వచ్చిన కొత్తలో అప్పుడే విమానాశ్రయం నుండి వచ్చిన వారి కోసం ప్రభుత్వం గాలించి పట్టుకున్న నేపథ్యం లో రాసిన కథ)

క్వారంటైన్

"వదినా! రెండురోజులకు కూరగాయలు తెచ్చిస్తారా ? డబ్బులిస్తాను" వీధి గేట్ లోపల నిల్చుని, అడ్డంగా ఉన్న మాస్క్ లో నుండే అడుగుతున్న పార్వతమ్మను చూసి, విననట్లుగా వడివడిగా వెళ్ళిపోయింది కమల.

మనస్సు చివుక్కుమంది పార్వతమ్మకు. వద్దనుకున్నా, ఉబికుబికి వస్తోంది దుఃఖం / దుఃఖం. ఎంత ఆత్మీయంగా ఉండేవారు, ఇప్పుడెంత మార్పు వచ్చింది? ఇందులో తాము చేసిన తప్పేమైనా ఉందా?

ఎదురుగా మంచంపై పడుకుని ఉన్నాడు కొడుకు. ఇరుగుపొరుగు వారంతా అంటరానివాళ్ళలా చూస్తున్నారు. పొద్దు, మాపు డాక్టర్ లు, మున్సిపాలిటీ వాళ్ళు, రాజకీయనాయకులు ఇలా రకరకాల మనుషులొచ్చి చూసి పోతున్నారు. ఇంటి ముందు యాంటీసెప్టిక్ మందులట, అంతా స్ప్రే చేసి వెళ్ళారు. ఇంటి బయట తలుపుకి ఇల్లు క్వారంటైన్ లో ఉందని స్టాంప్ వేసి వెళ్ళారు. కొడుకు చేతికి స్టాంప్ వేసారు. పాస్ పోర్ట్ లాక్కున్నారు. తామేదో అంటరాని వాళ్ళమన్నట్లు ఆ వీధి మొత్తం పౌడర్, మందులు చల్లించారు. ఇక తమ ఇంటి ముందు నుండి వెళ్ళడమే పాపం అన్నట్లు, అందరూ దూరమైనా, అటువైపు ఉన్న మరోదారి గుండా వెళ్తున్నారు.

"అమ్మా! ఆన్ లైన్ లో ఆర్డర్ చేస్తాను. నువ్వు బయటకు వెళ్ళకు, ఎవర్నీ ఏమీ అడగకు, నువ్వు కూడా నా గది దగ్గరకు ఎప్పటికీ రాకు" తల్లి బయట మాట్లాడ్డం చూసి ఆ పక్కనే ఉన్న గదిలో ఉన్న శివ, పక్కనున్న కిటికీ కొద్దిగా తెరిచి, బాధగా అన్నాడు.

కొడుకు కంపెనీ తరఫున విదేశీయాత్ర ముగించుకుని వస్తున్నాడని ఎంత సంబరపడింది? అందరికీ చెప్పుకుని ఎంత మురిసిపోయిందే? అదేంటో! వాడు వచ్చిన నాలుగురోజుల్లో పరిస్థితులు బాగా మారిపోయాయి. ఎలా తెలిసిందో గాని, పోలీసులు, డాక్టర్లు సరాసరి ఇంటికే వచ్చి ఏవేవో పరీక్షలు చేసి, తనకి, భర్తకి, కోడలికి కూడా చాలా పరీక్షలు చేసారు. పద్నాలుగు రోజుల వరకు ఎవర్నీ బయట తిరగొద్దన్నారు. ఇరుగు పొరుగువాళ్ళు, వీధిలో వెళుతూ కూడా, తమ వాకిలి నుండి నడిచినా ఏదైనా అంటుకుంటుంది, అన్నట్లు దూరం నుండి గబగబా వెళ్ళిపోతున్నారు. చూడడానికి వచ్చిన మెడికల్ సిబ్బంది వాళ్ళు, అందరూ మాస్క్ లు కట్టుకుని, తమని అంటరానివాళ్ళ కింద చూసి వెళ్ళిపోతున్నారు.

తర్వాత తెలిసింది, విదేశాల్లో ఉన్న కరోనా విదేశాలనుండి వచ్చిన వారి ద్వారా తమ దేశానికి వచ్చిందని, కొంచెం ఆలస్యంగా తెలిసిన ప్రభుత్వం, అప్పటికే విమానాశ్రయాల నుండి

వెళ్ళిన ప్రయాణికుల జాబితా చూసి, వారి అడ్రస్ లకు అర్జెంట్ గా పరివారాన్ని పంపి, 'క్వారంటైన్' చేయమంటూ ఆదేశాలిచ్చిందని. దాని పర్యవసానమే ఈ 'క్వారంటైన్'.

అయినా, అంత చేయరాని తప్పు తామేం చేశామని?చేసామని? పైగా చెప్పాపెట్టకుండా, విదేశాలనుండి వచ్చి గుట్టు చప్పుడు కాకుండా ఇల్లు చేరడని వదంతులు. పేపర్ వాళ్ళు, టీవీ వాళ్ళు, 'మీ అబ్బాయికి కరోనా ఉందట కదా'; 'మీ అబ్బాయి విదేశీయానం నుండి ఇల్లు చేరగానే, అలా మీ బంధువులందరి ఇళ్ళకు వెళ్ళి వచ్చాడట కదా!', 'అయినా, మీ అబ్బాయి అలా చెప్పాపెట్టకుండా ఇంట్లో దూరకుండా,పోలీసులకు వెళ్ళి చెప్పి, ఆయనే పరీక్షలు చేయించుకోవాలి కదా?' అంటూ చేయరాని నేరం, ఘోరం చేసినట్లు సవాలక్ష యక్ష ప్రశ్నలు.

'హే! భగవాన్! పగవాడికి కూడా రావొద్దు, ఈ రోగం, ఈ పరీక్షలు. అయినా అందులో వాడు చేసిన తప్పేమి ఉంది? వాడేమీ దొంగతనంగా రాలేదు కదా! అప్పటికి కరోనా లేదు. తీరా వచ్చాక రెండురోజులకు ఇలా తెల్సింది! వెళ్ళి చెబుదామనుకుని, బంధువుల ఊరి నుండి రాగానే, పోలీసులు రానే వచ్చారు, క్వారంటైన్ చేయనే చేసారు. అందులో తాము దాచింది, చేసిన దొంగతనం ఏముంది? కాని అందరి చూపులు భరించలేకపోతోంది. రోజూ 'స్వామీ! కరోనా ఏమీ లేదని రిపోర్ట్ వచ్చేలా చేయి తండ్రీ! నీ కొండకు మెట్లెక్కి వస్తాను' అంటూ ఎన్ని మొక్కులో మొక్కుతూనే ఉంది.

మళ్ళీ ఆ వీధిలో పొడర్లు చల్లుతూ హడావుడి చూసి, ఏమయిందని ఆరా తీసింది శుభ్రం చేసున్న పారిశుధ్యకార్మికులను. కమల వారింటిని చూపిస్తూ వారికి వచ్చిందని చెప్పగానే, 'తమను ఎలా చూసింది? ఇప్పుడు ఆమెకు తెలిసివచ్చేలా ఆ దేవుడే చేసాడు' అనుకుంది.

★★★

పార్వతమ్మ మొక్కులు ఫలించినట్లు, పద్నాలుగు రోజులు అవగానే, పోలీసులు, డాక్టర్లు వచ్చి పరీక్షలు చేసి ఏమీ లేదని తేల్చారు. అప్పటి వరకు టెన్షన్ కి, ఆగిపోతుందా! అన్నంత వేగంతో కొట్టుకున్న గుండె ఒక్కసారి, 'అమ్మయ్య' అని ఊపిరి పీల్చుకుంది. కాని ఇన్నాళ్ళ బాధ కళ్ళవెంబడి నీళ్ళ రూపంలో వచ్చింది.

"మీరు అదృష్టవంతులు! మీకేం భయం లేదు" అని డాక్టర్ వెల్లడి చేయగానే, ఆర్తిగా హత్తుకుంది శివను. ఇద్దరి కళ్ళ నుండి, ఇన్ని రోజుల బాధలు, కన్నీటి రూపంలో బయటకు వచ్చాయి.

"ఇన్ని రోజులు, చేయనినేరానికి శిక్ష అనుభవించాం. ఏం తప్పుచేసామని మమ్మల్ని ఇలా అంటరాని వాళ్ళలా చూసారు?" అంటూ నిలదీసిన ఆమెను చూసి, 'అమ్మా! కరోనా ఎంత ప్రమాదమో, మీకు తెలీదు. అది అంటువ్యాధి. అలా వచ్చిన మనిషి పౌష్టికాహారం, తగిన జాగ్రత్తలు తీసుకోకపోతే శ్వాస కోసం చాలా కష్టపడతాడు. ఎవరూ దగ్గరకు రారు. చనిపోతే మాత్రం శవాన్ని

కూడా ఇవ్వరు. ఒక రకంగా కుక్కచావే! అందుకే అలాంటి మనసు బాధ పెట్టే ఆంక్షలు” అంటూ విపులంగా ఇతర దేశాలలో, ఇలాంటి జాగ్రత్తలు పాటించకపోవడం వల్ల పరిస్థితి ఎంత దారుణంగా ఉందో చెబుతూ, అక్కడి సంగతులు కూడా చెప్పేసరికి, నిజంగా నిర్ఘాంతపోవడం పార్వతమ్మ వంతయ్యింది. తన కళ్ళు తెరిపించినందుకు కృతజ్ఞతతో నమస్కారం చేసింది, రెండు చేతులు జోడించి.

అప్పటికే ప్రసారమధ్యమాల ద్వారా విషయాలు తెలిసాయి, పైగా కరోనా పేషంట్ కష్టాలు, ఆ సమయంలో బయటకు రాకుండా ఉండేవారికి, మరొకరి సహాయం ఎంత అవసరమో అన్నీ తెలిసాయి. అందుకే వెంటనే తనకున్న అనుభవంతో, మాస్క్ పెట్టుకుని కమల ఇంటి గుమ్మం ముందు కూరగాయలు, పళ్ళు పెట్టి ఫోన్ చేసింది, తీసుకోమంటూ.

“క్షమించు వదినా! అప్పుడున్న భయంతో మీకు ఏమీ సహాయం చేయలేకపోయినా మీరు మంచిమనసుతో సహాయం చేస్తున్నారు. మేమసలు ఈ గండం నుండి బయటపడతామో లేదో?” అంటూ కన్నీళ్ళ

పర్యంతం అయ్యింది.

‘బాధపడకు వదినా! ఆ పరిస్థితుల్లో ఎవరైనా భయపడతారు. ఇప్పుడు అవగాహన పెరిగింది. మీరేం భయపడకండి. మీకే అవసరం ఉన్నా నాకు ఫోన్ చేయండి” అంటూ తనకున్న అనుభవంతో ధైర్యం చెప్పింది. తెల్లవారి పారిశుధ్యకార్మికులకు ఆహారం పొట్లాలు ఇచ్చింది. వారి కళ్ళలోని కృతజ్ఞతా భావం ఆమెకు ఎనలేని తృప్తి నిచ్చింది.

తనకు తెలిసినవారికి ఎవరికి కరోనా వచ్చినా, పండో ఫలమో, ఇంట్లో వంట చేసో, ఇచ్చి రావాలని నిర్ణయించుకుంది. ఒక్కోసారి అనుభవాన్ని బట్టి కూడా మానవత్వం పెరుగుతుంది. ఆమె నిర్ణయాన్ని హర్షిస్తున్నట్లు దేవుడి గుడిలోని జేగంటలు మృదుమధురంగా మోగాయి.

━━━━ ✿ ━━━━

(భావితరానికి అప్పటి పరిస్థితుల గురించి అవగాహన కోసం గ్రంథస్థం చేయాలనే ఉద్దేశంతో రాసిన కథ)

తపస్వి మనోహరం– 27.06.2021

(కరోనా వచ్చిన కొత్తలో అప్పుడే విమానాశ్రయం నుండి వచ్చిన వారి కోసం ప్రభుత్వం గాలించి పట్టుకున్న నేపథ్యం లో రాసిన కథ)

మనసుంటే (నేను సైతం)

"ఏదో కలోగంజో, ఏదంటే దానితోనే సరి పెట్టుకుందాం అంటే వినలేదు. వద్దన్నా, బయటికెళ్ళారు. ఒక్క సూదిమొనపైనే కొన్నికోట్ల కరోనా వైరస్ లు ఉంటాయట. మీరేమో మొత్తం మనిషే బయటకు వెళ్ళారాయే! చెబితే వినరు కదా! ఆ కూరగాయల సంచులు ముందు దర్వాజా బయట అలా ఉంచి, ఈ పక్క సందు నుండి వెనక బాత్ రూమ్ కెళ్ళి, అక్కడ బకెట్ లో అన్ని బట్టలువేసి తలారా స్నానం చేసిరండి. నేను ఆ కూరగాయల పై నీళ్ళు పోసి ఉప్పుతో కడిగి నా తంటాలు నేను పడతాగాని..." కోపంగా చీవాట్లేస్తున్న శ్రీమతి శ్రీలత మాటలేవీ భరద్వాజ చెవికి ఎక్కడం లేదు.

కరోనా పేషంట్ లకు సేవ చేసేందుకు పెట్టిన మరమనిషిలా, ఏదో ట్రాన్స్ లో ఉన్నట్లు వెనకకు కదిలాడు. అక్కడ బట్టలు బకెట్లో వేసి నీళ్ళల్లో జాడించి అక్కడున్న దండెం పై ఆరేసాడు. తలారా స్నానంచేసి దండెంపై నున్న టవల్ తీసుకుని, లోనకెళ్ళి సానిటైజర్ తెచ్చి జేబునుండి తీసిన సెల్, డబ్బులు, కళ్ళద్దాల పై స్ప్రే చేసి లోనకు తీసుకెళ్ళాడు.

"నాన్న! నిన్న షటిల్ లో నీపై నేనే గెల్చాను కదా! అక్క కాదంటుంది. మరోసారి ఆడదామా నాన్నా! ఇవ్వాళ అక్కకి తెలుస్తుంది, నాకెంత బాగా వచ్చో..." భార్గవ్ అన్నాడు.

"వాడి మొహం! వాడి సంతోషం కోసం ఏదో మీరు గెలిపించారేమో నాన్న! లేకుంటే కాలేజ్ రోజుల్లో ఛాంపియన్ అయిన మీరు, వాడి చేతిలో ఓడడం ఏమిటి? అయినా మీరు ఇవ్వాళ నాతో కల్సి పాట పాడతానని ప్రామిస్ చేసారు నాన్నా!" ప్రజ్ఞ అంది.

"అబ్బబ్బ! నాన్న ఇప్పటివరకు బయటకు వెళ్ళి ఎండలో అలసిపోయి ఇప్పుడే వచ్చాడు. నాన్నను ముందు టిఫిన్ తిననీయండి. నాన్నమ్మ, అదో రామాయణం చదవమంటుంది వెళ్ళండి!" కసిరింది శ్రీలత, వేడివేడి ఇడ్లీల ప్లేట్ అతని కిష్టమైన పల్లీల చట్నీ, సాంబార్ లతో అతని చేతికిస్తూ.

అతని కిష్టమైన టిఫిన్. కాని అతను ఉన్న పరిస్థితికి, ఆకలి ఉన్నా ముద్ద నోటిలోకి దిగడం లేదు.

టీవీలో వార్తలు వస్తున్నాయి.

'అమెరికాలో నాలుగు లక్షలకు చేరిన కరోనా కేసులు. మందులకు, మెడికల్ సిబ్బందికి తీవ్ర కొరత. భారత దేశంలో కూడా రోజు రోజుకీ పెరుగుతున్న కేసులు. దేశ ఆర్థిక పరిస్థితులపైనా తీవ్ర ప్రభావం ఉంటుందన్న నిపుణులు...' అన్ని ఛానల్స్ లో అన్ని చోట్లా అవే వార్తలు.

"ఏమయ్యిందండీ? మీకిష్టమైన టిఫినే కదా! క్షణాల్లో ఖాళీ చేసేవారు, చల్లారి పోతున్న అలా చూస్తున్నారు. అవునూ! మీ ఆఫీసు వార్తలేంటి? ఇంకెన్ని రోజులు వర్క్ ఎట్ హోమ్? లాక్ డౌన్ అయిపోగానే వెళ్ళొచ్చా? పొడిగిస్తారటనా?"

కాని అతని మనస్సు ఎక్కడెక్కడో ఆలోచిస్తోంది. ఎవరి మాటలూ చెవిన పడడం లేదు. ఇంతకుముందు

చూసిన దృశ్యం, ఎంత తీసేసినా మనసు నుండి వెళ్ళడం లేదు. వారి అరుపులు, కేకలు అతని మనస్సు ని మెలి

పెడుతున్నాయి.

"ఏమిటండి? ఏం ఆలోచిస్తున్నారు? బయట ఏమైనా జరిగిందా?" అతన్ని కుదుపుతూ అడిగిన శ్రీలత మాటలకు, ఇంకా టిఫిన్ ని తాకని అతను , చేతిలోని పళ్ళెం డైనింగ్ టేబిల్ పై పెట్టి,'హ !' అంటూ దీర్ఘంగా నిట్టూర్చాడు.

"ఏమయ్యింది చెప్పండి?" అని మరోసారి రెట్టించేసరికి, పెదవి విప్పాడు.

★★★

ప్రభుత్వం నిబంధనల మేరకు కరోనా లాక్ డౌన్ కావడంతో వీధిలో పోలీసులు, వాహనాలు వెళ్ళకుండా, బయట తిరుగుతున్నవారు మాస్క్ ధరించకుండా బయటకురాకుండా, నలుగురికన్నా ఎక్కువ మంది కలిసి ఉండకుండా గస్తీ తిరుగుతున్నారు. ఎవరైనా వీధిలోకి వస్తే ఎందుకు వచ్చారో కనుక్కుని అప్రమత్తం చేస్తున్నారు.

"అయ్యా! అలా కొట్టకండి సారూ! మేమేం తప్పు చేయలేదు సారూ!"

"బయటకు రావొద్దు, కర్ఫ్యూ అని చెప్పినా ఇలా గుంపులు గుంపులు ఎందుకు తిరుగుతున్నారు? చెప్తే అర్థంకాదా? ఇక్కడ మా ప్రాణాలు పణంగా పెట్టి, మేము మీ ప్రాణాలకు కాపలాగా ఉంటె, మీరేమో ఇలా రోడ్లల్లో షికారు చేస్తారా? వెళ్ళండి... వెళ్ళండి ..." కోప్పడుతూ బయటఉన్నవారిపై లాఠీ ఝుళిపిస్తూ అరుస్తున్నాడు ఒక పోలీసు.

"అయ్యా! చేసుకుంటే బతికేటోళ్ళం... రెక్కాడితే గాని డొక్కాడని గరీబోళ్ళం! కూలీ లేదు, నాలీ లేదు... ఒక్కరోజు కాదు, రెండురోజులు కాదు, వారం రోజులు... బయటకు రాకుండా ఇంట్లో, తినడానికి లేక డొక్కలు ఎండక పోయి ఉన్నాం. జర దయజూడండి సారూ! మా ఊరికి పోనీయండి సారూ!" బతిమిలాడుతోంది ఒక స్త్రీ నెత్తి మీద మూటలు మోస్తూ. గట్టిగా నెట్టేస్తే కిందపడేట్లు ఉంది. డొక్క వీపుకంటుకుని ఉంది. పైన ఎండ. చంకన చంటి పిల్ల, మట్టి కొట్టుకుపోయిన కాళ్ళు, చివరి వరకు చేరతారో లేదో తెలిని ముసలివాళ్ళు, పసివాళ్ళు.

ఆమెతోపాటు ఉన్న మరో ఇద్దరు, ముగ్గురు కూడా అలాగే తల మీద, చంకలలో, చేతుల్లో సంచులు, మూటలు మోస్తూ ఉన్నారు. దాదాపు అందరూ బిక్కచచ్చి ఉన్నారు. ఏడుపొక్కటే తక్కువ.

"రేయ్! ఇలా బయటకు రావద్దన్నా, ఎందుకు వచ్చారా? ఒకసారి చెబితే అర్థంకాదా?

మీకిలా కాదు. ఆ బరువులు భుజానికి వేసుకుని, బస్కీలు తీసుకుంటూ వెళ్ళండి! హా ..."
భుజాలకు పెద్ద పెద్ద బాగులతో వలస వెళుతున్న యువకులను బస్కీలు తీయిస్తున్నాడు మరో
పోలీసు.

అప్పుడే రోడ్డుపైకి అడుగుపెట్టిన భరద్వాజ మనసును, ఆ దృశ్యం కలచి వేసింది. ఇద్దరి
వాదనలూ సరైనవే. కాని వారికి చదువు లేదు. విషయం ఎంత భయంకరమైనదో వారికి తెలీదు.

"సారూ! జర దయ జూడండ్రి సారూ! మా ఊళ్ళకి మమ్మల్ని పోనీయండి సారూ! మీ
బాంచెన్...మీ కాల్మొక్త..."

"అరె... చెబితే అర్థమయిత లేదు? మీరంటే మాకు కోపం లేదు. కాని ఇలా బయటకు
రావొద్దు. వస్తే కరోనాతో కుక్క చావు చస్తారు.. పొండి. ఎక్కడున్నోళ్ళు అక్కడనే ఉండండి."

"కరోనాతో అయినా నాలుగు రోజులుండి సస్తమేమొగాని, లేకపోతె ఇప్పుడే సస్తం సారూ!
ఈడ గింజ పుడుత లేదు. మమ్మల్ని పోనీయండి సారూ! మేమేం దొంగతనం చేయలేదు. ఏ తప్పు
చేయలేదు. మా ఊరికి
పోతే కలోగంజో తాగి బతుకుతం. మూడురోజుల నుండి నడుస్తానం. ఇప్పుడు యాడికి పోయేది
సారూ!"

"అరె! మీకు చెబితే అర్థం అయితలేదా? అయినా, మీకు మూతికి మాస్క్ నో, బట్టనో
కట్టుకోవాలన్నం కదా! ప్రభుత్వం ఇంటింటికి సరుకులు ఇస్తాంది కదా! కథలు చెప్పుకు..."

"సారూ... ఇల్లు, వాకిలిలేనోళ్ళం. ఏ కాలువ పక్కనో, రోడ్డు పక్కనో, స్టేషన్లనో
పడుకునేటోళ్ళం. మాకు ఇల్లెక్కడిది? మాకు సాయమెక్కడిది?"

"అరె.. వాళ్ళతో మాటలేంది భయ్... నాలుగు తగిలిస్తే ఆళ్ళే పోతరు..."
భరద్వాజ కు శ్రీశ్రీ గేయం గుర్తొచ్చింది.

'కూటి కోసం...కూలి కోసం...

పట్టణంలో బతుకుదామని,

 బయలుదేరిన బాటసారికి

ఎంత కష్టం...ఎంత కష్టం...

చండ చండము... తీవ్ర తీవ్రం...

జ్వరం కాస్తే, భయం వేస్తె ప్రలాపిస్తే

మబ్బుపట్టి, గాలి కొట్టి

వాన వస్తే, వరదవస్తే

దారి తప్పిన బాటసారికి

ఎంత కష్టం...ఎంత కష్టం..."
"ఏమిటి సార్..." అన్నాడు భరద్వాజ, వాళ్ళను కొడుతున్న పోలీసుతో.

"అరె... మీకెందుకు సార్... అసలు మీరెందుకు అవసరం ఉన్నా, లేకపోయినా బయటికొస్తారు?"

మాస్క్ తో ఉన్న, భరద్వాజ ఆ పోలీసుకు దూరంగా ఉండే, ఐడెంటిటీ కార్డ్ చూపించి, ఇంట్లో అమ్మ వాళ్లకు తీసుకోవాల్సిన మెడిసిన్స్ చీటీ చూపిస్తూ, "పోలీసులుగా మీరు చేస్తున్న సేవ అనితర సాధ్యం... మీకు ఏమిచ్చినా ఋణం తీర్చుకోలేం... మీ అందరికీ భారతావని మొత్తం పాదాభివందనం చేస్తోంది. మీ ప్రాణాలను పణంగా పెట్టి మీరు చేస్తున్న సేవ వెలకట్టలేనిది ..." చేతులెత్తి నమస్కరిస్తూ అన్నాడు.

"ఆ... ఏం లాభం సార్? సమయానికి తినడానికి ఇదివరకులా హోటల్స్ లేవు. మా టిఫిన్ బాక్స్ లు మేము పట్టుకుని రాలేం, మా కుటుంబం ఒకచోట మేమొకచోట. ఎప్పుడు వెళతామో తెలీదు... వెళ్ళినా భార్యాపిల్లలతో కల్సి ఉండలేం... అందరిలా ఇంట్లో అందరితో కల్సి గడపలేం... ఈ కరోనా వెంటనే కాక, పద్నాలుగురోజుల్లో ఎప్పుడైనా బయట పడవచ్చు. కాబట్టి సైకిల్ లా ప్రతిరోజు ఏ రోజుకా రోజే ఆ రోజు నుండి పద్నాలుగురోజులను లెక్కపెట్టుకోవాలి. ఎప్పుడు ఈ వైరస్ సోకుతుందో తెలీదు. ఎప్పటికి ఈ వైరస్ పూర్తిగా పోతుందో తెలీదు. ఆ సమయానికి మేము సరిగ్గా ఉంటామో లేదో తెలీదు. అయినా కనీసం కొంత మందికయినా సోకకుండా కాపాడుతున్నామనే తృప్తి. ఆ పుణ్యం మా పిల్లలను, కుటుంబాన్ని కాపాడుతుందనే ఆశ. ఇప్పటికే మా పోలీసోళ్లు చాలామంది ఈ మహమ్మారి బారిన పడ్డారు. అయినా, ఇదిగో రోజూ ఇలాంటి వాళ్ళు రోజూ మా ప్రాణాలు తీస్తారు. వాళ్లకు తెలవదు. చెప్తే వినరు...""

"అది కాదు సార్! వారికి శిబిరాలు ఉన్నాయి కదా! అక్కడికి పంపించండి..." అని అతను అంటుండగానే, మరో పోలీస్ వారిని అక్కడికి వెళ్ళమని చెబుతున్నాడు.

"మాకీ ఊరు కొత్త! ఎక్కడనో తెలవదు సారూ!" వాళ్ళంటున్నారు.

"నేను అటువైపే వెళుతున్నా! నే తీసుకెళతా సార్..." అని పోలీసులకి చెప్పి, వారివైపు తిరిగి, "నా వెనక నాలుగు అడుగులకొకరు చొప్పున దూరదూరం ఉండి రండి... మీ బట్టల్లో నుండి ఏదైనా గుడ్డ తీసుకుని మూతికి కట్టుకోండి..." అని కట్టుకున్నాక ముందుకు సాగాడు భరద్వాజ.

అక్కడ ఆ శిబిరంలో గుంపులు గుంపులుగా ఉన్నారు జనం. ఎవరైనా వస్తే, దూరం దూరం వెళుతున్నారు. కొందరుపై నున్న దుప్పటినే తలమీద నుండి, మూతి మీద నుండి కప్పుకున్నారు. ఆడవాళ్ళు చీరనే అడ్డం పెట్టుకుంటున్నారు.

"అమ్మా... ఇప్పుడు వచ్చిన కరోనా చాలా కఠిన మైనది. బయటకు రావొద్దు. దగ్గరగా ఉండొద్దు... ఎవరిల్లో వారే ఉండాలి... మీ ఊరికి వెళ్ళేవరకు ఇక్కడ ఉండండి. గవర్నమెంట్ మీకన్నీ ఇస్తుంది..." అన్నాడు భరద్వాజ.

"ఏమిస్తుంది సారూ? మేము ఇటుక మీద ఇటుక పెట్టి కట్టిన భవంతుల్లో మీరున్నారు. కాని కట్టిన మాకు జాగ లేదు. ఎర్రటి ఎండల్లో చెమటను రక్తంగా మార్చి కట్టిన రోడ్లపై మీరున్నారు కాని

మాకు జాగా లేదు. పని సేస్తేనే కడుపు నిండే మాకు ఒకేసారి పనిలేదంటే ఏడికి పోవాలె? పని చేయకున్నా దయతోని పైసలియ్యాలన్నాడు ఆ సారు... ఎవలిత్తరు సారు... మా కాంట్రాక్టర్ ఇత్తడా? నోట్లు మారినప్పుడు మేమే కట్టాలు పడ్డాం... ఇప్పుడు మాకే. ఈ కట్టాలు(కష్టాలు) మాకే సుట్టాలూ కాదు సారూ... మా ఇంటిలోనే కాపురముండే ఇంటి మడుసులు... బస్సులు, రైళ్ళు అన్నాయం సేసినా, అన్నాయం సేయని మా కాళ్ళనే నమ్ముకున్నా... మా ఊరికన్నా పోనిత్తలేరు" చెంప దెబ్బ చెళ్ళున కొట్టినట్టయ్యింది భరద్వాజకు.

★★★

"ఇదీ జరిగింది. మా నాన్న ఏరి కోరి తన కిష్టమైన ఋషి పేరు పెట్టి, ఎన్నో మంచి మంచి పద్యాలు నేర్పించారు, ఎప్పుడైనా పరోపకారం శ్రేష్టమని. కాని వారికి ఏమీ చేయలేక పోయా" నిరాశగా, నిట్టూరుస్తూ అన్నాడు.

"ఇంకేంటి? వారికి అన్నీ చూపించే వచ్చారుగా! ఎందుకు బాధపడడం? మన చేతుల్లో ఏం ఉంది?

"వారికి కనీసం మాస్క్ లు లేవు. వారి బట్టలు ఎంత మురికి గా ఉన్నాయో తెల్సా? ఆ గుడ్డలు మూతికి కట్టుకుంటే లేని రోగాలు వస్తాయి. సానిటైజర్ లు కాదు కదా, సబ్బులు కూడా లేవు..."

"మరి మీరు కొన్ని ఏవైనా కొనిచ్చి రాకపోయారా...?"

"అనుకున్నాను. కాని ఏ మూలకు సరిపోతాయి? ఎంత మందికి చేయగలం? అసలు వారి పరిస్థితి చూస్తే చాలా బాధగా ఉంది. ఒక్క వీరి పరిస్థితి మాత్రమే అనుకుంటే, ప్రతిరోజూ నేను వెళ్ళే గుడి దగ్గర కొబ్బరికాయలు అమ్ముకునే వాళ్ళు, పూలు అమ్మేవాళ్ళు, రైళ్ళలో , బస్ లలో తినుబండారాలు అమ్మేవాళ్ళు, ఫుట్ పాత్ మీద చిన్న చిన్న వ్యాపారాలు చేసుకునేవాళ్ళు... ఇలా చెబుతూపోతే కొన్ని వేల, లక్షల మంది... వీళ్ళంతా ఎలా... ఎలా... ఎలా? ప్రభుత్వం ఎంత మందికి, ఎన్నని చూస్తుంది? ఒక్క దినసరి కూలీలేనా? ట్రాన్స్ జెండర్స్ , సెక్స్ వర్కర్స్ పరిస్థితి ఏమిటి? ఇంతేనా? మనందరం లాక్ డౌన్ అనగానే వెళ్ళింది బంగారంమో కార్లో కానుక్కోవడానికి కాదు...బియ్యం, పప్పులు, ఉప్పులు కొనడానికి. అంటే అవి లేకపోయినా ఉండగలం గాని, రైతు పండించే ధాన్యం లేక ఉండలేమనే కదా? మరి వారిని కాపాడుకునే బాధ్యత మనపై ఉంది. వారి పరిస్థితి ఏమిటి? ఇప్పుడు కోతకొచ్చిన కాలం. కూలీలు లేక పంట కోయడానికి బయటకు రాలేక ఎంత బాధ పడుతున్నారో? ఎంతో అభివృద్ధి చెందిన అమెరికాలాంటి దేశాలే అడ్డుకోలేని మెడిసిన్, హాస్పిటల్స్, మాస్క్ లు, డాక్టర్స్ లాంటి కొరత మన దేశం ఎలా అడ్డుకుంటుంది? మనం ఏమీ చేయలేమా..." ఆవేదనగా తనలో తాను అనుకుంటున్నట్లు అన్నాడు. అతని కళ్ళల్లో నుండి నీళ్ళు కారుతున్నాయి.

ఓదారుస్తున్నట్లు అతని చేతిపై చేయి వేసి మౌనంగా అలా నిమురుతూ, "ఎందుకు చేయలేం? మన చేతిలో ఏ సహాయం ఉన్నా చేయడానికి సిద్ధంగా ఉన్నాము. ప్రభుత్వం చెప్పిన ప్రతి

మాటను పాటిస్తే చాలు... సహాయం చేసినట్లే... చూడండి. ప్రాణాలు పణంగా పెట్టి పోరాడుతున్న డాక్టర్స్ పై దాడి చేయకుండా, పోలీసులకు ప్రభుత్వానికి సహకారం, సహాయం చేస్తే చాలు" అంది ఊరడిస్తూ శ్రీలత.

లోపల నాన్నమ్మ చెప్పే కథను వింటున్నాడు భార్గవ్

"రాజు లోక కళ్యాణార్థం అందరినీ చీకటితోనే ఊరి చివరన ఉన్న కొలనులో, ప్రతి ఒక్కరు ఒక చెంబెడు పాలు పోయమన్నాడు కదా! అందరూ తెల్లవారేసరికే వెళ్లిపోసి వచ్చారు"

"అయితే రాజు అది చూసి సంతోష పడ్డాడా? ఆ ఊరి అరిష్టం పోయిందా?" భార్గవ్ అడుగుతున్నాడు.

"చెప్పేది పూర్తిగా విను. తెల్లవారి రాజు వెళ్లి చూసేసరికి అందులో అన్నీ నీళ్ళే ఉన్నాయి"

"అవునా? అదేంటి రాజు పాలు కదా పోయమన్నది"

"అవును... ప్రతీ ఒక్కరు, 'ఆ... నేనొక్కడిని పోయాక పోతే ఏంటి? . మిగతా అందరూ పాలు పోస్తారు కదా, నేనొక్కన్ని పోయాక పోతేనేం?' అనుకున్నారు. కాబట్టి అన్నీ నీళ్ళే ఉన్నాయి. అప్పుడు మంత్రి, 'చూసారా రాజా! అందరూ 'నేనొక్కన్ని చేయక పోతేనేం' అనుకుంటే ఎలా ఉందో...' అంటాడు" లోపల నాన్నమ్మ చెబుతున్న కథను శ్రద్ధగా వింటున్నాడు భార్గవ్.

అనాలోచితంగా చెవిన పడుతున్న ఆ కథ వింటున్న భరద్వాజ్ ఉలిక్కిపడ్డాడు. ఎంత పాతకథ. తన చిన్నప్పటి నుండి అమ్మ దగ్గర వింటున్న కథ. కాని ఇవాళ కొత్తగా అనిపిస్తుంది.

అవును. నిజమే! ఎవరికి వారు నేనొక్కడిని చేస్తే ఏం లాభం అనో, నేనొక్కడిని చేయకపోతే ఏమిటి, అనో అనుకుంటే ఎలా? నా చేతిలో ఏముంది? అంటే ఏం లేదు. తలచుకుంటే అంతా మన చేతుల్లోనే ఉంది.

వారెవరికి మాస్క్‌లు లేవు. తనకు తెల్సిన మెడికల్ షాప్ లో కొన్ని కొని స్పాన్సర్ చేయవచ్చు. ఇంట్లో అందరం కల్సి ఎక్కువ వండి ఆహార పొట్లాలు పోలీసులకో, ఈ కూలీలకో అందించవచ్చు.

ఇప్పుడు ఇంట్లో ఉన్నామని అన్ని సర్దుతుంటే చిన్నగయిన బట్టలు, వాడక పక్కకు పెట్టిన బట్టలు, కొంచెం పాతగయి వాడని బట్టలు ఇలా ఎన్నో ఉన్నాయి. ఆ కూలీల బట్టలు చినిగిపోయి, మట్టి కొట్టుకుని పోయి ఉన్నాయి. ఇవి ఇవ్వవచ్చు. తన ఫ్రెండ్స్, కొలీగ్స్ ఇలా సేవాభావం కలిగిన వాళ్ళు ఎందరు లేరు? వారందరినీ ఫోన్ లో సంప్రదించి, ఎంతో కొంత, ఎవరికి వీలయినది వారి దగ్గర తీసుకుని హెల్ప్ లైన్ కి పంపించడమో, లేదా తామే లోకల్ గా డిస్ట్రిబ్యూట్ చేయడమో, చేయవచ్చు.

"నాన్న! మా స్కూల్ వాచ్ మెన్, అటెండర్ లు రోజువారీ వర్కర్లుచాలామంది ఉన్నారు. మా ఫ్రెండ్స్ అందరం కల్సి మేము దాచుకున్న పాకెట్ మనీని, వారికి ఇద్దామనుకున్నం. మా ప్రిన్స్ పాల్ కి విషయం ఫోన్ లో చెబితే మా నిర్ణయానికి మమ్మల్ని ఎంత మెచ్చుకుందో తెల్సా...!"

"వెరీ గుడ్ నాన్న! యస్, మనసుంటే మార్గముంటుంది..." నూతనోత్సాహంతో లేచాడు.

"నాన్నా! నాతో పాట పాడతానని <u>ప్రామిస్</u> చేసావ్?" అన్న కూతురితో కల్సి 'సారే జహాం సే అచ్ఛా...హిందూసితా హమారా హమారా..." అందుకున్నాడు భరద్వాజ్. దేవుడి గది తలుపుకి ఉన్న జేగంటలు మృదుమధురంగా శుభం అన్నట్లు దిశానిర్దేశం చేస్తూ మోగాయి.

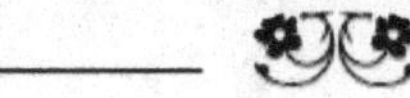

మనసు వెన్నెల

అనుబంధం

'హలో.....హలో....దిస్ ఈజ్ తేజ....హూ ఈజ్ దిస్ ..'

'హలో......బుచ్చన్నా......' అటు నుండి ఆదుర్దాతో నిండిన అక్క కంఠం....

అమ్మవాళ్ళకి తప్ప ఎవరికీ తెలియని తన అసలు పేరు .... ఇండియా నుండి .... దెబ్బకు నిద్రమత్తు వదిలింది.... బెడ్ పై నుండే కాల్ లిఫ్ట్ చేసినవాడినల్లా దిగ్గున లేచాను .... ఇంత అర్ధ రాత్రి

'అక్కా.... ఏమైంది .....' వద్దనుకున్నా ఎదో భయం తొంగి చూసింది నా కంఠం లో .

'.... నాన్న కు కొంచెం ఆరోగ్యం బాలేక పోతే హాస్పిటల్ లో జాయిన్ చేసాను... నిన్నే కలవరిస్తున్నాడు ...అమ్మ, నాన్న దగ్గర హాస్పిటల్ లో ఉంది ... తొందరగా రా.....' అక్క అంది.

'నాన్న ...నాన్నకు ...ఇప్పుడెలా ఉందక్కా .. ప్రాబ్లం ఏమీ లేదు కదా....అమ్మతో నైనా మాట్లాడించ కూడదూ ... నేను వెంటనే బయల్దేరుతాగాని ...'

'బానే ఉంది ...హాస్పిటల్ లో సిగ్నల్స్ లేవు గాని ...నువ్వు రారా ......' పెట్టేసింది ..

ఇక నిద్ర పట్టలేదు.... ఎంతో అత్యవసర మైతే తప్ప అక్క రమ్మనదు . ఏమైంది నాన్నకి... మనసెందుకో కీడు శంకించింది.

పక్కన సునీల, పిల్లలిద్దరూ హాయిగా నిద్ర పోతున్నారు. తను ఒక్కడే వెళ్ళాలా ...అందరు వెళ్ళాలా... ఇంత హడావుడిగా అంటే..... అయినా ఫర్లేదు... అందరు వెళ్ళడమే మంచిది.. అమ్మ ఎన్నో సార్లు అడిగింది అందరూ రమ్మని... దాదాపు ఆరేళ్ళవుతోంది పిల్లలతో వెళ్ళి ... పిల్లలతో ఏంటి... చిన్న పాప పుట్టిన దగ్గర నుండి కూడా అమ్మ,నాన్న చూళ్ళేదు... స్కైప్ లో చూడడమే తప్ప .... అందరితో కల్సే వెలితే సరి ..

అర్జెంట్ ఫ్లైట్ టికెట్స్ బుక్ చేసాను .... ఆఫీస్ కి లీవ్ అరేంజ్ మెంట్స్ చేసుకున్నాను .విషయం చెప్పి అర్జెంట్ గా సునీలని పిల్లలని బయల్దేరదీసాను ... ప్రతీ చోట సమయానికే తప్ప డబ్బుకు ప్రాధాన్యత ఇవ్వకుండా , ఫ్లైట్ తర్వాత కూడా టాక్సీ, కాబ్ బుక్ చేసుకుని ఫోన్ లో అక్క, బావ లతో టచ్ లో ఉంటూ తమ ఊరిలోకి అడుగు పెట్టాడు.

మట్టి రోడ్డు పోయి సిమెంట్ రోడ్డు వచ్చింది. గుడిసె లలాంటి ఇంటి ముందర ఉండే ఆవులు, గడ్డి వాములు పోయి చిన్న చిన్న డాబా ఇళ్ళయ్యాయి... పెంకుటింటి ముందు, డాబా ఇళ్ళ ముందు ఇంతక ముందు అందరూ కూర్చుని మాట్లాడుకునే అరుగులు పోయి , గోడలు గేట్లు వెలిసాయి. గడప పై పసుపు పూసి బొట్లు పెట్టి, గడప చుట్టూ ఎర్రమట్టితో అలికి , వాకిట్లో పచ్చని పేడతో కల్లాపి చల్లి , తెల్లని ముగ్గు వేసే సంస్కృతి పోయి సిమెంట్ వాకిళ్ళ పై కలర్లతో ముగ్గువేసే సంస్కృతి వచ్చింది. ఇపుడిపుడే నాగరికత సంతరించుకుంటున్న ఊరు ... అప్పటి పాత ఆనవాళ్ళు లేకుండా చేసుకోవడానికి వ్యర్ధ ప్రయత్నాలు చేస్తోంది.

కారు నెమ్మదిగా పోతోంది... సునీల పిల్లలు దూర ప్రయాణం వల్ల అలసిపోయి నిద్రపోతున్నారు..పక్కనున్న పచ్చని పొలాలలనుండి చాలా స్వచ్చమైన పైరగాలి వస్తోంది.అది ఎంత ఆహ్లాద పరుస్తున్నా, తెలియని ఆందోళన మనస్సును మెలిపెడుతోంది. రాత్రి నుండి నిద్ర లేదు. విమానం లో కూడా ఎంత కళ్ళు మూసుకున్నా ఆలోచనలే తప్ప నిద్ర రాలేదు.. ఎన్నెన్నో జ్ఞాపకాలు, మధుర స్మృతులు ...

నాన్న ఆజంజాహి మిల్ లో కార్మికుడు. ముగ్గురు అన్నయ్యలు, ఒక అక్క తర్వాత తను పుట్టాడు. తను పుట్టక ముందు అనారోగ్యం చేసి అన్నయ్య లిద్దరూ పొద్దున్న ఒకరు, సాయంత్రం ఒకరు చనిపోయారట. అంతకు ముందే ఒక అన్నయ్య చనిపోయాడట. అమ్మ గుండెలవిసేలా ఏడ్చిందట. అందుకే తను బతకాలని పుట్టగానే ముక్కు కుట్టించి బిక్షపతి అని పేరు పెట్టారట. చిన్నప్పటి నుండి ఇంట్లో అమ్మ, నాన్న,అక్క అందరూ బుచ్చన్నా అనే పిలుస్తారు. వాళ్ళు, మేనమామ తప్ప ఎవరైనా ఆ పేరు పెట్టి పిలవరు. తన పెళ్ళికి ముందు ఎంగేజ్ మెంట్ లో సునీల ముందు వాళ్ళు బుచ్చన్నా అని పిలుస్తుంటే, ఆమె ఎవర్నో అనుకుందట. నాన్న కూడా స్కూల్లో చేర్పించేప్పుడు ప్రత్యక్ష దైవం సూర్యుడు కాబట్టి ,తన ఇంటికి దేవుడిలా పుట్టాడని సూర్య తేజ అని పేరు పెట్టాడు.

మిల్లు సైరన్ పొద్దున్న నాలుగు గంటలకే మోగేది. అప్పుడు నిద్ర లేసి, అరగంటలో తయారై వెళ్ళిపోయెవాడునాన్న. అమ్మ నాన్నకు టిఫిన్ ఇచ్చి రమ్మని తనను, అక్కను పంపేది. అప్పుడు మూడు నాలుగు గిన్నెలతో ఇంత పొడుగు టిఫిన్ బాక్స్ ఉండేది. అందులో ఒక దాంట్లో గడక (జొన్నన్నం), ఒక దాంట్లో పెరుగు, ఒకదాంట్లో మామిడి కాయ పచ్చడి లేదా కూర , ఒక దాంట్లో పెరుగు ఉండేవి... ఆ టిఫిన్ బాక్స్, చెంబులో నీళ్ళు పట్టుకుని తను ,అక్క అడ్డదారి గుండా మిల్లులో ఉన్న నాన్నకు సద్ది తీసుకెళ్ళే వాళ్ళు. నీళ్ళు తాగడానికి కాదు. చెప్పులు లేని తమ కాళ్ళకు ఎండలో బొబ్బలు రాకుండా . అక్క, తనూ పరుగెడుతూ కాళ్ళపై నీళ్ళు పోసుకుంటూ వెళ్ళేవాళ్ళు. స్కూల్ కి కూడా అక్క, తను చెప్పుల్లేని కాళ్ళ తోనే వెళ్ళేవాళ్ళు. మిల్లు లోని కాంటిన్ లో గళ్ళ లకు గళ్ళ ల్లా ఉండే బూందీ నాన్నకు పది పైసలకే వచ్చేది. రోజూ నాన్న రాగానే లోపలనుండి పరుగెత్తుకుని వెళ్ళేవాళ్ళు తను, అక్క... నాన్న ఇద్దరికీ బూందీ ఇస్తూ చెరో ముద్దు ఇచ్చేవాడు.

నాన్నకు ఆయుర్వేద వైద్యం తో పాటు , ఆధ్యాత్మికత, భజనలు ,పాటలు చాలా ఇష్టం. దాశరధిశతకం లోని 'ముప్పున కాల కింకరులు ముంగిట నిల్చిన వేళ.... కఫము కుత్తుక జొచ్చిన వేళ..రామా... నీ నామ స్మరణ కలుగునో కలగదో ...నాటి కిప్పుడే నేను జేసెద నీ నామ స్మరణ దాశరధీ దయాపయోనిధే ....' పద్యం , 'శ్రీమనోహర సురార్చిత సింధు గంభీర భక్త వత్సల కోటి భానుతేజ .... కంజ నేత్ర హిరణ్య కశ్య నాశక సూర సాధురక్షణ శంఖ చక్రహస్త ....ప్రహ్లాద వరద పాపధ్వంస సర్వేశ కృష్ణ సాగర శయన కృష్ణ వర్ణా ...పక్షి వాహన లసత్కమర కుంతల జాల పల్లవారుణ పాద పద్మ యుగళా... చారుశ్రీ చందనాగరు చర్చితాంగ కుంద కుట్మల వైకుంట ధామ

భూషణ వికాస శ్రీ ధర్మ పుర నివాస ...దుష్ట సంహార నరసింహ దురిత దూరా....' అంటూ నరసింహ శతకం లోని పద్యాలు రాగ యుక్తంగా ఎంత చక్కగా పాడేవారో... తనకూ అందుకే కంఠతా అయిపోయాయి. ఇవి మాత్రమేనా .... 'జై జై మహాత్మా గాంధీ .... నీదే స్వాతంత్రా దీక్షా ....' అంటూ గాంధీ గురించిన దేశ భక్తి గేయాలు, పక్కనే ముస్లిం వాళ్ళు ఉండటాన ఉర్దూ లో గేయాలు పాడేవాడు. దూదేకుల వాళ్ళ ఇల్లు, దర్జీ పని చేసే ఖాజుద్దిన్ వాళ్ళిల్లు అన్నీ పక్క పక్కనే ఉండటం వల్ల హిందీ కూడా తెలుగంత స్పష్టం గా మాట్లాడే వాడు. తనూ వహీదక్క, జునీదన్న అని గోడ పక్కనే ఉన్న వాళ్ళింట్లో ఎప్పటికీ ఆడుకుంటూ ఉండేవాడు. ఇక సాయంత్రం అయితే చాలు ఏడు గంటల వరకే అంతా భోజనాలు చేసి తమ ఇంటి ముందున్న అరుగు మీదకు చేరేవారు..సరిగ్గా వీధి లైట్ తమ ఇంటి ముందే ఉండేసరికి అంతా అక్కడికే చేరే వారు. ఇక అక్కడ నాటకాలు, పద్యాలు, భజనలు, జోకులు, కష్ట సుఖాలు సకలం పంచుకునే వారు. మగవాళ్ళు నాటకాలు వేస్తూ, పద్యాలు పాడుతుంటే ఆడవాళ్ళు అంతా ఒక పక్కన మిగతా అరుగుల పైన కూర్చుని చూసేవారు. పిల్లలు అమ్మ నాన్నలతో పాటు చిరతలు, తబలా లాంటివి వాయిస్తూ తమ తోటి పిల్లలతో ఆడుతూ ఎంజాయ్ చేసేవారు. అసలు ఆ సమావేశం ఎంత లైవ్ లీ గా ఉండేదంటే అందరూ రోజూ పొద్దటి నుండి చేసిన శ్రమ నంతా అక్కడ మర్చి పోయేవారు. ఆ సాయంత్రం కోసం ఎదురు చూసేవారు.

అలా పది వరకు ఆడుతూ పాడుతూ చదివిన తను ఇంటర్ లో తప్పని సరై దగ్గరలోని పట్టణం లో హాస్టల్ లో చేరాడు. అమ్మానాన్నలను వదిలి అలా ఉండడం అదే మొదటి సారి కావడంతో చాలా కష్టమయ్యేది. అమ్మానాన్న లకు కూడా అంతే... వారానికి ఒక్క రోజు ఇంటికి వచ్చే తన కోసం కళ్ళు కాయలు కాస్తూ ఎదురు చూసేవారు.

నాన్నకు తానంటే చాలా ప్రాణం. ఒక సారి అమ్మ ఇంట్లో బోడ కాకరకాయ కూర వండింది. నాన్న తో పాటు అందరూ శాఖాహారులే. అదే చాలా మంచిది అనేవాడు. తనకు బోడ కాకరకాయ కూరంటే చాలా ఇష్టం. కాబట్టి నాన్న ఆరోజు, ' ఆకూర నా కొడుక్కు ఇచ్చి వస్తాను ....బాక్స్ లో పెట్టి ఇవ్వు' అన్నట్ట.... దానికి అమ్మ, ' బస్ లో వెళితే రాను పోనూ డబ్బులు ఖర్చు అవుతాయి...ఎలాగూ వాడు మరో రెండు రోజుల్లో ఆదివారానికి వస్తాడు కదా... ఏమొద్దు' అందిట. దానికి నాన్న, ' ఈ కూర వాడికి బాగా ఇష్టం ..ఇవ్వాళ ఎలాగైనా వాడిని చూడాల్సిందే ... నా చేత్తో వాడికి ఈ కూర పెట్టాల్సిందే.... బస్ కి డబ్బులు అంటున్నావు కాబట్టి నా సైకిల్ పై వెళతాను...' అన్నట్ట. అమ్మ , ' రాను పోను నలభై కిలో మీటర్లు ఎలా తొక్కుతావయ్యా ... వద్దులే..' అన్న వినకుండా బాక్స్ లో పెట్టమన్న డ ట. కొంచెం కూర ఇంట్లో ఉంచి మిగతాది వేస్తే, ' వద్దు..మనకు లేకున్నా ఫర్వాలేదు...వాడి ఫ్రెండ్స్ కూడా ఉంటారుగా... నీ చేయివంట అందరికీ ఇష్టమే.. మొత్తం వేయి ..అంటూ గిన్నె మొత్తం ఊర్పించి బాక్స్ లో పెట్టి సైకిల్ పై బయల్దేరాడట... అయితే అదే రోజు తనకు నాన్నను చూడాలని పించడం తో , కాలేజీ హాస్టల్ లో పర్మిషన్ తీసుకుని బయల్దేరాడు. అప్పుడు ఫోన్ లు లేవు కాబట్టి నాన్న సైకిల్ పై అటు, తాను బస్ పై ఇటు వచ్చేశాడట...

నాన్న తన ఫ్రెండ్స్ కి ఆ కూర ఇచ్చి , ఉసూరు మంటూ మళ్ళీ సైకిల్ పై వచ్చేసరికి చాలా రాత్రయి పోయింది. నాన్న రాగానే తనను దగ్గరకు తీసుకుని ఈ విషయం చెబుతుంటే, అమ్మ, ' ఇంట్లో కొంచెం కూడా వాడికి దక్కనియ్యక మొత్తం కూర తీసుకుని, వాడిని తినకుండా చేస్తివి' అంటూ ముద్దుగా విసుక్కున్నా..అందరం తెగ నవ్వుకున్నాం. ఆ రోజు తన కిష్టమైన కూర తినకున్నా నాన్న కోసం తాము ఎప్పటిలా తినకుండా ఎదురు చూసి వచ్చాక పచ్చడి మెతుకులు తిన్నా, ఆ ఆనందమే వేరు...

అలాగే నాన్నకు చలి అస్సలు పడేది కాదు . చిన్న చిరు చలి కైనా వణికి పోతూ రగ్గు కప్పుకునే వాడు . తల చుట్టూ నల్లని మఫ్లర్ కట్టుకునేవాడు. అమ్మ, అక్క వెక్కిరిస్తుంటే తను నాన్న జట్టుండి నాన్నకు ఇంకా వెచ్చగా కప్పేవాడు. మిల్లుకు చలికాలం చలి లో నాన్న వెళ్ళడానికి చాలా కష్ట పడేవాడు. ఒక్కోసారి షిఫ్ట్ మార్చుకునేవాడు. అయినా అలా అయితే మధ్యాన్నం వెళ్ళినా రాత్రి పది గంటలకు చలి ఉండేది. కాబట్టి తను నాన్నకు తెలీకుండా తమ ఇంటికి వచ్చిన మామయ్యలు , చుట్టాలు ఇచ్చిన డబ్బులు, తన పుట్టిన రోజుకు బట్టలు వద్దు ...గల్లాలో దాచుకుంటా అంటే అమ్మానాన్న ఇచ్చిన డబ్బులతో ఒక స్వెట్టర్, మంకీ కాప్ కొన్నాడు నాన్నకి. దానికి నాన్న ఎంత సంతోష పడ్డాడో... ఎంత మందికి చూపించి , నా కొడుకు ఇచ్చాడని గర్వంగా చెప్పాడో.... ఇప్పటికి తను అమెరికా నుండి పంపించిన మంచి మంచి స్వెట్టర్ లు ఉన్నా నాన్న దాన్నే ఇష్టపడతాడు. అలా చెప్పుకుంటూ పొతే ఎన్నెన్ని జ్ఞాపకాలో...

మొన్న నాన్న మాట్లాడేప్పుడు, ' తమ ఇంటికి ముందున్న ఖాళీ స్థలం లో ఒక వేదిక, హాల్ కట్టిస్తే , నాట్యం, సంగీతం , నాటిక ,పెళ్లి, సంబరాలు అలా ఆ ఊరిలోని ఏ వేడుక కైనా అది వేదిక అవుతుంది, కళలను పోషించినట్లు, పెదవాళ్ళని ఆదు కున్నట్లు అవుతుంది రా... అలాగే అమ్మ కి గుడి అంటే ఇష్టం. ఎప్పటికి నేను అన్నివేళలా ఉండను కదా తను తీసుకెళ్ళడానికి, అందుకే చిన్న గుడి కట్టిస్తే బావుండు...ఖాళీ సమయాల్లో అక్కడ అమ్మ , నేను చిన్న పిల్లలకి, భగవత్గీత , సుమతి, వేమన, నరసింహ శతకాల లోని పద్యాలు చెప్పొచ్చు.' అన్నాడు. 'సరే...చూద్దాం నాన్నా.' అన్నాడు. ఆ విషయం కూడా మాట్లాడాలి.

చిన్న కుదుపుతో కారు ఆగేసరికి ఆలోచనల నుండి బయటకు వచ్చాను. ఆ కుదుపు తో సునీల కూడా లేచి చుట్టూ చూస్తోంది. బయటకు చూసాను. టెంట్ వేసిన ఎదో ఇంటి ముందు కారు ఆగింది. ఇది మా ఇల్లు కాదంటూ కార్ డ్రైవర్ కి చెప్పబోతూ ఆగిపోయా....ఎందుకంటే ఆ అరుగుల మీద ఉన్న బావ, మామయ్య, ఇతర బంధువులు కారు ను చూసి లేచి కారు దగ్గరకు వస్తున్నారు. ఉలిక్కి పడి తీక్షణంగా చూసా... మా ఇల్లే... ఇంటి ముందు కాలుతున్న కట్టెలు...

అంటే..... మస్తిష్కం మొద్దు బారింది..రెండు రోజుల ముందు,'కన్నా... మన ఊళ్ళో గుడో, బడో కట్టించాలని ఉందిరా ....దేశం గాని దేశం లో ఉన్నావ్..జాగ్రత్త .. ' అంటూ తనకు జాగ్రత్తలు చెప్పిన నాన్న తన జాగ్రత్త చూసుకోలేక పోయాడు... తను ఇంకా తన కోసం తన కిష్టమైన కూర

నాన్న వండించి తన కోసం ఎదురు చూస్తూ ఉంటాడు అనుకున్నాడు... ఇంత హటాత్తుగా...కారు దిగిన తనను బావ, మామయ్య హత్తుకున్నారు విలపిస్తూ... మానసికంగా నిర్వీర్య మైన తన దేహాన్ని ఇద్దరూ అతి కష్టం పైన నడిపిస్తూ లోనకు తీసుకెళ్ళారు. లోపల హాల్లో నాన్న వాలు కుర్చీ పక్కన మంచు ముక్కల పైన నాన్న దేహం నిర్జీవంగా ...పూలదండలతో ....చలికి వణికి పోయే నాన్న దేహం ఇప్పుడు మంచు ముక్కలపై... అన్ని గంటలు... నా కోసం...

ఆ దేహం పై చిన్నప్పుడు నేను కొనిచ్చిన స్వెట్టర్... భరించ లేక పోయా.... నాన్న పాదాల పక్కన రేగిన జుట్టు , ఉబ్బిన కళ్ళతో శోక దేవత లా అమ్మ, పక్కనే నిలువెల్లా నీరైన అక్క.

నన్ను, సునీలను, పిల్లలను చూడగానే ఒక్కసారిగా రోదనలు మిన్నంటాయి... అమ్మ ఒళ్ళో వాలుతూ చిన్న పిల్లాడిలా వెక్కి వెక్కి ఏడ్చాను. నాన్న పాదాలను కన్నీటి తో కడిగాను..

ఇక తర్వాత తతంగం అంతా కలలోలా జరిగి పోయింది. చిన్ననాటి నేస్తాలంతా ఎంతో ఆప్యాయంగా హత్తుకుని ఓదార్చారు. చిన్ననాటి ఊసులెన్నో మాట్లాడు కున్నాం..నాన్న బూడిద, అస్తికలు అన్నీ కాశీ, కాళేశ్వరం అన్ని పుణ్య క్షేత్రాలలో కలిపాం.

అయిదవ రోజు అక్క, బావ , 'అమ్మ ఇక పై ఎక్కడ ఉంటుంది' అన్న విషయం లేవదీసారు .

'నాన్న లేని ఈ ఇంట్లో ఇక అమ్మ ఉండదు. ఉంటే పదే పదే నాన్న జ్ఞాపకాలతో ఆరోగ్యం ఖరాబవుతుంది... కాబట్టి నేను తీసుకెళతాను... లేదంటే నేను అక్కడ రిజైన్ చేసి ఇక్కడికే వచ్చేయమన్నా వస్తాను...అమ్మకు ఏది ఇష్టమైతే అలాగే చేద్దాం..' అన్నాను.

'అమ్మ గురించి నువ్వు నీ సెటిల్ అయిన జీవితాన్ని ఈ వయసులో వదిలి ఎందుకు బాధ పడటం.. అమ్మ నే తీసుకెళ్ళు.. అమ్మకీ స్థల మార్పిడి అయి కొంచెం ఆరోగ్యం కుదుట పడుతుంది' అన్నారు బావ.

'అలా అయితే ఈ ఇల్లేం చేసేది... తాళం వేస్తే వట్టిగా బూజులతో పాడు పడి పోతుంది....

ఆ తర్వాత అయినా నువ్వేమయినా ఇక్కడికి వచ్చి ఉండేది ఉందా..... ఈ ఊరు సర్పంచ్, ఇల్లు అమ్మితే కొంటా నంటున్నాడు... ఈ సమయం లో ఇది అడగడం తప్పే అయినా నువ్వు మళ్ళీ అమెరికా వెళితే కష్టం కాబట్టి అడగమన్నాడు ' అన్నాడు మామయ్య...

'మీ ఇష్టం మీరెలా అంటే అలాగే.....' అన్నాను.

ఆ సాయంత్రం మల్లె చెట్టు పందిరి కింద మంచం లో అమ్మ పక్కనే కూర్చున్నా....జాజి, మల్లె , మరువం,లిల్లీ రకరకాల పూల చెట్ల నుండి పరిమళం హాయిగా ఉన్నా మనస్సంతా ఎదో ఆందోళన... ఇదమిద్దంగా ఇది అని చెప్పలేని బాధ.... అమ్మానాన్న ఈ ఇంటి కోసంఎన్నో కష్టాలు పడ్డారు ...నాన్నకు చలి పడదని , తను గోడలకు నీళ్ళు పట్టేవాడు. పుస్తకాల అర, బట్టలు పెట్టుకునే అరలు అక్క, తను కొట్లాడి తమ కిలా ఉండాలని ఎదో రారాజుల్లా తమ కిష్ట మైనట్లు కట్టించు కున్నారు. వాటిలో పుస్తకాలే కాదు ,,వాటి మధ్యలో వెలుతురు చూడని నెమలీకలు, అమ్మ రాత్రితన వంటుకు ఇచ్చే సర్వ పిండి చెక్కలను, చింతగింజలను , డబ్బులు దాచుకునే గల్లాను ఇలా సకలం

పెట్టుకునేవాడు. ఆ అర పక్క గోడ పై దేవుడి బొమ్మలు, రోజు వారి టైం టేబుల్ అంటించుకునేవాడు. అమ్మ కూడా స్టౌ పెట్టడానికి గట్టు, పక్క గిన్నెలు పెట్టడానికి, అటక పైన తమకు అందకుండా పిండి వంటలు పెట్టడానికి అరలు అలా చేయించింది. ఇక దేవుడి గది అయితే దీపావళికి నోము కుండ లకు అమ్మ పెట్టె బొట్లతో, దీపాలతో వెలిగి పోయేది . ఆ ఇంట్లోని ప్రతి వస్తువుతో, ప్రతి చోటుతో తనకెంతో మధురమైన మరపురాని అనుబంధం ఉంది. తనకే ఇలా ఉంటే తన కన్నా ఎక్కువ ఏళ్ళు నాన్నతో ఇదే ఇంట్లో గడిపిన అమ్మకెన్ని ఉండాలి. అసలు అమ్మను ఒక్క మాట అడక్కుండా అమ్మేద్దాం అనేసాడు...

'అమ్మా... ఇల్లు అమ్మేయడం నీకు ఇష్టమేనా....' అన్నాను... మాటివ్వడం, ఒప్పందం అన్నీ అయిపోయాక అడుగుతున్నందుకు గిల్టిగా ఫీలవుతూ... అమ్మ మాట్లాడ లేదు. కాని అమ్మ కంటి నుండి వచ్చిన నీళ్ళు ఎన్నో అర్ధాలు చెప్పాయి.

తెల్లవారి పదవ రోజు .. 'ఇప్పటి వరకేప్పుడూ ఏ పక్షి తొందరగా ముట్టడం లేదు... నాన్న కోరికేదైనా ఉందేమో ... సరిగ్గా మొక్కుకో రా బుచ్చన్నా..' అక్క గద్గద కంఠం తో అంది. ఇవన్నీ నమ్మక పోయినా నాన్నను తల్చుకుని , ఒక కోరిక చెప్పుకున్నా... అంతే....

'అరె..ఏమనుకున్నావురా, ఇప్పటివరకూ లేనిది ..అదిగో రకరకాల పక్షులన్నీ ఎలా గుంపుగా వచ్చి ముదుతున్నాయో' సంభ్రమాశ్చర్యాలతో అక్క, బావ అంటున్నారు. కళ్ళు తెరిచాను. నిజమే...

ఇంటి కొచ్చాక అందరి ముందు ,' అక్క... అమ్మా.... అందరికీ చెబుతున్నాను... నేను ఇంతకూ ముందు కోరుకున్న కోరిక, నాన్నకు నచ్చిన కోరిక చెబుతున్నాను. ఈ ఇల్లు అమ్మ బోవడం లేదు. ఇక్కడి మనుషులతో, ఈ నేలతో నాకున్న అనుబంధం మరపురానిది, మరవలేనిది. ఏనాటికైనా ఇక్కడికి వచ్చినపుడు నాకూ ఈ ఊరితో గానీ, ఈ ఇంటి తోగాని, ఇక్కడి ఆత్మీయులతో గాని ఏ సంబంధం లేదన్నది నేను ఊహమాత్రంగా నైనా భరించలేను. అందుకే ఇంటి ముందున్న విశాలమైన ఖాళీ ప్రదేశం లో చిన్నగుడి, దాని పక్కనే లైబ్రరీ ని, సకల కళలు ప్రదర్శించడానికి వేదిక, హాలు ఏర్పాటు చేయాలనుకుంటున్నాను. అలాగే అమ్మ నుదుటి సింధూరం లో నాన్న కనపడతాడు. గాజుల గలగలల్లో నాన్న వినపడతాడు. చిన్నప్పటి నుండే వచ్చిన కుంకుమ,పసుపు, పూలు తీసే హక్కు ఎవరికీ లేదు . ఒక్క అమ్మ విషయం లోనే కాదు , మహిళలను ఎంతో మానసిక వేదనలకు గురి చేసే ఆ తంతు, భర్త పోయిన ఏ మహిళ కూ జరగకుండా చూస్తానన్నది ' నాన్న కిచ్చిన మాట ...' నామాటలింకా ముగిసాయో లేదో, అందరి చప్పట్ల మధ్య అమ్మ నుదుటి పై ముద్దిచ్చి, అమాంతం నన్ను అక్కున చేర్చుకుంది. అది నాన్న భరోసాలా, అమ్మ అనురాగంలా హాయిగా ఉంది .

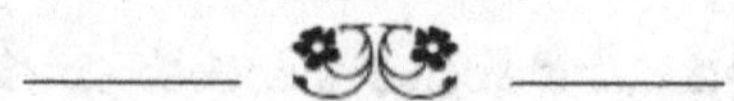

అమ్మ మారిపోయింది

"డాక్టర్ గారూ! ఎలా ఉందండి ఆయనకి..." ఆదుర్దాగా భయం భయంగా అడిగింది పద్మావతి.

"ప్రస్తుతానికి అవుటాఫ్ డేంజర్... కాని తర్వాత అయినా జాగ్రత్తగా చూసుకోవాలి... హార్ట్ ఎటాక్ కదా... మొదటిసారి మైల్డ్ గా వచ్చింది కాబట్టి సరిపోయింది..."

"ఏడుకొండల వాడా! నువ్వు ఉన్నావయ్యా..." రెండు చేతులు తలపైకెత్తి సర్వస్య శరణాగతి చేస్తూ అని, "మీకు ధన్యవాదాలు డాక్టర్ గారూ! దేవుడు తనకు బదులుగా ప్రాణం పోయడానికి డాక్టర్ ని భువిపైకి పంపించారు అంటారు. 'వైద్యో నారాయణ హరి' అని ఇందుకే అంటారేమో! మీ ఋణం తీర్చుకోలేం డాక్టర్ గారూ!" కళ్ళల్లో నీరు చిప్పిల్లుతుంటే, రెండు చేతులు జోడించి నమస్కారం పెడుతూ అంది పద్మావతి.

"ఏమ్మా! ఇప్పుడు నీకు సంతోషమేనా? ఎంత ఏడ్చావు! ఎన్ని దేవతలకు మొక్కావు! ఎంత టెన్షన్ పడ్డావు! నేను చెప్పలేదూ... మంచివారికి మంచే జరుగుతుందని..." భర్త శ్రీనివాస్ ప్రాణస్నేహితుడైన శివశంకర్ అంటుంటే, "అంతా ఆ దైవ కృప అన్నయ్యా!"అంటూ కళ్ళు కొంగుతో తుడుచుకుంటూ, భర్తను చూడడానికి లోనికి వెళ్ళింది.

★★★

"ఏమండీ! మిమ్మల్ని రోజూ ఈ కషాయం పరగడుపున తాగమన్నానా? చేతికి ఇచ్చింది కూడా మీరు పక్కన పెట్టి తాగకపోతే ఎలా? ఇది చెడు కొలెస్ట్రాల్ ను కరిగిస్తుందట. పుస్తకాలు అన్నీ తిరగేసి వెరిఫై చేసి తయారు చేసాను"

"అబ్బా! ఆ కషాయాలతో నన్ను చంపకన్నానా? ఇదిగో, ఈ ఐదులక్షలు బీరువాలో పెట్టు..."

"ఎక్కడి దండీ, అంత డబ్బు..?"

"అప్పుడెప్పుడో శివశంకర్ కి ఏదో అవసరం ప్రాణం మీదకు వస్తే, లోన్ తీసుకుని ఇచ్చాను. తర్వాత లోన్ కట్టేసాను. ఇప్పుడు తిరిగిచ్చాడు. రేపు బాంక్ లో వేద్దాం. అన్నట్లు నువ్వేదో నెక్లెస్ అని కూడా అన్నావుగా! రిటైర్ అయినాక నీకేం చేయించలేదుగా? దానికైనా పనికొస్తాయి."

"అబ్బా! భార్య మనసెరిగిన వాడే భర్త అని ఎవరన్నారో గాని, నిజంగా మీరు బంగారమే!" మురిపెంగా అంది పద్మావతి, వేయించిన పల్లీలు చెరుగుతూనే, చిరునవ్వుతో.

"నువ్వే బంగారం అయినప్పుడు, నీకు బంగారు నగలు అవసరమే లేదు. అయినా, మీ ఆడవాళ్ళకి బంగారమనగానే, ఎందుకంత ఆపేక్ష?" చిరునవ్వే సమాధానంగా ఇచ్చింది పద్మావతి.

"అమ్మా! త్వరగా టిఫిన్ పెట్టు. ఆఫీస్ లో ఆడిట్ ఉంది" శ్రీచరణ్ స్నానానికి వెళుతూ అన్నాడు.

"ఇదిగో అయిపోయింది నాన్నా!" వంటింట్లో చెమటకు తడిచి ముద్దయినా, పట్టించుకోకుండా హడావుడిగా చట్నీ రుబ్బడం మొదలుపెట్టింది.

"నీకంత శ్రమ అవసరమా పద్దూ! మిక్సీలో రుబ్బమంటే వినవేం? ఎంత శ్రమనో తెల్సా?" శ్రీనివాస్ అన్నాడు.

"ఆ! ఏముంది లెద్దూ! వాడికి మిక్సీలో కన్నా, ఇలా రోటిలో రుబ్బిన పచ్చడి అంటేనే ఇష్టం. ఏదో, నాకు ఓపిక ఉంది కనుక చేస్తున్నా. కొన్ని రోజులైతే చేయలేనేమో..."

"నీ చాదస్తం. ఒప్పుకోవుగా!"

"అమ్మా! ఫర్లేదన్నా వినవు. ఎంతైనా, అమ్మ బంగారం!"

"అమ్మా! నాకివ్వాళ కాలేజ్ లో ఎలక్యూషన్ (ఉపన్యాస) కాంపిటీషన్ ఉంది. నువ్వు తయారుచేసిన పాయింట్స్ కి కొన్ని మార్పులు చెప్పాను. మళ్ళీ తయారు చేయమన్నా కదా, చేసావామ్మా?" సాయి ప్రణవి అంది.

"ఆ! చేసాను"

"ఎంతయినా అమ్మ బంగారం!" చేతితో మెటికలు విరిచి, గాల్లోనే ముద్దిచ్చుకుంటూ, "ఎక్కడ పెట్టావమ్మా?" అంది.

"ఆ దేవుడి దగ్గర పెట్టాను పేపర్స్. తీసుకో!"

"అబ్బా! నీది మరీ చాదస్తం అమ్మ! నువ్వు వండినవేవైనా, ఎలాగూ దేవుడి దగ్గర పెట్టికాని మాకు పెట్టవు, నువ్వు తినవు. పోటీ అనగానే ఈ పేపర్స్ కూడా పెట్టేస్తావా? రోజురోజుకి నీ చాదస్తం దినదిన ప్రవర్ధమానమవుతోంది." విసుక్కుంటూ అంది.

"అబ్బా! దానికి అంత పెద్ద దీర్ఘం అవసరమా? మనకు తినడానికి ఇచ్చిన ఆ దేవుడికి నైవేద్యం పెట్టి తింటే, ఆయన దయవల్ల మనకు ఎప్పటికీ ఇలాగే తిండికి లోటుండదు. ఏ ముఖ్యమైన కార్యమైనా, ఆ దేవుడి అనుమతి తీసుకుని చేస్తే, విఘ్నాలు ఉండవు, సాఫీగా సాగుతాయి. అది నిజమైనా, కాకపోయినా మనస్సుకు అదో మనోధైర్యాన్నిస్తుంది. అయినా దానివల్ల నీకు ఏమైనా నష్టమా చెప్పు?"

"అబ్బా! నువ్వు ఒప్పుకోవని తెలిసీ వాదించడం, నాది బుద్ధి తక్కువగాని, అమ్మా, త్వరగా టిఫిన్ పెట్టు..."

భర్తతో పాటు వారిద్దరికీ హడావుడిగా టిఫిన్ పెట్టేసింది పద్మావతి.

అయితే అందరితో 'బంగారం' అంటూ కీర్తించబడిన పద్మావతి, భవిష్యత్తులో వాళ్లందరూ ఆశ్చర్య పోయే విధంగా మారి, వారి మనస్సులు బాధ పెడుతుందన్నది అక్కడ ఎవరూ ఊహించని విషయం.

ఆ తర్వాత అక్కడన్నీ శుభ్రం చేసి, పొద్దున్న దీపం ముట్టించి వదిలేసిన పూజ మీద కూర్చుని, మిగతా పూజ పూర్తి చేసేసరికి, పదకొండయ్యింది. టీ అడిగిన భర్తకు పెట్టిచ్చి, మధ్య మధ్యలో వస్తున్న ఆడపడుచు, తోటి కోడళ్ల ఫోన్ లు అటెండ్ అవుతూ, టిఫిన్ తినడం పూర్తిచేసి వంట పనిలో పడింది. ఒక రోటి పచ్చడి, ఒక కూర, పప్పు, వేపుడు, చారు చేసి ఆ గిన్నెలు కడిగేసరికి మధ్యాహ్నం అయింది. భోజనాల సమయానికి అంతా వచ్చేసారు.

మాట్లాడుతూ, భోజనాలు పెట్టి, అవి సర్ది, అంట్లు తోమేసరికి మూడయింది. అప్పుడు భోజనం చేసి, తెల్లవారి టిఫిన్ కి పప్పు, బియ్యం నానబెట్టి, పురుగులు పడుతూ కనిపించిన రెండు మూడు డబ్బాలలోని సరుకులు శుభ్రం చేసి, కూతురు టాప్ కి కుడుతున్న డిజైన్ ని చేతల్లోకి తీసుకుని గంట సేపు ఆ పనిమీద కూర్చుందో లేదో, సాయంసంధ్య పలకరించేసరికి మళ్ళీ పనికి తయారైపోయింది. పిల్లలు వచ్చేసరికి వేడివేడిగా స్నాక్స్ తయారు చేసి, దేవుడి ముందు దీపం పెట్టి, రాత్రి వంటలో పడిపోయింది. అందరూ వచ్చి స్నాక్స్ తిని ఎవరి పనిలో వారు పడ్డారు.

★★★

ఆరోజు పద్మావతి బజారుకని వెళ్ళి సాయంత్రమైనా రాలేదు. ఇంటికి చేరాల్సిన వారంతా చేరారు. ఎప్పుడైనా ఇలాంటప్పుడు మరో డూప్లికేట్ కీ శ్రీనివాస్ దగ్గర ఉంటుంది. పద్మావతి కూడా పక్కింట్లో ఇచ్చి వెళుతుంది. కాబట్టి అంతా వచ్చారు. తాళంతీసి ఇంట్లోకి వెళ్ళారు.

నిజానికి, ఎప్పుడైనా అందరూ వచ్చేలోపల త్వరగా వచ్చేస్తుంది. పెళ్ళయిన మొదటి రోజే చెప్పాడు, 'నువ్వు లేకుండా నేను ఉండలేను, కాబట్టి ఎక్కడికయినా వెళితే ఇద్దరం కల్సి వెళదాం. కాదని నువ్వు ఎక్కడికైనా వెళితే, తప్పక ఒక్క రోజులో వచ్చేలా వెళ్ళు.' అని. పద్మావతి లేని ఇల్లు, దేవతలేని కోవెలలా ఉంటుంది, అని అందరు భర్తలలాగే అతనికి ప్రగాఢ విశ్వాసం. ఆమె కూడా ఎప్పుడూ, ఎక్కడికి వెళ్ళినా మళ్ళీ అందరూ వచ్చేలోగా వచ్చేస్తుంది. కాని, ఆరోజు ఇంకా రాలేదని శ్రీనివాస్ ఫోన్ చేసాడు. ఫోన్ రింగ్ అవుతుంది, కాని ఎత్తలేదు. పిల్లలు ఎవరికి వారే మళ్ళీ ఫోన్ చేసారు. కాని ఎత్తలేదు. అందరికీ భయం మొదలయింది. ఇల్లంతా బోసిగా, కళావిహీనంగా అనిపిస్తోంది. ఇంతలో పద్మావతి ఫోన్ చేసింది. దారిలో ఫ్రెండ్ కనబడితే వెళ్ళడం వల్ల ఆలస్యం అయ్యిందని, కంగారు పడొద్దని వచ్చేస్తున్నానని చెప్పింది.

అంతా ఊపిరి పీల్చుకున్నారు. పావుగంటలో ఆటోలో వచ్చేసింది పద్మావతి.

★★★

వారం గడిచింది. "ఏమండీ! మన వీధిలోని వాళ్ళు కొందరు యోగా నేర్చుకోవడానికి వెళుతున్నారు. నేనూ వెళతాను, ఇవ్వాళ్టి నుండి. సాయంత్రం ఒక గంట, రెండు గంటలు ఉంటుందేమో!' నెమ్మదిగా చెప్పింది పద్మావతి.

"అసలు నీకు తీరిక ఎక్కడుంటుంది? నువ్వు చేసే ఇంటెడు చాకిరీ చాలు నీకు, ఏ యోగాసనాలు అవసరం లేదు." శ్రీనివాస్ అన్నాడు.

"అబ్బా! వాళ్ళంతా తోడు ఉంటారు కదా! అలాగే రేపటి నుండి మీతోపాటు వాకింగ్ కి వస్తాను."

"ఏంటోయ్! నీకు ఉన్న ఇరవైనాలుగు గంటలే సరిపోవు. అలాగయితే మరి పనులెలా?"

"పక్కింటిలో చేసే పనిమనిషిని రేపటి నుండి మనక్కూడా చేయమన్నా! మరో రెండు వేలు ఎక్కువ అవుతాయి బడ్జెట్... చేసి చేసి బోర్ అనిపిస్తుంది."

"ఓకే! అన్నీ నువ్వే సెటిల్ చేసాక మరింక ప్రాబ్లం ఏముంది? సరే" శ్రీనివాస్ అన్నాడు ఆశ్చర్యంగా చూస్తూ.

తెల్లవారి ఏడుకు శ్రీనివాస్, వాకింగ్ కి బయల్దేరే సమయానికి, పూజ చేసేసి, ఇంట్లో పని కూడా కొంత చేసి, కొత్త షూ వేసుకుని, చుడిదార్ పైజామా వేసుకుని రెడీగా ఉంది పద్మావతి.

శ్రీనివాస్ తో వాకింగ్ కి వెళ్ళి వచ్చేసరికి, లేచి బ్రష్ చేస్తున్న ప్రణవి, శ్రీ చరణ్ పద్మావతిని చూసి ఆశ్చర్య పోయారు.

"అమ్మా! మాడర్న్ మహాలక్ష్మిలా ఉన్నావమ్మా" పిల్లలు అనగానే, సిగ్గుపడింది పద్మావతి.

టిఫిన్ తయారు చేసి, పిల్లలతో పాటు వేడి వేడిగా తనూ పెట్టుకుంది. అందరూ ఆశ్చర్య పోయారు.

'అమ్మా! నువ్వేనా? అందరూ వెళ్ళాక, అన్నీ శుభ్రం చేసి, పూజ చేసి, ఏ పదకొండుకోగాని తినని పద్మావతి గారేనా?' అంటూ హాస్యోక్తులు వదిలారు.

చల్లారాక, నాకూ తినబు ద్ ధీ కావడం లేదు. తిన్నా మళ్ళీ భోజనం సమయానికి తినలేకపోతున్నా. అందుకే అంట్లకు పనిమనిషి స్వప్న ఉంది కదాని నేను మీతో పాటే కూర్చుంటున్నా" అంది.

పద్మావతి మొత్తం మారిపోయింది. పొద్దున్న వాకింగ్, వేడివేడిగా వారితో పాటే తినడం, పైగా కాలెస్టాల్ తగ్గించేవి అని, వీటిలో అధిక శక్తి వస్తుందని, రక్తం బాగా పట్టేవని, రోజు రోజుకు అన్నీ ఇంట్లో వాళ్ళకి పెడుతుంటే విస్మయం చెందడం వారి వంతవుతోంది.

"అమ్మా! నీలో కొత్తమ్మను చూస్తున్నం. అసలు నీకు ఇవన్నీ ఎలా తెలుస్తున్నాయి?" ఆశ్చర్యంగా అడిగింది ప్రణవి ఒక రోజు.

"నువ్వే నేర్పించావుగా, ఇంటర్ నెట్ చూడడం. ఇంట్లో ఎట్లాగు కనెక్షన్ ఉందిగా! అందుకే, అందులో చూసి, పోషక పదార్థాలు ఉన్నవి ఏవి? మన ఆరోగ్యం ఎలా కాపాడుకోవాలి? లాంటివి చూసి నేనే చేస్తున్నా" అంది.

హఠాత్తుగా ఆదివారం రోజు, "పిల్లలూ! ఇవ్వాళ ఒక్కరోజు నాకు నా పనుల నుండి సెలవ కావాలి. కొంచెం జ్వరంగా ఉంది. ప్రణవి ప్రాజెక్ట్ వర్క్ కి సంబంధించిన మాటర్ నేను ప్రిపేర్ చేస్తాను. శ్రీ రామ్ సర్దుతాను. అలా డీ విటమిన్ కోసం ఎండలో ఉండి, యోగా చేసి ఇవ్వాళ పూర్తిగా విశ్రాంతిగా ఉంటాను. ఈ రోజు నా పనులు మీరు చేయండి" అంది పద్మావతి నవ్వుతూ.

"అమ్మా! ఎందుకమ్మా, నీ పనులు మాకు రావనుకుంటున్నావా? చూస్కో! నాన్న వంట చేస్తారు. నేను ఇల్లు ఊడ్చి తుడుస్తాను, బట్టలు వాషింగ్ మిషన్ లో వేస్తాను. అన్నయ్య వెజిటబుల్స్ కోస్తాడు. మాకు పనివచ్చని, నీకన్నా బాగా చేయగలమని నిరూపిస్తాం చూడు" అంటూ ముగ్గురూ పోటీపడి చేసారు. కామెంట్స్ చేసి వారిని నవ్విస్తూ, చిన్న చిన్న పనులు చేసింది పద్మావతి.

కింద, మీదా పడి ముగ్గురూ ఇంట్లో పని కానిచ్చారు.

★★★

'పద్దూ! నీకు ఇచ్చిన డబ్బులు ఇవ్వు. ఈవేళ ఎలాగైనా బాంక్ లో వేసేస్తా! అలా ఇంట్లో ఉంచడం మంచిది కాదు. దాని గురించి నేను మర్చేపోయాను"

"అయ్యో! అవి ఆలైడీ బంగారం కొనుక్కోమన్నారు కదాని నెక్లెస్ చేయడానికి ఇచ్చేశాను. మీరు ఆఫీసు నుండి వచ్చేసరికి అలసి పోతున్నారు కదాని, మొన్న బజారుకు వెళ్ళినపుడు, నేనే వెళ్ళి ఆర్డర్ చేసి వచ్చాను. మీరే అన్నారు కదా, నాకు నక్లెస్ చేయిస్తానని పైగా, 'అన్నింటికీ నేను వెంట రావాలి, నీ పనులు నువ్వయినా చేసుకోలేవా' అని కూడా అన్నారు కదాని, ఇచ్చేశాను. హడావుడిలో మీకు చెప్పడం మరిచాను. రేపు వెళ్ళి తీసుకురావాలి."

అక్కడే ఉన్న ప్రణవి విస్తుపోయింది. అదేంటి నాన్నలేకుండా, చెప్పుకుండా, ఒక్క పని కూడా చేయని అమ్మ అంత పెద్ద మొత్తం అయిన డబ్బును నెక్లెస్ కి వాడుకుందా? అంతకు ముందైతే నాన్న కొనిస్తానన్నా, 'నాకెందుకు? పిల్లలకు పనికి వస్తాయి' అనేది.

శ్రీనివాస్ కూడా నివ్వెరపోయాడు. ఆమె అన్న అన్ని మాటలు నిజమే అయినా, వాస్తవం ఎందుకో మింగుడుపడడం లేదు. తను విసుక్కున్నా, చేయించుకోమన్న, 'నాకెందుకండీ! ప్రస్తుతం చాలా ఖర్చులు ఉన్నాయి కదా! అయినా మీరే కదా, నన్ను చూసేది. బంగారం వేసుకోకపోతే, నవ్చునా ఏం? పక్కన చోటివ్వరా ఏం?' అంటు జోకులు వేసేది... అనుకున్నాడు. ఇంతకు ముందు అలాంటి ఎన్నో అనుభవాలు తను చవి చూసాడు. కానీ ఇప్పుడేంటి ఇలా మారిపోయింది? ఎప్పుడైనా తను పని చేయబోతే, 'మీకెందుకు శ్రమ? నేను ఉన్నాను కదా!' అనే పద్దు, 'అన్నీ ఒక్కదానివి ఎందుకు చేస్తావు? పిల్లలకు కొన్ని చెప్పు' అన్నా, పిల్లలతో ఎన్నడూ ఏ పని చేయించని పద్దు, మొన్న అందరూ పని చేస్తుంటే, అలా చేయండి, ఇలా చేయండి అంటూ సూచనలు కూడా

ఇచ్చింది. పద్దూ, ఇదివరకటి పద్దూ కాదు, ఎవరో నేర్పుతున్నారు. ఈ వాకింగ్, యోగా ఒకటి! ఒకవేళ తను వాకింగ్ కి వెళ్లక పోయినా, ఆమె ఒక్కత్తే వెళ్లి వస్తోంది. మూడుపదుల వసంతాల సహవాసంలో చూడని, ఈ పద్దూ ఎందుకో తనకు నచ్చడం లేదు. కాని ఎలా చెప్పేది?

తెల్లవారి, అన్నట్లుగానే నెక్లెస్ తెచ్చి మెడలో వేసుకుని అందరికీ చూపించింది. అందరూ పైకి నవ్వి 'బాగుంది', అన్నా ఎందుకో గుండెలో ముళ్లు గుచ్చుకున్నట్లు ఫీలయ్యారు.

★★★

ఆరోజు పద్మావతి యోగాకని బయటకు వెళ్ళింది. ఇక శ్రీనివాస్, తన ఫ్రెండ్ శివను కలవడానికి వెళ్ళాడు. ఇంట్లో ప్రణవి, శ్రీచరణ్ ఇద్దరే ఉన్నారు.

"ఏమిటోరా అన్నయ్యా! అమ్మ అలా డ్రెస్ వేసుకుని వాకింగ్ అని, యోగా అని బయటకు వెలితే మా ఫ్రెండ్స్, వీధిలోని వాళ్ళు వేసే జోక్స్ భరించలేక పోతున్నారా!" తల్లి బయటకు వెళ్ళింది చూసి అన్నయ్యతో అంది ప్రణవి.

"ఏమిటోనే! నాకూ అలాగే ఉంది. అమ్మ బాగా మారిపోయింది. ఇంతకుముందు, మనం తినేంతవరకు తినకపోయేది. అలాగే మనం పడుకునేంత వరకు పడుకోకపోయేది. యోగా, వాకింగ్ అంటూ పెట్టుకునేసరికి ఇంట్లో కూడా పనులన్నీ పేరుకు పోతున్నాయి. మొన్న నా బట్టలు ఐరన్ చేయమంటే అలాగే వదిలేసింది. నాకిష్టమని మిక్సీ కాకుండా రోట్లో వేసి రుబ్బేది. ఇప్పుడవేం లేవు"

"అవునా! నా డ్రెస్ పై వర్క్ చేస్తుంది, అది కూడా అలాగే పెండింగ్ పెట్టింది. దానికన్నా అమ్మకు ఆ యోగా, ఫ్రెండ్స్, వాకింగ్ అవే ఎక్కువైపోయాయి. ఇదివరకు లేదు కాని ఇపుడు ఫ్రెండ్స్ తో ఫోన్ లో ఒకటే మాటలు. అసలు ఎలాంటి అమ్మ ఎలా మారి పోయిందిరా!"

"ప్రణవీ!" అంటే విని అటు చూసేసరికి నాన్న ఫ్రెండ్ శివ నిలబడి ఉన్నాడు.

"అంకుల్! మీరా? రండి! రండి! బావున్నారా? నాన్న మీ కోసమే వచ్చారు కదా!" లేచి నిలబడి అంది ప్రణవి.

"అవునమ్మా! వాడు కార్ పార్క్ చేస్తున్నాడు. నేనిలా లోనికి వచ్చేసా. అమ్మ ఉందామ్మా?

"హో! లేదంకుల్. ఇప్పుడు యోగా టైం కదా! మరో అరగంటలో వచ్చేస్తుంది."

వెనకనే వచ్చిన శ్రీనివాస్ అన్నీ విని నిట్టూరుస్తూ, "పద్దూ మారిందిరా! అర్ధాంగిగా, 'వాగర్థావివ సంపృక్తౌ' అంటూ పెళ్ళయ్యాక, 'వాక్కు, అర్థం ఎన్నడూ విడిపోవు, అలా అర్ధనారీశ్వర ప్రతిరూపంగా కలకాలం మనం ఒకే మాట, ఒకే చేతగా ఉండాలి' అని ప్రమాణం చేసిన పద్దూ, నేడు నాకు తెలియకుండా అన్ని పనులూ చేసేంతగా ఎదిగింది." ఎంత వద్దనుకున్నా, బాధ తొంగి చూసింది శ్రీనివాస్ కంఠంలో. పిల్లలు బయట పడకంతో తప్పనిసరై, తనూ బాధ వెళ్ళగక్కాడు. పిల్లల ముందు బయట పడాల్సి వచ్చినందుకు కూడా ఫీలవుతున్నట్లు తల వంచుకున్నాడు.

"తప్పురా! అర్ ధాంగికి నిలువెత్తు నిదర్శనంరా తను. అంతేకాదు! అర్ధాంగిగా, మాతృమూర్తిగా, గృహిణిగా ఎన్ని పాత్రలు పోషించినా అన్నింట్లో వంద శాతం మార్కులు పొందిన మహిళాశిరోమణిరా తను! ఎలా అంటావా? ఇన్ని ఏళ్లుగా అన్నీ తానె, తన ఆరోగ్యం పట్టించుకోకుండా అందరికీ సేవలు చేసిన ఆమె, ఒకేసారి అలా ఎందుకు మారిపోయిందో, ఎవరైనా ఆలోచించారా?" అందరూ ఒకరి మొహాలు ఒకరు చూసుకున్నారు.

"ఎందుకు?" అందరి నోటి నుండి, ఒకేసారి వచ్చింది ఆ మాట. అందరూ ఒకేసారి విస్మయంగా, విభ్రాంతిగా అడిగారు.

"ఎందుకంటే, తనకు క్యాన్సర్ వచ్చింది. అదీ, అప్పటికే చాలా ముదిరిపోయిందని తెలిసింది. ఒక రోజు బజారుకని వచ్చిన ఆమె, తనకున్న అనుమానంతో డాక్టర్ ను కలిసింది. ఆమె అనుమానం నిజమైంది. తనకు క్యాన్సర్ అని తెలిసింది. డాక్టర్ కంగారు పడ్డద్ది, పోషకాహారం తీసుకుంటూ, యోగా, వాకింగ్, ఎక్సర్సైజ్ లు చేస్తూ, మానసికంగా దృఢముగా ఉంటే, జయించవచ్చని చెప్పారని, హాస్పిటల్ బయట కలిసిన మా దంపతులకు ఏడ్చుకుంటూ చెప్పింది. మేము ఇంటికి తీసుకెళ్ళాం.

'అన్నయ్యా! దయచేసి ఈవిషయం ఇంట్లో ఎవరికీ చెప్పవద్దు. ఎందుకంటే ఆయనకు హార్ట్ ప్రాబ్లం! పిల్లలది చిన్నవయసు. నాకేమైనా అయినా, అనారోగ్యమని విన్నా తట్టుకోలేరు. పిల్లలకు ఇప్పటివరకు ఏమీ తెలియకుండా పెంచాను. ఇప్పటి నుండి నేను లేకుండా, జీవించడం ఎలాగో కూడా చెబుతాను. నా గురించి నాకు బాధ లేదు అన్నయ్యా! కాని, నాకేమైనా అయితే, వారంతా దిక్కులేని వారు అవుతారు. డాక్టరన్నది నిజమే అన్నయ్యా!

'ఇంట్లో తినకుండా, తన ఆరోగ్యం పట్టించు కోకుండా, ఇంట్లోవాళ్ళ పై ప్రేమతో, ఆడవాళ్ళంతా గొప్ప త్యాగం చేస్తున్నామనుకుంటారు. కాని వారికి తెలీదు, వారి కుటుంబంపై వారికి ప్రేమ ఉంటే అలా చేయరని! కుటుంబానికి తన అవసరముంది అనుకునేవాళ్ళు, తప్పక తమ ఆరోగ్యం గురించి తాము పట్టించుకోవాలి. 'నీకు మీ వారిపై, పిల్లలపై ప్రేముంటే, నీ గురించి నువ్వ పట్టించుకుని ఈ మహమ్మారితో పోరాడి జయించు! అప్పుడు నీకు నీ కుటుంబం పై ప్రేమ ఉందని నమ్ముతాను' అంది డాక్టరమ్మ. నేను తప్పక నిరూపిస్తాను అన్నయ్యా! అప్పటి వరకు ఈ విషయం ఇంట్లో చెప్పకండి,' అంది. 'ఇప్పుడు చెప్పండి? అమ్మ మారి పోయిందా? అర్ధాంగి మారిపోయిందా?" ఒకింత బాధగా, కోపంగా అన్నాడు శివ. అంతా షాక్ తిన్నారు.

"మరి ఆ ట్రీట్మెంట్ కి డబ్బులు ఎక్కడివి?" ప్రణవి అంది.

'అందుకనేనా, నాకు చెప్పకుండా, పైసా ఖర్చు చేయని పద్దా, నాకు తెలియకుండా బంగారం కొన్నాన్నన్నది! ఇక మళ్ళీ తను పెట్టుకోలేదనో, లేక కొంచెం డబ్బు నెక్లస్ కి, కొంచెం మందులకు ఖర్చు చేసుకుందేమో!'

"కాదు నాన్నా! మా ఆఫీస్ లో మా అటెండర్, సేఫ్ బాక్స్ లోని నాలుగు లక్షల డబ్బులు కాజేశాడు. నేను అకౌంట్స్ ఆఫీసర్ ని కదా! పోలీస్ కేస్, మీడియా, అంతా గందర గోళం అవుతుందని, మేనేజర్, 'ఆ డబ్బులు తెచ్చి పెట్టేస్తే, అలా కాకుండా కాపాడతా' అన్నాడు. నేనలా పేపర్లోకి ఎక్కితే, మీరు తట్టుకోలేరని, 'ఎవరికీ చెప్పవద్దని' అమ్మనడిగితే డబ్బు ఇచ్చింది. మీకెవ్వరికీ అనుమానం రాకుండా గిల్ట్ నగ తెచ్చుకుంది" అన్నాడు శ్రీచరణ్.

లోనికి అప్పుడే వస్తున్న పద్మావతిని, క్షమించమంటూ ఆత్మీయంగా ముగ్గురూ, ఒకేసారి ఆలింగనం చేసుకుంటుంటే, ఆశ్చర్యంగా చూస్తున్న ఆమెకు, శివను చూడగానే విషయం అర్థ ర్థం అయ్యింది.

ఇంతలో పద్మావతి ఫోన్ రింగ్ అయ్యింది. అమ్మ దగ్గర నుండి తీసుకుని ఎత్తిన ప్రణతి, 'డాక్టర్' అని చూడగానే, స్పీకర్ పెట్టి ఫోన్ ఆన్ చేసింది.

"పద్మావతి గారూ! మీ రిపోర్ట్స్ వచ్చాయి. మీకు పూర్తిగా క్యూర్ అయ్యింది. ఇంత తక్కువ సమయంలో, ఇలా మీరు క్యాన్సర్ పై విజయం సాధించడమన్నది చాలా గొప్పవిషయం ! మా హాస్పిటల్ చరిత్రలోనే ఒక అద్భుతం. ఒక సామాన్య గృహిణి అయిన మీరు, మీ అనుభవాలు పంచి, మరెందరికో స్ఫూర్తినివ్వాల్సిన అవసరముంది. అందుకే, రేపు మీ ఇంటర్య్వూ తీసుకోవడానికి, 'స్ఫూర్తి', 'మహిళ' టీవీ చానల్స్ వారితో పాటు, పాత్రికేయులూ వస్తామన్నారు. హార్టీ కంగ్రాచ్యులేషన్స్. ఇంత మంచి అర్ధాంగిని పొందిన మీ శ్రీవారు అదృష్టవంతులు." అటువైపు నుండి డాక్టర్ మాట్లాడుతుంటే, దూరంగా ఉన్న గుడిలోని జేగంటలు మంగళకరంగా మోగాయి.

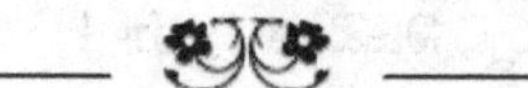

నామని సుజనాదేవి 25-12-20లో మన తెలుగు కథలు . కాంలో ప్రచురితం.

ప్రత్యామ్నాయం లేని బంధం

విశ్వమంతా కరోనా భయం వైఫైలా అలుముకుంది. ప్రధాని పిలుపుతో చాలా మంది ఎవరింట్లో వారు తలుపులు బిడాయించుకుని కూర్చున్నారు.

ఇంట్లో నిత్యం వెలిగించే అగ్నిహోత్రం ముందు కూర్చున్న రాఘవ కళ్ళనుండి నీళ్ళు కారిపోతున్నాయి. పక్కనే అంతకన్నా ఎక్కువ ఏడుస్తున్న మల్లేషు, "రాఘవా! ఏడవకురా! నువ్వేడిస్తే అమ్మ ఆత్మ క్షోభిస్తుందిరా! నీ కంట నీరు రానీయకుండా చూసుకొమ్మని నాకు నిన్ను అప్పగించి వెళ్ళిందిరా అమ్మ!" అన్నాడు.

"ఎలా ఊరుకునేదిరా? ఇప్పుడు కరోనా జాగ్రత్తల గురించి కోడై కూస్తున్న ప్రపంచానికి ఎన్నో ఏళ్ళ ముందే ఋషులు చెప్పారని, అమ్మ పాటించి చెప్పిందని ఎలా చెప్పేది? అమ్మ చెప్పిన జాగ్రత్తలే ఇప్పుడు ఈ మనుషులంతా పాటిస్తున్నారని, ఇప్పుడు అమెరికాలోని మేరీలాండ్ లో, వర్జీనియాలోని మారిసన్ లో ఇలా నిరతాగ్ని హోత్రాన్ని నిర్వహిస్తున్నారంటే, అమ్మ ఎంత సంతోషపడేదో కదా! ఇప్పుడు ఇదంతా మా అమ్మ ఎప్పుడో చెప్పింది అని ఎలుగెత్తి చాటాలని ఉంది. అమ్మ ఇంకొంతకాలం ఉన్నా బావుండేదిరా!"

"అమ్మ గురించి అమ్మ లేనివాళ్ళకే ఎక్కువ తెలుస్తుంది... ఛ్! అలా ఆక్సిడెంట్ కాకపోయినా బావుండేది"

"లేదురా! అది అమ్మకయిన ఆక్సిడెంట్ కాదు. ఇయర్ ఫోన్స్ పెట్టుకుని, చూసుకోకుండా, నేను రోడ్డు దాటుతుంటే, నన్ను కాపాడి అమ్మ ప్రాణం విడిచిందిరా! నేనే మా అమ్మను చంపానురా! నేనే... చంపా... ను..."

"లేదురా! అదేం కాదు. నువ్వు ఏడవకు. అవునూ! ఈ రోజు... ఈ రోజు ఉగాది కదూ! అంటే నీ పుట్టిన రోజు కదూ! పోయిన ఏడాది అమ్మ పోయిందన్న బాధలో ఊరుక్నావ్. ఈ ఏడాది అసలు ఈ కరోనా బాధలో ఏమీ గుర్తు లేదు. హాపీ రిటర్న్స్ ఆఫ్ ది డే రా! అసలు అమ్మ ఉన్నప్పుడు ఎంత ఆహ్లాదంగా జరిగింది నీ పుట్టినరోజు!" బాధగా అన్నాడు మల్లేషు. ఇద్దరికీ గతం కళ్ళ ముందు కదిలింది.

★★★

"విష్ యు మెనీ మెనీ హాపీ రిటర్న్స్ ఆఫ్ ది డే రా రాఘవా!" కాలేజీ ప్రాంగణంలో కల్సి చేయి కలుపుతూ చెప్పాడు శ్రీధర్.

"హాపీ బర్త్ డే రా" చెప్పారు, అతనితో పాటు ఎదురుచూస్తున్న మిగతా మిత్రద్వయం మల్లేషు, సురేష్.

“అందరికీ థాంక్స్రా! ఇప్పుడయితే షేక్ హేండ్ ఇచ్చారు గాని, మా అమ్మ ముందు మాత్రం జాగ్రత్త”

‘అరె, మల్లేశుకు, సురేశుకు తెలవదు కదరా! వాళ్ళెప్పుడూ మీ ఇంటికి రాలేదు కదా! వామ్మో! ఆంటీ ముందు మాత్రం ఇలా షేక్ హేండ్ ఇవ్వొద్దురా! ‘నమస్కారం’ అని రెండు చేతులు జోడించాలి”

“ఆ! అవునా? ఎందుకు?”

“అబ్బో! చాలా చాదస్తం, ఆ ఆంటీకి. ఒక్క చేతితో నమస్కారం పెట్టకూడదు, ‘నమస్కారం, మన సంస్కారం’ అంటుంది. అంటీ మంచిదే! భోజనం భలే పెడుతుంది. కాని చాదస్తం!” రాఘవ అన్నాడు.

“అవన్నీ పోనియ్ గాని, ఈ రోజయినా గ్రాండ్ పార్టీ ఇచ్చేదుందా లేదా?” మల్లేష్ అడిగాడు.

“ఎందుకు లేదు? ఉన్నది. ఇస్తాగా!” రాఘవ అన్నాడు.

“మరే ఏ హోటల్? ఎన్ని గంటలకు? చెప్పు!” సురేశ్ ఆరా తీసాడు.

“హోటలా? రాఘవనా? హహే... హ్వా హ్వా హే...” నవ్వాడు గట్టిగా శ్రీధర్.

“అదేంటీ? హోటల్ లోనే కదా, మొన్న మన సురేశ్ ఇచ్చింది. అరె, కేక్ కోసి, వాడి మొహానికి రాసి, కలర్ కలర్ గా ఫోటోల్లో బంధిస్తేనే కదా మజా! వాడి ఫోటోలు చూస్తే, ఇప్పటికీ నాకు నవ్వొస్తది. అసలు వాడి మొహం, వాడి మొహంలా ఉందా? అయినా, ఆ రోజు రాఘవ ఊరెళ్ళి మిస్ అయ్యిందు కదా! ఇప్పుడు మన రాఘవక్కూడా అలాగే పూయాలి. రాత్రి భలే మజా చేయాలి”

“మల్లేశూ! నువ్వు కలలు కనుడు ఆపు! ఇలాంటివన్నీ రాఘవకు చెల్లవు!”

“ఎందుకు చెల్లవు? రాఘవ మనిషికాడా, మనం వాడి ఫ్రెండ్స్ కామా? ఇది మనకు ఫైనల్ ఇయర్. మళ్ల మళ్ల ఇలాంటి మజా రాదు. ఇవే కదా, మనకు ఎప్పటికి మిగిలే మధుర జ్ఞాపకాలు”

“మీరిద్దరూ ఈ ఏడాదే మన కాలేజ్ లో చేరిన్ద్రు గాబట్టి మీకు తెల్వదుగాని, రాఘవ బయట హోటల్ లో తినడు. వాళ్ళమ్మ తిననివ్వదు. వాళ్ళు బ్రాహ్మలు. మడితో వండిన వంటనే, తింటారు. పైగా ఇలా నా బర్త్ డే కి ఒకరి నోట్లో పెట్టిన కేక్, ఒకరు తిన్నట్లు ఎంగిలి తిన్నా వాళ్ళమ్మకు నచ్చదు. అలా పూసుకోవడం నచ్చదు. అబ్బో చాలా రిస్ట్రిక్షన్స్” సురేశ్ భుజాలేగరేసాడు.

ఇబ్బందిగా చూసాడు రాఘవ. “అబ్బా! అదంతా ఇప్పుడెందుకురా?”

“ఇప్పుడు కాకపోతే, ఇంకెప్పుడు? ఇవ్వాళ నువ్వు పార్టీ ఇస్తానంటావు. హోటల్ కి రావు, కాబట్టి మీ ఇంట్లోనే, అదీ ఆంటీ ద్వారానే! అలాంటప్పుడు ఆంటీ గురించి చెప్పకపోతే ఎలా?”

“మా అమ్మ చాలా మంచిదిరా! చిన్నప్పుడే నాకు నాన్న చనిపోయాడు. నాకు కష్టం కలగనివ్వకుండా చాలా కష్ట పడింది. అందులో అమ్మకు చాదస్తం ఎక్కువేమో! ఎక్కువ కష్టాలు

పడింది. బ్రాహ్మణుల ఇళ్ళల్లో వంటలు చేసింది. ఎన్నో అవమానాలు భరించింది. అంతే కాని తన చాదస్తం మాత్రం వదులుకోలేదు. అందుకే అమ్మంటే బాగా ఇష్టురా! ఎవరేమన్నా భరించలేను"

"అరె! ఇప్పుడు ఎవరేమన్నారని? అమ్మ మంచిదనే కదా అంటున్నాం. ఓకే! టాపిక్ చేంజ్!"

"మన ముందు సీట్లో ఉండే రజని లేదురా? దానికి బాగా పొగరెక్కువరా! 'మీతో మా కాలిచెప్పులు తుడిపిస్తరా! సన్నాసుల్లారా!'హ' అందిరా!"

"అరె! అంత మాట అన్నదంటే, నువ్వేమని కెలికావో దానిని!"

"అబ్బా! అలా అమ్మాయిలను, 'అది', ' ఇది' అని వస్తువుల్లా మాట్లాడమేంటిరా?" అసహనంగా అన్నాడు రాఘవ.

"అబ్బా! నువ్వన్నావు కదా! లేదనుకుని అన్నాను గాని, వీడు ఏ త్రేతాయుగంలోనో, ద్వాపరయుగంలోనో పుట్టాల్సిన వాడురా! పొరపాటున, మన ఖర్మకాలి ఈ కాలంలో పుట్టి, మనఫ్రెండ్ అయ్యాడు. సరే! ఇప్పుడు నీ ప్రోగ్రాం చెప్పు!"

"మరేం లేదు! పొద్దుటే గుడికి వెళ్ళి వచ్చా! ఇంట్లో హోమం చేద్దామని అమ్మ అంటే కాదని గుళ్ళో చేయించా! కాబట్టి సాయంత్రం అనాథ శరణాలయానికి, వృద్ధాశ్రమానికి వెళ్ళి పండ్లు ఇచ్చి రావడమే. ఈలోగా మీరు ఇంటికి రాగానే, కాస్సేపు ఎంజాయ్ చేసి, భోజనం చేసి వెదురుగాని, సరేనా?"

"ఈ ఆశ్రమాలు ఏంటిరా? పుట్టినరోజునా!"

"అలా పెద్దల ఆశీస్సులు తీసుకోవడం, ఏమీ లేని వాళ్ళకు ఏమైనా సహాయం చేయడంలాంటి పనులు చేస్తే చాలా పుణ్యం వస్తుందంట. ఎప్పుడైనా పుట్టినరోజుకు పిచ్చి పిచ్చి పార్టీలు కాకుండా, ఇలాంటి పనులు చేయాలంటదిరా అమ్మ!"

"అమ్మో! మీ అమ్మను భరించడం కష్టమేరా! సరే! అయితే సాయంత్రం ఇంటికి వస్తాం. ఓకే?"

"ఓకే! డన్!" అందరూ బొటనవేలు ఎత్తి క్లాస్ రూమ్ వైపు కదిలారు.

★★★

"అమ్మా! ఉన్నావా? ఆకలవుతుంది, త్వరగా అన్నం పెట్టు! మళ్ళీ సాయంత్రానికి ఏర్పాట్లు చేయాలి" సరాసరి లోపల వంటింట్లో ఉన్నతల్లి విశాలాక్షి దగ్గరకెలుతూ అన్నాడు రాఘవ.

"ఆగరా! మడి కట్టుకుని ఉన్నాను. ముట్టుకోకు. కాళ్ళు, చేతులు కడుక్కుని వచ్చావా, లేదా?"

"అబ్బా! కడుక్కునే వచ్చానమ్మ! లేకుంటే లోనికి నో ఎంట్రీ కదా! అయినా ఇంత సేపయినా వంట కాకపోవడం ఏంటి?"

"ఈ రోజున నీ కిష్టమైనవి నాలుగైదు రకాలు చేసేసరికి ఆలస్యం అయ్యింది. పైగా సాయంత్రం నీ ఫ్రెండ్స్ కూడా వస్తున్నారాయె! అన్నీ సాయంత్రమే అంటే ఆలస్యం అవుతుందని, స్వీట్, బూందీ, పూర్ణాలు, మినప సున్నుండలు లాంటివి ఇప్పుడే చేసి పెట్టాను. క్షణంలో వడ్డిస్తాను. నువ్వెళ్ళి కూర్చో!"

"అబ్బా! ఎందుకమ్మా, అంత శ్రమ తీసుకుంటావు? అవసరమా? బయట నుండి తెప్పిస్తే అయిపోయేదిగా! చెబితే వినవు. నేనంటే బయటది తినకూడదు. వాళ్ళు నాకు చాలా క్లోజ్ ఫ్రెండ్స్, వాళ్ళు తింటే, ఏమయ్యింది?"

"నాకు, నువ్వు వేరు... వాళ్ళు వేరు కాదురా! నీకాప్తులు అయితే, వాళ్ళు నాకూ ఆప్తలే కదా! ఎవరైనా, ఒక తల్లిపిల్లలే కదరా! నీ ఆరోగ్యం బావుండాలి, వాళ్ళది బావుండకూడదా? ఏమో! వాళ్ళు ఎప్పుడు, ఎక్కడ, ఎలా తిన్నా, మనింటికి వస్తే మాత్రం శుచి, శుభ్రంగా కడుపునిండా తినాలంతే" అంటూ భోజనం పెట్టింది.

"అమ్మా! గోంగూర పచ్చడి, వంకాయ గుత్తి, సొరకాయ పులుసు, సాంబార్, వడియాలు... ఆహా! సూపర్ అమ్మా, ఎంతైనా నీ చేయి భోజనం తిన్నవాళ్ళు అదృష్టవంతులమ్మా!" బ్రేవ్ మని తేన్చుతూ అన్నాడు రాఘవ. ఆ ఆనందంతో అలసట మరిచిన విశాలాక్షి మొహం, చింకి చాటంత అయ్యింది. "హాపీ బర్త్ డే టూ యూ! హాపీ బర్త్ డే టు మై డియర్ రాఘవా! హాపీ లాంగ్ లైఫ్ టూ యూ!" ఆ సాయంత్రం ఫ్రెండ్స్ ముగ్గురూ పాడుతుంటే, చుట్టుపక్కల ఇళ్ళనుండి విశాలాక్షి పిలిచిన నలుగురైదుగురు చిన్నపిల్లలు కూడా గొంతు కలిపారు.

"ఏమయ్యిందిరా? కొవ్వొత్తి ఊదేసేయ్!" మల్లేష్ అరిచాడు.

"వద్దొద్దు! వద్దు నాన్నా! ఏ శుభమైనా, దీపం వెలిగించి ప్రారంభించడం, దీపాన్ని అలాగే వెలిగేలా చూసుకోవడం మన సంప్రదాయం. అలా ఆర్పేయవద్దు" విశాలాక్షి ముందుకు వచ్చి అంది.

"లేదాంటీ! పుట్టినరోజు ఇలాగే జరుపుతారు" వారిస్తున్న ఫ్రెండ్స్ తో,

"లేదు నాన్నా! అసలు కేక్ కట్ చేయడం మన సంప్రదాయం కాదు. కాని మీరు తెచ్చారు, మీ ఆనందాన్ని కాదనకూడదని ఊర్కున్నాను. కాని అలా ఆర్పేయవద్దు నాన్నా!" అంటూ, రాఘవ ముందు పెట్టిన మంగళహారతి అక్కడ ఉన్న ఆడపిల్లలతో పట్టించింది విశాలాక్షి.

"మీరలా అంటారనే, మేము కూడా ఎగ్ లెస్ కేక్ తెచ్చామాంటీ" అన్నాడు మల్లేశు. పిల్లలు విశాలాక్షిని పాట పాడమనగానే 'రామా! మంగళము పరంధామా!' అంటూ పాడింది. ఆమె మధురస్వరానికి పరవశులై పోయారంతా. సురేశ్, శ్రీధర్ అదంతా సెల్ లో రికార్డ్ చేసారు. కేక్

తింటూ స్నేహితులందరూ, ఒకరి ఎంగిలి మరొకరు పెట్టుకోబోతుంటే, 'ఆరోగ్యానికి మంచిది కాదు' అంటూ వారించింది విశాలాక్షి. మౌనంగా ఎవరిది వారే తిన్నారు ఆ ముగ్గురూ.

ఆ తర్వాత కేక్, స్వీట్స్ తిని, కాస్సేపు బయట వరండాలో, చెట్ల నుండి చల్లగాలి వస్తుంటే, వన్ మినిట్ గేమ్స్ పెట్టింది విశాలాక్షి. ఒక ట్రేలో రకరకాల వస్తువులు, చిన్నచిన్నవి పెట్టి పైన కవర్ వేసి, అందరి ముందు ఒకేసారి తీసి, అందులోని వస్తువులను రెండు నిమిషాలు చూసాక, అందులోని వస్తువులు, ఎవరు ఎక్కువ ఒక నిమిషంలో రాయగలరో, వారికి మొదటి, తర్వాత వారికి రెండో బహుమతి అలా రాఘవతో అంతకు మునుపే గిఫ్ట్ పాక్ చేసినవి, పిల్లలకు ఇప్పించింది. ఇది ఎవరూ ఊహించనిది కావడంతో, అంతా ఆ సర్ ప్రైజ్ కి సంతోషపడ్డారు. తర్వాత పుంజీతం, తంబోలా, వన్ మినిట్ లో బాస్కెట్ లో బాల్ వేయడం లాంటి సరదా ఆటలు ఆడారు. లాఫింగ్ క్లబ్ మెంబర్ అయిన రాఘవ పది నిమిషాలు రకారకాల విన్యాసాలు అందరితో చేయిస్తూ నవ్వించాడు. అందరూ చాలా సరదాగా గడిపారు ఆ సాయంత్రం.

తర్వాత అందరినీ బంతి చాపలపై కూర్చోబెట్టి, లోపలనుండి ఆహార పదార్థాలు అన్నీ బయటకు తీసుకొచ్చింది విశాలాక్షి. 'మాయా బజార్'లో 'వివాహభోజనంబు...' తరహాలో వచ్చిన వివిధ డిషెస్ చూడగానే, అప్పటివరకు ఆటలు ఆడిన సరదాలో ఉన్న మల్లేశు, "ఆహ్! వివాహభోజనంబు! హష్హా... హష్హా... కుమ్మేయండిరా! " అన్నాడు సరదాగా గట్టిగా. రాఘవ, శ్రీధర్, సురేష్ అంతా భయంగా చూసారు విశాలాక్షి వైపు.

"అదేం భాష నాన్నా! 'దేశ భాషలందు తెలుగు లెస్స' అని వినలేదా? తేనెలోలుకు భాష మన తెలుగు' అలాంటి అమృతంలాంటి తియ్యనిభాషను, ఖూనీ చేసి అలా అనడానికి మీకు నోరెలా వస్తుంది?" అంది ఒకింత తీవ్రంగానే. పరిస్థితి గమనించి రాఘవ, శ్రీధర్ ఓదుపుగా, 'ఏదో అలవాటులో పొరపాటులేమ్మా!' అంటూ సర్ది చెప్పబోయారు.

"లేదాంటీ! ఎప్పటికీ అలా అనే అలవాటు. అలవాటులో పొరపాటు అన్నట్లు గబుక్కున అన్నా! అయినా, మేము మీలా బ్రాహ్మలం కాదుగా! అందుకే మడిలాంటి ఆచారాలు, కొంచెం పద్ధతులు తెలీవు'

"అలా కాదు నాన్నా! నన్ను తప్పుగా అనుకోకు! మీరంతా నాకన్నా చిన్నవారే! కాబట్టి, అన్నీ అనుభవించినదాన్ని, నాకు తెలుసు కాబట్టి, మీరు తెలుసుకోవాలని చెబుతాను అంతే! దీనిలో కులమతాలకు తేడాలేవు నాన్నా! ఎలాగూ సమయం వచ్చింది కాబట్టి, చెబుతాను వినండి. మడిబట్టతో వంట చేయాలనే ఆచారం, కేవలం మాకే కాదు, అందరికీ ఉంటుంది. అది ఎప్పుడో పూర్వం మన ఋషులే చెప్పారు. ఉతికి ఆరేసిన బట్టపై కూడా, దుమ్ము ధూళి, తలవెంట్రుకలులాంటివి చేరతాయి. అది అంత శుభ్రం కాదు కాబట్టి, వంట చేసేప్పుడు, తినేప్పుడు మడిబట్ట తో వండాలని ఆ బట్ట కూడా పట్టుగాని, సిల్క్ గాని ఉండాలని, ఎందుకు అన్నారంటే, కాటన్ బట్ట అయితే మురికినీళ్లలో పిండగానే పోదు, అలాగే ఉంటుంది. అదే పట్టుబట్టకు ఉన్న

దుమ్ము నీళ్ళు తాకగానే పోతుంది. ఇంకేమయినా ఉన్న దులపగానే పోతుంది. ఇది కేవలం ఒక్క కులం వారికి అని చెప్పలేదు. అందరికీ అని చెప్పారు. కాని అలా పోనుపోను పూజలు చేసేవారే అలా ఆచరించాలని అది బ్రాహ్మలకు పరిమితమైపోయింది. రానాను అందరూ వెక్కిరిస్తున్నరని వాళ్ళు మానేశారు. కాని శుచి, శుభ్రంగా ఉండడం, అందరికీ అవసరమే కదా!'

"బయటవండిన పదార్థాలు అందుకే తినొద్దంటారా?"

"బయట వండిన పదార్థాలు తినడం అంత మంచిది కాదు. ఎందుకంటే ఎక్కువ మందికి అలా వండినప్పుడు అక్కడ శుచీ, శుభ్రం అంతగా ఉండవు. కడగాల్సిన గిన్నెలు గాని, కూరగాయలు గాని, వారి చేతులు గాని అంత శుభ్రంగా మనం విడివిడిగా, మన కోసం వండుకున్నట్లుగా ఉండవు, కాబట్టి అలా బయటి ఆహారం రాఘవ తినడం నాకు ఇష్టం ఉండదు. అందుకే మీకు కూడా ఆరోగ్యానికి మంచిది కాదు, అని చెబుతున్నాను. పైగా ఎంగిలి కూడా ఎవరికీ మంచిది కాదు. అది లేని అనారోగ్యాన్ని తెస్తుంది. ఒకరికి ఉన్న అనారోగ్యాన్ని మరొకరికి చేరవేస్తుంది. ఇంతేనా! మన సంప్రదాయాలు, సంస్కృతులు చాలా గొప్పవి. కొన్ని వేల సంవత్సరాల ముందరే, ఋషులు వీటిని చెప్పారు. వారు చెప్పిన వాటినే మీకు చెబుతున్న! అంతే! మీరు నా కన్నా చిన్నవాళ్ళు కాబట్టి, ఎప్పటి కయినా మీకు ఉపయోగపడతాయని చెబుతున్నాను. మీ మనస్సు నొప్పిస్తే..."

విశాలాక్షి ఇంకా అనబోతుంటే మల్లేశు,

"అయ్యో! నాలుగు మంచిమాటలు చెప్పారు. చాలాసంతోషం అమ్మా! ఇంకా ఏమైనా ఉన్నా చెప్పుమ్మా! మీరు చెబుతుంటే, వినాలని ఉంది" అన్నాడు.

"నిజానికి ప్రతీరోజు ఇంట్లో అగ్నిహోత్రం చేస్తే మంచిది. అలా ఇంట్లో నిత్యం అగ్నిహోత్రం చేస్తే, ఆ ఇంట్లో ఉన్న అందరికీ ఆరోగ్యాలు బావుంటాయి. ఎలాంటి అనారోగ్యాలూ రావు, కారణం ఆ గాలి పీల్చడం వల్ల. దీనికి ఒక అద్భుతమైన ఉదాహరణ ఉంది. మీ అందరికీ తెల్సిందే! భోపాల్ లో ఒక దుర్ఘటన డిసెంబర్ మూడు 1984న జరిగింది. అదేంటో చెప్పండి"

"యూనియన్ కార్బైడ్ ప్లాంట్ నుండి, పైప్ పగిలిపోయి మిథైల్ ఐసో సైనేట్ అనే విష వాయువు విడుదలై అక్కడున్నవాళ్ళు, పీల్చిన వాళ్ళు దాదాపు అందరూ చనిపోయారు. యాం ఐ రైట్ ఆంటీ!" శ్రీధర్ అన్నాడు ఉత్సాహంగా.

"కరెక్ట్! నిజమే నాన్నా! అయితే అప్పుడు, అక్కడున్న రెండు ఇళ్ళలో సోహన్‌లాల్ మరియు రాధోర్ అనే వాళ్ళిద్దరూ, కిటికీ తెరిచి, అలా విషవాయువు రావడం అందరూ పరుగెత్తడం, చనిపోవడం చూసి, 'ఎలాగూ, బయటకు వెళ్ళినా చనిపోతాం, ఇంట్లో ఉన్నా చనిపోతాం. అదే మనం రోజూ చేసే అగ్నిహోత్రం చేస్తూ అగ్ని ముందే చనిపోతే, కనీసం సర్వపాపాలు హరించే ఆ అగ్నిదేవుడి ముందు చనిపోయినట్లు ఉంటుంది' అని ఆ రాత్రి అలా అగ్నిహోత్రం చేస్తూ ఉండి

తలుపులు తెరవలేదట. చిత్రం! విచిత్రం! అద్భుతం, ఏమిటంటే వారు బతికారు. అంటే అగ్నిహోత్రానికి అంతటి మహత్తు ఉంటుంది అన్నమాట"

"అవునా! మీరు చెప్పేది నిజమా?" అక్కడున్న పిల్లలు, రాఘవ ఫ్రెండ్స్ ఒకేసారి అడిగారు ముక్తకంఠంతో.

"నిజం. కావాలంటే, మీరు ఇంటర్ నెట్ లో 4–5–1985 హిందూ పేపర్లో 'ద వేటు క్వైట్టు బీట్ పొల్యూషన్' అని ప్రచురించారు చూడండి" అనగానే అందరూ ఉద్వేగం ఆపుకోలేక చప్పట్లు కొట్టారు.

"అమ్మా! అందరికీ ఆకలవుతుంది" రాఘవ, విస్తళ్ళు వేస్తూ అనడంతో, అంతా మరచిన ఆకలి గుర్తురావడంతో తినడం పనిలో పడ్డరు.

వెళ్ళేప్పుడు, "నాన్నా! మల్లేశూ! నా చాదస్తంతో ఏదో ఏదో మాట్లాడతాను, ఏమీ అనుకోకు బాబు" అంది విశాలాక్షి.

"అయ్యో! అలా అనకండమ్మా! నాకిలా ఎవరూ చెప్పలేదు. నేను ఇప్పటినుండి తరచూ వస్తూ ఉంటానమ్మా! ఏమీ అనుకోరు కదా!"

"అయ్యయ్యో! ఎంత మాట బాబూ! ఏమీ అనుకోను. ఎవరి అమ్మ అయినా ఇలాగే చెబుతుంది. ఏదో చాదస్తం అని మీరు వినిపించుకోరుగాని"

"అమ్మా! మీరన్నది నిజమే! ఎవరమ్మయినా ఇలాగే చెబుతుంది, కాని నేను పుడుతూనే అమ్మను మింగానమ్మా! అంతకు ముందే నాన్న చనిపోయారు. అందుకే నాకిలాంటివి ఎవరూ చెప్పలేదు. సృష్టిలో ప్రత్యామ్నాయం లేని బంధం అంటే, కేవలం అమ్మేనేమో! నవమాసాలు మోసి, కన్నప్రేమ పంచిన అమ్మకు ఏ బంధం సాటి రాదు" కళ్ళనిండా నీళ్ళతో మల్లేశు అనగానే, విశాలాక్షి "ఎంతమాట నాన్నా!" అంటూ హత్తుకుంది.

★★★

గతం నుండి బయటపడగానే, దృఢసంకల్పంతో, "అమ్మలాగా, అన్ని మంచి విషయాలు చెప్పడానికి, అనాథ శరణాలయానికి, ఇప్పటి నుండి కొంత సమయం కేటాయిద్దారా! లేదా అమ్మ పేరుతో సంస్థ ఏర్పాటు చేద్దారా, అమ్మ ఆశయాలతో, సమాజానికి మనవంతు సేవతో!" అన్నాడు రాఘవ. దేవుడి గదికున్న గంటలు గాలికి మృదుమధురంగా మోగాయి శుభమన్నట్లు.

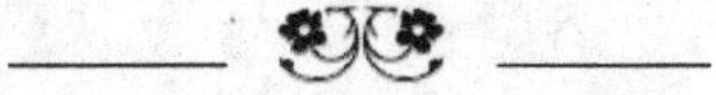

తపస్వి మనోహరం లో ప్రచురితం.

అమ్మనే అలిగితే

సూర్యుని కిరణాలు కళ్ళపై పడటంతో, లేచి కూర్చున్నాడు విశ్వనాథం. ఎదురుగా గడియారం ఎనిమిదిగంటలు చూపిస్తుంది. కనీసం భార్య మంగళ హారతి ఇచ్చేప్పుడో, రేడియోలో సుప్రభాతం వచ్చేప్పుడో మెలకువ రాలేదేంటి? అవునూ! ఈ వేళ రేడియో మోగడం లేదేంటి? భార్య ఉంటే ఆరునూరైనా, రేడియో మోగాల్సిందే! కరెంటేమైనా లేదా? పైన ఫాన్ తిరుగుతోంది, అంటే ఉన్నట్లేగా! సరే చూద్దాం! అనుకుని బాత్రూం కెళ్ళి వచ్చి, "ఉన్నావా! ఏయ్! నిన్నే!" కొంచెం గట్టిగా పిలిచాడు. సడి లేదు. పిలుస్తూ వంటింట్లోకి వెళ్ళాడు. అక్కడ లేదు. పెరట్లోకి వెళ్ళాడు, లేదు. హాల్, మరో బెడ్ రూమ్, దేవుడిగది అన్నీ చూసాడు. ఎక్కడా లేదు. దేవుడి గదిలో పూజ ఎప్పుడో ముగించినట్లు దీపాలు కొండెక్క దానికి సిద్ధంగా ఉన్నాయి. మనసెందుకో కీడు శంకించింది. రాత్రి జరిగిన సంఘటన కళ్ళ ముందు తిరిగింది.

"ఇదిగో! నీకే చెప్తున్నా! రేపు మా క్లబ్ ఫ్రెండ్స్ ఐదుగురు వస్తున్నారు. చేపలు, మటన్ తెస్తాను. పదిగంటలవరకు రెండు, మూడు రకాలు రెడీ చెయ్!"

"రేపొక్కరోజు వద్దండీ! శివునికి లక్షపూల పూజ రేపటితో పూర్తవుతుంది. లలితాసహస్రం చదువుతాను. శివపార్వతులకు నిష్టగా నైవేద్యం ఇవ్వాలి. నేనే పసుపుకుంకుమ వాయనాలిస్తాను. ఇంట్లో మాంసాహారం వద్దు"

అదంతా ఏం లేదు! వాళ్ళ ఇంట్లోవాళ్ళు ఊళ్ళోలేరు. ఇక్కడి కొస్తారు, అంతే!"

"నేను రేపొక్కరోజు వద్దని చెబుతున్నా కదా! కారణం కూడా చెప్పాకదా! కావాలంటే ఎక్కడికయినా వెళ్ళి పార్టీ చేసుకోండి! నేను వద్దనలేదు కదా!"

"ఏంటి? గొంతు బాగా లేస్తోంది? ఎక్కడికో వెళితే, ఎవరు వండి పెడతారు? ఐనా నువ్వెందుకు ఉండీ?"

"ప్రతీసారి చేస్తున్నా కదా! ఈసారికి హోటల్ లో నుండి తెచ్చుకోండి!"

"నాకే ఉచితసలహా లిస్తావా? అక్కడి నుండి తెచ్చుకున్నాక, నువ్వెందుకు ఉండీ, చెప్పింది చెయ్!" చెంప పై ఒక్కటిచ్చాడు. చెంప పై వేళ్ళు అట్లాగే ఎర్రగా తేలాయి. కోపంగా బట్టలేసుకుని వెళ్ళిపోయాడు. ఫ్రెండ్స్ తో తిరిగి హోటల్ లో, సుష్టుగా భోంచేసి వచ్చాడు. వచ్చేసరికి రాత్రి పన్నెండయ్యింది. అన్నపూర్ణ పడుకునింది. అతనికి తెలుసు ఆమె తినలేదని! ఐనా అడగలేదు. గుర్రుపెట్టి నిద్రపోయాడు.

అలా పడుకున్నది ఇప్పుడే లేవడం! ఐనా ఇలా కొట్టడం అతనికి కొత్తేమీ కాదు! పడటం ఆమెకు కొత్తకాదు. ఇంత పొద్దున్నే, ఎక్కడి కెళ్ళి ఉంటుంది? పక్కంటికి వెళ్ళే అలవాటే లేదు. బజారుకెళ్ళిందా? ఇంత వరకెప్పుడు ఆమె ఒక్కతీ ఎక్కడికీ వెళ్ళలేదు. కొడుకుల దగ్గరకేమైనా

వెళ్ళిందా? ఛాన్సే లేదు. ఏమో? ఫోన్ చేస్తే? టేబుల్ పై నున్న సెల్ తీయ బోయాడు. దాని కింద రెపరెపలాడుతూ కనిపించింది కాగితం. ఆశ్చర్యపోయాడు. కళ్ళు పదాల వెంట పరుగులు తీసాయి.

"నాకు పెళ్ళైన దగ్గర్నుంచీ, మీ దగ్గర భార్యగా కాక, ఒక దాసిగానే బతికాను. పచ్చిగా చెప్పాలంటే, మీకు వండి పెట్టడానికి, మీకు సుఖాన్ని అందించడానికి, ఒక పనిమనిషిని కట్నం తీసుకుని మరీ తెచ్చుకున్నారు. నాకు భోజనం పెట్టినందుకు సరిపడా సేవలు మీకు అందించాను. పెళ్ళయి ముప్పై సంవత్సరాలు దగ్గరకొస్తున్నా, మీరింకా మారతారని చూసిన నా ఆశ అడియాశే అయ్యింది. అందుకే నేను వెళ్ళిపోతున్నాను. నా గురించి వెదకవద్దు. మీ గౌరవానికి, పరువు, ప్రతిష్ఠలకు భంగంకలగకుండా, మీరు ఎవరికి ఏ రకంగా సమాధానం చెప్పుకున్నా, నాకేం అభ్యంతరం లేదు. మీ డబ్బు నేనేమీ తీసుకెళ్ళడంలేదు. మీరు చేయించిన బంగారం కూడా ఇంట్లోనే పెట్టాను. మా అన్నయ్య రాఖీకి, ఇంటికెళ్ళినప్పుడు ఇచ్చిన డబ్బులతో వెళ్ళిపోతున్నాను. నేను ఆత్మహత్య చేసుకునేంత పిరికిదాన్ని కాదు. మిగిలిన నా జీవితం నాకిష్టమైనట్లుగా గడుపుతాను. సెలవ్ – అన్నపూర్ణ"

హతాశుడయ్యాడు విశ్వనాథం. ఈ రకమైన తిరుగుబాటు అతను కలలో కూడా ఊహించనిది. మౌనంగా, తనకు భయపడుతూ వొదిగివొదిగి ఉండే పూర్ణెనా, ఇలా వెళ్ళిపోయింది? మెదడంతా మొద్దుబారింది. రేపు, అటు బంధువులు, ఇటు చుట్టుపక్కల సమాజం ఏమంటుంది? అసలింత ధైర్యం, ఎక్కడి నుండి వచ్చింది? ఎక్కడికెళ్ళి ఉంటుంది? ఎప్పుడూ ఆమె పదమంజీరాల మృదుమధురశబ్దంతో, కరములకున్న గాజులు చేసే చిరుసవ్వడితో, అలరారే ఇల్లు ఒకేసారి బిక్కుబిక్కుమంటూ దేవతలేని కోవెలలా, బావురుమంటూ కళావిహీనమై వెలవెలబోతోంది. కాగితాన్ని పట్టుకున్న చేతులు సన్నగా కంపిస్తున్నాయి. అదేంటి? ఎంతో స్ట్రాంగ్ గా ఉండే తాను, కేవలం భార్యలేకపోతే ఇంతలా బలహీనుడైపోతాడా? ఎంత మాత్రం కాదు. పోతేపోనీ! తనకేం కష్టం కాదు. కానీ, అందరికీ సమాధానం ఏమని చెబుతాడు?

సెల్ మోగడంతో అతని ప్రమేయం లేకుండానే వణుకుతున్నచేతులతో తీసుకున్నాడు.

"నాన్నా! బావున్నారా? ఒక్కసారి ఫోన్ అమ్మకివ్వండి. ఏదో వ్రతం గురించి, మీ కోడలు అడుగుతుందిట!" పెద్దకొడుకంటున్నాడు.

"అ...మ్మ! అమ్మ! మరే... లేదు..."

"లేదా? ఎక్కడికెళ్ళింది? స్నానం చేస్తుందా? సరే! అరగంటాగి చేయనా?"

"లేదురా! అమ్మ వెళ్ళిపోయింది!"

"ఏంటీ? వెళ్ళిపోయిందా? ఎక్కడికి? ఎక్కడికెళ్ళింది నాన్నా?"

"మరే! ఏమో! ఎక్కడికో తెలియదు!"

"నాన్నా! ఏం మాట్లాడుతున్నావు? ఎక్కడి కెళ్ళినా నీకు చెబుతుంది కదా! తెలియదా? ఏమైంది? చెప్పు నాన్నా! మళ్ళీ ఏమైనా గొడవపడ్డారా?"

"రాత్రి చిన్నగొడవ!"

"ఎప్పటి నుండి కనబడటంలేదు. ఏమైనా చెప్పిందా, నాన్నా!"

"లేదు! పొద్దున్న లేచేసరికి లేదు. దీపం వెలిగించి వెళ్ళిపోయింది"

"అదేంటి నాన్నా? ఎక్కడికెళ్ళి ఉంటుంది? తమ్ముని దగ్గరకేమైనా పోయిందేమో, ఫోన్ చేసావా నాన్నా!"

"చేయలేదు"

"నేను చేస్తాలే! అక్కడికే వెళ్ళి ఉంటుంది. వాడంటే ప్రాణం కదా!" పెట్టేసాడు.

ఐదు నిమిషాల్లో మళ్ళీ ఫోన్. ఈసారి చిన్నోడి దగ్గరనుండి. "నాన్నా! నాన్నా! అమ్మ ఏమైంది నాన్నా?]ఏమన్నావు నాన్నా మళ్ళీ?" చిన్నోడు దరిదాపు అరుస్తున్నాడు ఫోన్ లో

అంతే అక్కడికీ వెళ్ళలేదని అర్థమయ్యింది. ధైర్యం నిర్వీర్యమైంది. చేతి నుండి సెల్ జారిపోయింది. పిచ్చి వానిలా కిందనే కూలబడిపోయాడు.

బ్రష్ అందించేవాళ్ళు లేరు. కాఫీ ఇచ్చేవాళ్ళు లేరు. షుగర్ పేషంట్, అని తొందరగా సమయానికి టిఫిన్ తినాలని, హడావుడిపడుతూ వేడివేడి టిఫిన్ ఇచ్చేవాళ్ళు లేరు. స్నానానికి నీళ్ళు కాగాయని తోడేవాళ్ళు లేరు. టవల్, బట్టలు అందించేవాళ్ళు లేరు. అసలు ఎంచేసినా, అడిగేవాళ్ళు లేరు. ఏం చేయకపోయినా, అడిగేవాళ్ళు లేరు. అదెంత దుర్భరమో ఇప్పుడు తెలుస్తోంది విశ్వనాథంకు. బయట అరుగుపై, రోజూ అన్నపూర్ణ అన్నం పెట్టే, రెండు కుక్కపిల్లలు లోపలికి చూస్తూ అరుస్తున్నాయి. రోజూ జామచెట్టు మీదికొచ్చే పిట్టలు, తమకు గింజలు వేసే అన్నపూర్ణ కనబడక, అటు ఇటు తిరుగుతున్నాయి. అన్నీ ఒకటికొకటి తోడుంటే, లోకంలో తానొక్కడే ఒంటరివాడినయినట్లు అనిపించింది విశ్వనాథానికి.

సిటీ నుండి ఇద్దరు కొడుకులు భార్గవ్, భాస్కర్ లు, కోడళ్ళు, వారి పిల్లలు వచ్చేసారు. ఏమయ్యిందో ఆరా తీసారు. వెదకడం మొదలుపెట్టారు. విషయం బయటకు రాకుండా ఉండాలని, నాన్నను తమతో పాటు సిటీకే తీసుకొచ్చేసుకున్నారు. వారం గడిచింది. ఎక్కడా, ఆచూకీ లేదు. ఉత్తరం చూసారు. ఆత్మహత్యనయతే చేసుకోదని ఊపిరిపీల్చుకున్నారు.

అయినా ఎవరికీ మనసు మనసులో లేదు. విషయం తెలిస్తే, చుట్టాల్లో, ఆఫీసుల్లో ఎంత పరువు తక్కువ! అయినా అమ్మ తామంటే ఎంత ప్రాణ మిచ్చేది! అలాంటిది, తమతో కనీసం, మాటమాత్రంగానయినా చెప్పకుండా ఎలా వెళ్ళింది?

విశ్వనాథం అయితే గడ్డం పెరిగి మోనంగా, పిచ్చివాడిలా తయారయ్యాడు. ఆమె వెళ్ళిపోవడం అతనికి పెద్ద షాక్ . ఇంట్లో భార్య పై ఎలా పెత్తనం చెలాయించేవాడో! అది కేవలం

భార్య పై మాత్రమే! ఎవరిని ఏమన్నా, ఎవరూ పదరని అర్థమయ్యింది. రోజురోజుకీ తనని అందరూ ట్రీట్ చేసే విధానం అతని మనస్సుని చిద్రం చేస్తోంది. అయినా అందులో వాళ్ళ తప్పేమీ లేదు.

భార్గవ్ సాఫ్ట్ వేర్ కంపనీలో ఉద్యోగి. భార్య కూడా మరో ప్రైవేట్ కంపనీ లో చేస్తుంది. కాబట్టి ఇద్దరూ పొద్దుటే టిఫిన్లు పెట్టుకుని, వాళ్ళు తయారై, పిల్లల్ని తయారుచేసి, వారికి తినిపించి ఒకర్ని స్కూల్ లో ఒకర్ని కేర్ సెంటర్ లో వదిలి హడావుడిగా వెళ్ళి పోతారు. ఆ హడావుడి బతుకులకు, విశ్వనాథం వచ్చేసరికి, అతన్ని పట్టించుకునే తీరికలేదు. ఏదో గోడకు పెట్టినట్లు ఫ్లాస్క్ లో కాఫీ, టిఫిన్ ఇచ్చి వెళ్తుంది కోడలు. వేళకు అన్నీ అమర్చే దిక్కు లేదు. బిక్కుబిక్కుమంటూ ఒక్కడు, రోజంతా గడపాలి. అపార్ట్ మెంట్ కావడంతో ఇరుగుపొరుగూ లేరు.. దుర్భర మనిపించింది. నాలుగు రోజులు నాలుగు యుగాలుగా అనిపించాయి. ఉండలేక, చిన్నకొడుకు భాస్కర్ వచ్చి తీస్కెళతానంటే అక్కడికెళ్ళాడు.

ఇక్కడ కూడా కొడుకు పొద్దున్న 7 గంటలకల్లా ఆఫీస్ కెళ్ళి పోతాడు. చిన్న పాపను కేర్ సెంటర్ లో వదిలి స్కూటీ పై 9 గంటలకు కోడలు యూనివర్సిటీకెళ్ళి పోతుంది. రోజంతా ఒక్కడు! ఊరు కాని ఊరు! 24 గంటలూ, తలుపులు బిగించుకుని, పై కప్పు చూస్తూనో, కిటికీనో, వెక్కిరిస్తున్న తలుపునో, నీకు నేనే దిక్కు అంటూ వగలుపోతున్న టీవీనో చూస్తూ గడపాలి. చిన్నపాపతో కోడలు బిజీగా ఉంటుంది. పైగా ఆ అమ్మాయి ప్రెగ్నెంట్ కాబట్టి కొడుకే, ఆమెకన్నీ చేసి వెళతాడు. ఆమె 'మామయ్యా! మీకేం కావాలన్నా చేసుకోండి. టిఫిన్ ఉంది. భోజనం తయారు చేసాను. కాఫీ కావాలంటే పెట్టుకోండి!' అని అన్ని చెప్పి వెళుతుంది. తిన్నా, తినకపోయినా, తక్కువతిన్నా, ఆలస్యంగా తిన్నా అడిగేవాళ్ళు లేరు.

ఎప్పుడూ సందడిగా, ఫ్రెండ్స్ తో స్వంతవూర్లో వచ్చేవాళ్ళు, పోయేవాళ్ళు పలకరిస్తుంటే, ఇంట్లోని కిరాణం షాప్ లో కూర్చుని ఉండే విశ్వనాథంకు ఇది సహించలేకుండా ఉంది. ఎప్పుడెప్పుడు అక్కడి నుండి బయటపడదామని ఉండేది. ఇలాంటి పరిస్థితి తెచ్చిన భార్యపై కోపం వచ్చేది. ఒక్కోసారి తనపై తనకే తనప్రవర్తనకు అసహ్యం అనిపించేది. ఈ మానసికవేదన తనను డిప్రెషన్ లోకి తీసుకెళుతుందేమో అని భయం వేసేది. ఆమె తనను నొప్పించక ఎంత బాగా చూసుకున్నది! అక్కడున్న పదిరోజులు పది యుగాల్లా నడిచాయి. అంతకు ముందు పిల్లల ఇండ్లల్లోకి వచ్చినా, అప్పుడు ఎప్పుడైనా భార్యతో కలిసే వచ్చాడు, కాబట్టి ఇంట్లోలాగానే అన్నీ భయపడుకుంటూ వేళకు అందించేది. ఇక్కడ కూడా క్షణం ఖాళీ లేకుండా వడియాలు పెట్టడమో, అల్లం వెల్లుల్లి గ్రైండ్ చేయడమో, ఏమైనా జంతికలు చేసిపెట్టడమో, అంట్లుకడగడమో, బట్టలు ఆరేయడమో, మడతపెట్టడమో ఇలా ఏదో ఒక పనిచేసేది. ఆమె లేని 10 రోజుల్లో ఆమె తనకెంత అవసరమో, ఆమె లేకపోతే తన బ్రతుకెంత కష్టమో తెల్సిపోయింది అతనికి. ఇలా ఎంతకాలమో అర్థమవలేదు.

ఆరోజు ఆదివారం కావడంతో అంతా ఇంట్లోనే ఉన్నారు. అంతా ఆరోజు పోలీస్ స్టేషన్ లో

కంప్లైంట్ ఇవ్వడమో, వెదకడమో, ఏదైనా చేసి అమ్మ ఆచూకి తెలుసుకోవాలని అన్ని అవకాశాలు శోధించడం మొదలుపెట్టారు.

తమ ఊర్లోనుండి వెళ్ళాలంటే, వెళితే 'బస్సు' లేదా 'రైలు'. చిన్న వూరు కాబట్టి అమ్మ వెళ్ళిన సమయానికి ఉన్న బస్సులుగానీ రైళ్ళుగానీ తెలుసుకోవడం కష్టంకాదు. అని అలా మొదలుపెట్టిన వేటలో ముఖ్యసమాచారం అక్కడి చాకలాయన ద్వారా తెల్సింది.

అక్కడికి కొడుకులు వచ్చినప్పుడు చాకలాయన, 'ఇదేందయ్యగారూ! చిన్నయ్యగార్లు ఇక్కడికొస్తే, పూర్ణమ్మేమో రైల్వే స్టేషన్ కు వెళ్ళింది' అన్నాడట. అప్పుడు అతని మాట విని వెళ్ళి రైల్వే స్టేషన్ లో వాకబు చేసారు, కానీ అప్పుడున్న రైలు నెల్లూరు వైపు వెళ్ళేది అని తెలుసుకుని, అసలు అమ్మకి ఆటువైపే తెలీదు, అటెందుకెళుతుంది? చాకలాయన ఎటు చూసాడో? అసలే అతను తెలివితక్కువవాడు అనుకని వూర్కున్నారు. కానీ ఇప్పుడు ఆలోచిస్తుంటే భాస్కర్ కి ఒకసారి అమ్మ, పేపర్ లో వచ్చిన 'అమ్మ' అనాథాశ్రమం గురించి ఆరా తీసిన విషయం గుర్తొచ్చింది. ఒక రెండునెలలక్రితం ఆ ఆశ్రమంలో నిస్స్వార్థంగా సేవ చేయడానికి ఎవరైనా ముందుకొస్తే, ఫలానా సెల్ నంబర్ లో సంప్రదించాలని రాసిఉంటే, 'అది ఎక్కడ ఉందిరా? ఎలా వెళతారు?' అంటూ అడిగింది. 'నీకెందుకమ్మా?' అంటే, 'మనూర్లో ఎవరో అడిగారు, చెప్పడానికి' అన్నట్లు గుర్తు. ఏదో అనుమానంతో ఆ ఆశ్రమానికి నెట్ లో నంబర్ వెదికి ఫోన్ చేసాడు. అతని అనుమానం నిజమయ్యింది. పదకొండురోజుల ముందర 50 ఏళ్ల ఆవిడ సేవచేయడానికి వచ్చి చేరిందని చెప్పారు. వారు చెప్పిన పోలికలు అన్నపూర్ణ పోలికలు కలిసాయి. వెంటనే అందరూ కల్సి బయల్దేరారు.

★★★

ఆ గదిలో నిశ్శబ్దం రాజ్యమేలుతుంది. అన్నపూర్ణ ఒక కుర్చీలో కూర్చుని ఉంది. చుట్టూ ఉన్న సోఫాలో కుర్చీల్లో విశ్వనాథం, భార్గవ్, భాస్కర్ అంతా కూర్చొని ఉన్నారు

నిశ్శబ్ధాన్ని చేధిస్తూ భార్గవ్ అన్నాడు, "అమ్మా! ఇదేమైనా బావుందామ్మా? ఎందుకలా చెప్పా పెట్టకుండా వచ్చేసావు? నీకేం తక్కువయ్యింది?"

"అన్నీ ఎక్కువే అయ్యాయి. తట్టుకోలేక వచ్చేసాను!"

"ఏంటమ్మా! అలా అంటున్నావ్! నాన్నతో గొడవైతే, మేములేమా? మాకు చెప్పలేదు! అయినా నాన్న కూడా బాగా బాధపడుతున్నాడు. అన్నట్లు ఆ రోజు నువ్వచ్చిన సలహా వల్ల మట్టి వినాయకుణ్ణి తెస్తే, మన కాలనీకి ప్రథమ బహుమతి వచ్చింది. పైగా వరదబాధితులకు సహాయం చేసిన ఒకేఒక కాలనీగా మనకాలనీ సెక్రెటరీ రేపు రాష్ట్ర అవతరణదినోత్సవం రోజున బహుమతి అందుకోబోతున్నాడు. అంతా నిన్నే గుర్తు చేస్తున్నారు. నీకు సన్మానం చేస్తానన్నారు" భాస్కర్ అన్నాడు.

"నువ్వు కోరకుండానే చీరలు, బంగారం, నగలు అన్నీ కొనిపెట్టాను కదా! అదంతా నీపై

ప్రేమలేకనే చేసానా? ఇక వచ్చేసెయ్!" విశ్వనాథం అన్నాడు.

ఇంకా మౌనంగానే ఉన్న అన్నపూర్ణను చూస్తూ, 'అమ్మా! చెప్పమ్మా! ఇంకా అలా మౌనంగా ఉంటావేం? నీ మనసులో ఏముందో చెప్పు! నీకు ఎందుకు బాధయిందో చెప్పు! మేమెవరమైనా, నీ మనస్సును బాధ పెట్టామా? చెప్పమ్మా! కోడల్లెవరైనా, ఏమైనా అన్నారా? ఏదైనా మాట్లాడమ్మా! నీ మనసులో ఉన్నది చెప్పకపోతే నామీద ఒట్టే!" భాస్కర్ వచ్చి అమ్మ కాళ్ళు పట్టుకుంటూ అన్నాడు.

కొడుకును అక్కున చేర్చుకుంటూ, లేపి పక్కన కూర్చోబెట్టుకుంది. ఆమె కళ్ళముందు తను బాధపడ్డ కొన్ని సంఘటనలు కదలాడాయి.

"ఏమండీ! కాఫీ తీసుకోండి!" పెళ్ళె వారమయినా మాట్లాడక, అసలు ఒకమనిషి ఉన్నదనే గుర్తించనట్లు వ్యవహరిస్తున్న భర్తను తనకు తానై మొదటిసారి పలకరించింది.

"మా అమ్మ, నిన్ను చేసుకోకపోతే చస్తానని బెదిరిస్తే చేసుకున్నాను. మరోసారి నా దగ్గరకు రావడానికి ప్రయత్నించకు!" వేడివేడి పాలగ్లాసుని అలాగే విసిరికొడుతూ విసురుగా వెళ్ళిపోయాడు.

చేతులమీద, మొహం మీదపడిన వేడివేడి కాఫీ కన్నా అతని మాటలు, చేతలు మనస్సుని చిద్ర చిద్రంచేయగా హతాశురాలైంది.

తర్వాత అత్తద్వారా, మిగతావారి ద్వారా తెలిసిన విషయం ఏమిటంటే, అతను అంతకుముందే ఎవర్నో ప్రేమించాడట. ఇరువైపులవారూ ఒప్పుకోలేదు. ఈలోగా ఆమె వేరేవారిని పెళ్ళిచేసుకుని వెళ్ళిపోయిందట. అయితే ఇందులో, తన తప్పు ఏం ఉందో అర్థంకాలేదు. 'కలవారింట పడింది, కూతురు జీవితం బాగుంటుంది' అని శక్తికి మించి అప్పుచేసి అన్నీ భారీగా జరిపించిన తల్లితండ్రుల ఆనందాన్ని, పాడుచేసి వారికి క్షోభ కలిగించడం ఇష్టంలేక, అక్కడికెళితే ఈ విషయం బయటపడుతుందని ఎవరికీ చెప్పలేదు. అప్పటి నుండి కేవలం భగవంతుడినే నమ్ముకుంది. అయినా ఆమె తప్పులేకుండా తిట్లు, తన్నులు తింటూనే ఉంది. మంచి సంబంధం అని, తొమ్మిదోతరగతి లోనే పెళ్ళిచేస్తూ, 'అత్తగారింటిలో చదువుకుందువులే బిడ్డా!' అన్నాడు తండ్రి. కానీ ఇక్కడ చదువుకోవడానికి కాదు కదా! ఎప్పుడైనా పేపర్ చదివినట్లు చూసినా కోపంతో చించేసేవాడు. అతనికి తెలియకుండా దాచుకుని మరీ అతను లేనప్పుడ పేపర్ చదివేది. ఎదురుగుండా ఉండే గ్రంథాలయంలో నుండి పుస్తకాలు తెచ్చుకుని, భర్త లేనప్పుడు, దుకాణంలో ఖాళీగా ఉన్నప్పుడు చదువుకునేది. 'చిరిగిన చొక్కా నైనా తొడుక్కో, కానీ మంచిపుస్తకం కొనుక్కో!' అన్న పంతులుగారి మాటలని గుర్తుచేసుకుంటూ, తల్లిగారిచ్చిన డబ్బుల్ని గ్రంథాలయానికి అప్పుడో, ఇప్పుడో కట్టేది.

రెండెళ్ళ తర్వాత, ఆమె చేసిన పూజల మహత్యమో, అందరూ చేసిన బోధల ఫలితమో, వయసుపెట్టే బాధల ఫలితమో గానీ, ఏదో అలా వయసు వేడి చల్లారుకునేవాడు.

"నీ కోసమే కదా! తిరుపతికి వచ్చింది. అమ్మ, నాన్న, అక్క మేమంతా ఒక చోట ఉంటే, నువ్వెక్కడో ఉంటావేం? మాతో కల్సిరావాలని తెలీదా? తప్పిపోతే ఎక్కడ వెదకాలి?" వాళ్ళతో కల్సి తోసుకురాలేక, చేతిలోని విష్ణుసహస్రనామాలు చదువుతూ కొంచెం వెనకబడిన ఆమెను, అందరి ముందే జుట్టుపట్టి కొడుతూ, విసురుగా చేయిపట్టి బరబరా లాక్కెళ్ళాడు

"ఏయ్! ఏంటిది? ఇదేమైనా కూరేనా? తినొద్దని చారెడు ఉప్పేసావా?" కంచం ఆమె మొహం పైకి గిరాటేస్తూ, ఎక్కడపడిందో చూసుకోకుండా వెళ్ళిపోయాడు.

"ఇదేమైనా మనుషులు తినే కూరేనా? ఇందులో అసలు ఉప్పో, కారమో ఉన్నాయా? ఒళ్ళు దగ్గర పెట్టుకునే చేస్తున్నావా?" భయంభయంగా, అతను ముద్ద నోట్లో పెట్టుకునే వరకు ప్రాణాలరచేతిలో పట్టుకుని చూస్తున్న ఆమెను చూస్తూ, పళ్ళెం ఎత్తేసి హుంకరిస్తూ వెళ్ళిపోయాడు.

"పిలుస్తుంటే పలకవే! ఎంత కొవ్వెక్కిందే నీకు? అప్పుడే కళ్ళు నెత్తి మీదికెక్కాయా? ఎన్నిసార్లు అరవాలి? ఎడ చచ్చావు?"

"మా ఫ్రెండ్స్ మందు పార్టీ కొస్తున్నారు. చికెన్, ఫిష్ నాలుగురకాలుగా చెయ్యమన్నానా? రెండెరకాలు చేసావేం? నువ్వసలు ఒక అమ్మకు, అయ్యకు పుట్టలేదే! అయినా తిందామంటే లేనింట్లో పుట్టినదానివి, నీకు ఈ పద్ధతులన్నీ ఎలా తెలుస్తాయి? మా ఫ్రెండ్స్ ముందు నాకు అవమానం చేస్తావా?" జుట్టుపట్టి ఈడుస్తూ, కడుపులో కాలుతో తంతూ అంటుంటే, బాధతో లుంగ చుట్టుకుపోయేది.

' టిఫిన్ 7 గంటలకల్లా తయారుగా ఉండాలని తెలీదా? వాకింగ్ నుండి వచ్చి అరగంటయ్యింది. పూజ, పూజ అని చంపుతున్నావు. నీకు పూజలేకుండా చేస్తాచూడు!" కోపంగా పూజ గదిలోని విగ్రహాలన్నీ చెరిపేస్తూ అరిచాడు.

"ఎంతసేపయ్యింది, తలుపు కొట్ట బట్టి, గొంతు చించుకునేలా అరుస్తున్నాను. ఎవడితో కులుకుతున్నావు! లం.... వాడవాడంతా లేచింది. నీకు మాత్రం తెలివి రాలేదా?" అర్ధరాత్రి 12 గంటలకు క్లబ్ నుండి వచ్చి, తలుపుకొట్టి వాడవాడంతా బయటకు వచ్చి చూస్తుంటే, అందరిముందే గుద్దులురుముతూ, జుట్టుపట్టికొడుతూ వీరంగం చేసోడు, వాంతులు అవుతున్నాయని వేసుకున్న మాత్రలో ఉన్న మత్తుమందు వల్ల ఒళ్ళెరగక నిద్రపోయిన సంగతి తెలుసుకోకుండా, గర్భవతి అని కూడా చూడకుండా!

ఒకసారి బస్ లో వెళుతుంటే, అసలే రాత్రి అన్నీ సర్ధుకుని పడుకునేసరికి 12 దాటినందుకో, పొద్దున్నే 4 గంటలకే లేసినందుకో, బస్ కుదుపులు వుయ్యాలలా ఉండి జో కొట్టినందుకోగాని, నిద్ర తనకు తెలియకుండానే ముంచుకొచ్చింది. నిద్రలో తలవంగి అతని భుజంపై వాలిందేమో! తలను విసురుగా నెట్టేస్తే, వెళ్ళి బస్ కిటికికి తగిలింది. దెబ్బకు తల మొద్దుబారింది. ఒక్క క్షణం గుండె ఆగింది, నిద్రలో ఈ అనుకోని పరిణామానికి.

ఇలా చెప్పుకుంటూ పోతే ఇలాంటివి కోకొల్లలు! తాను అనుభవించిన నరకం అంతా

ఇంతా కాదు. ఇప్పటికీ అతనింటిలో ఉన్నాడంటే భయమే! చిన్నప్పటి నుండి తండ్రి ఎప్పటికీ చెప్పే, నీతి కథల ప్రభావమో, ఆయన ప్రతి ఏడాది చలివేంద్రం పెట్టి, వారానికోసారి తమింటి దగ్గరలో ఉన్న అనాథాశ్రమంలో తనకు వీలైన సేవచేసి రావడం వల్లనోగానీ తనకీ, పుట్టినందుకు సమాజానికి ఏదైనా మేలుచేయాలనే సేవాభావం, భక్తిభావం ఎక్కువ. కానీ పెళ్లితో అలాంటి ఆశలన్నీ అడియాశలయ్యాయి.

"నీకు ఎప్పుడు చిన్నకొడుకంటేనే ఇష్టం. ఎప్పుడొచ్చినా, వాడి దగ్గరకే వెళతావు. ఇక్కడ ఇద్దరు పిల్లలతో, ఉద్యోగాలతో మేము సతమతమవుతుంటే కనీసం ఎలా ఉన్నారా? అనో, వచ్చి నాలుగు రోజులు ఉండి పోదామనో ఉండనే ఉండదు" పెద్దకొడుకు నిష్ఠూరమాడడంతోఒకసారి భార్గవ్ ఇంటికి వెళ్ళింది. అప్పుడు ఆ అపార్ట్మెంట్ లో ఉన్నవాళ్ళంతా కలిసి తిరుమలలో సేవచేయడానికి వారంరోజులు వెళుతున్నామని రమ్మన్నారు. కోలలతో దేవుడి ముందు ఆడటం కూడా తనకు చాలా ఇష్టమే. ఇక భర్త అనే యముడు లేడు కదాని, పైగా ఆ అపార్ట్మెంట్ వాళ్ళు తనకు కొంచెం పరిచయస్తులే, కాబట్టి తోడూ ఉంటుంది అని, కొడుకు తో చెప్పి, 'సరే' అంది. ఎంతో సంతోషంతో అన్నీ సర్దుకుంది. కానీ తీరా బయలుదేరేరోజు భార్గవ్ కూతురికి జ్వరం. కోడలు తనకు ఆఫీస్ లో లీవ్ పెట్టే వీలులేదంది. 'అత్తయ్య మరెప్పుడైనా వెళుతుంది, ప్రస్తుతానికి పాపను కనిపెట్టుకుని ఇంట్లో ఉంటుందిలే అనడంతో ఉత్సాహం అంతా నీరుకారిపోయింది.

"అమ్మా! నీకెప్పుడూ అన్నయ్య అంటేనే ప్రేమ, వాడి తరవాత, వాడేసుకున్న బట్టలు వాడేసిన పుస్తకాలు, సైకిల్ నాకిచ్చినట్లే, వాడి దగ్గరకెళ్ళాకనే నేను గుర్తొస్తాను. చిన్నవాళ్ళు, ఓ పాపతో,ప్రెగ్నెంట్ ఎలా చేసుకుంటుందో, అనైనా ఉండదు." చిన్నకొడుకు అలగడంతో, పెద్దకొడుకు ఇంటినుండి మళ్ళీ, తమింటికి వచ్చి, పదిరోజులు లేకపోవడంతో, అస్తవ్యస్తంగా ఉన్న ఇంటిని శుభ్రం చేసుకుని, ఇల్లంతా దులుపుకుని అన్నీ కడుక్కుని, కోడలికి తినడానికి ఫలహారాలు తయారుచేసి, రెండు బస్సులు ఎక్కి దిగి, చిన్న కొడుకింటికొచ్చింది. ఆమెకు వాంతులవుతున్నాయని రెస్ట్ తీసుకొమ్మని, ఇంటి పని అంత మీదేసుకుని చేసింది. ఇంట్లో, ఒక పెద్దావిడను ఆయాగా పెట్టుకున్నారు. ఆవిడ పాపకు సంబంధించి అంతా చూసుకుంటుంది. ఆమె అక్కడ ఉండగా తుఫాను వచ్చింది. పేపర్లలో, టీవీలో అక్కడి బాధాకరమైన దృశ్యాలు చూసి ఆమె కళ్ళు ఆగకుండా వర్షించాయి. ఇప్పుడు కొడుకు దగ్గరున్నప్పుడైనా మనమేం చేయలేమా? అనుకుంది. ఆలోచిస్తే ఆలోచన ఒకటి రూపుదిద్దుకుంది. ఆకాలనీ అందరూ వినాయకచవితి ఉత్సవాల సందర్భంగా మీటింగ్ పెట్టుకున్నప్పుడు, కొడుకుతో పాటు తానూ వెళ్ళింది. మీటింగ్ లో ఆ కార్యక్రమాలన్నిటి గురించి చర్చించాక, ఇంకా ఎవరైనా మాట్లాడతారా? అని అడిగారు. అప్పుడు, 'నేనొక రెండునిమిషాలు మాట్లాడవచ్చా?'అని అడిగింది అన్నపూర్ణ.

'అమ్మా! నువ్వేం మాట్లాడతావు. నీకేం తెలిదు. పదిమందీ నవ్వుతారు. వద్దు...' అంటూ కొడుకు చిన్నగా, కోపంగా ఆమెతో అంటున్న వినకుండా, 'సభకు నమస్కారం. ఈ సభలో

చర్చకురాని, నాకు తెలిసిన రెండు విషయాలు చెప్పాలనుకుంటున్నాను. ఒకటి వినాయకచవితి, చాలా గ్రాండ్ గా చేయాలని పెద్ద వినాయకుణ్ణి పెట్టాలని నిర్ణయించారు. అయితే ఆ వినాయకుడు, 'మట్టితో చేసినదయితే మంచిదని అలా అయితే, పర్యావరణ పరిరక్షణకు దోహదం చేసిన వాళ్ళమవుతామని నా అభిప్రాయం. ఎందుకంటే ప్లాస్టర్ ఆఫ్ పారిస్ తో చేసిన విగ్రహాలు వాటికి వేసిన రంగులు అవీ రసాయనాలతో చేసినవి కావడాన అవి నిమజ్జనం చేసినపుడు ఆ నీటిలో ఉన్న జలచరాలకు, ఆ నీటిని వాడే మనకు ముప్పును కలిగిస్తాయి. వినాయకులపోటీలో భారీ విగ్రహంగా మనకు పోటీలో బహుమతి రావడం కన్నా, సమాజానికి మేలు చేసిన సంతృప్తి రావడమే మిన్న అని నా అభిప్రాయం అంతేకాదు, ఇలా మనం ముందు మొదలుపెడితే, అలా పిల్లలుకూడా అది మననుండి నేర్చుకుని, తర్వాత కూడా ఇలాంటి సంస్కృతినే కొనసాగిస్తారు. 'నేటి బాలలే రేపటి పౌరులు' అన్నారు, కాబట్టి అలా మనం మన భావితరానికి దిశానిర్దేశం చేసే అవకాశం దక్కుతుంది. ఇక రెండవది 'మానవసేవయే మాధవ సేవ' అన్నారు. మొన్న తుఫాన్ వల్ల అల్లకల్లోలమైన ప్రాంతాలను, ఇల్లు వాకిలీ కోల్పోయినవాళ్ళను, అయిన వాళ్ళను పోగొట్టుకున్నవాళ్ళను చూస్తున్నాం. అలాంటి వాళ్ళకు మనకు చేతనైనంత సహాయం ఏదైనా చేస్తే, మంచిదని నా అభిప్రాయం. ఒక్కరిగా చేస్తే ఆ ఉపకారం చిన్నగా ఉంటుంది. కానీ అందరం కలిసి కట్టుగా వస్తు రూపేనానో, డబ్బు రూపేనానో సహాయం చేయగలిగితే మంచిదని అనిపిస్తోంది. మీరూ ఆలోచించండి. ఎందుకంటే ఈ కాలనీలో ఉన్నవాళ్ళంతా అంతో ఇంతో ఉన్నవాళ్ళే. డబ్బుకు లోటు లేని వాళ్ళే. సమయం మాత్రం ఎవరికీ ఉండదు. కాబట్టి ఈ రెండురోజుల్లో నేను అలాంటి ఏ సహాయం చేయాలన్నా, చేయడానికి సిద్ధముగా ఉన్నాను. ఈ అవకాశం ఇచ్చినందుకు ధన్యవాదాలు' అంటూ, కూర్చోగానే అంతా అభినందనపూర్వకంగా చప్పట్లు కొట్టారు. ఆ బాధ్యత ఆమెనే తీసుకోమన్నారు.

అలా నాలుగు రోజులు మొత్తం కాలనీ అంతా తిరిగి పోగుసినవి, ఆ రోజు కలెక్టర్ కార్యాలయంలో ఇచ్చిరావాలి. ఆ రోజు భాస్కర్ ఇంట్లోని ఆయా జ్వరం అని రాలేదు. అన్నపూర్ణ తప్పనిసరై ఇంట్లోనే ఉండి పాపను కనిపెట్టుకుని ఉండమన్నారు. ఆరోజువరకే ఏవైనా విరాళాలు ఇవ్వదల్చుకున్నవారు ఇవ్వవచ్చు, అని ప్రకటన వచ్చింది. ఆ రోజు ఇవ్వకపోతే, కాలనీ అందరి దగ్గర గొప్పలు పలికి, తాము తినేసినట్లవుతుంది. అన్నపూర్ణ మనసు మనసులో లేదు. ఆరోజు సాయంత్రం అయినా, కొడుకును తొందరగా రమ్మని వచ్చేంతవరకు కాలుగాలిన పిల్లలా తిరిగి, కేవలం అరగంట ముందు వచ్చిన కొడుకుకు అవన్నీ ఇచ్చి పంపించింది. అతనొచ్చేంతవరకూ, తీసుకున్నారో లేదోనని టెన్షన్ గా ఎదురుచూసింది.

ఇటీవలే జరిగిన, బస్ లో తలను విసిరికొట్టిన సంగతి, ఇంట్లో మాత్ర వేసుకుని పడుకుంటే అందరి ముందు కొట్టిన విషయం కొడుకులతో చెప్పుకుని ఏడ్చింది, ఇక తానా బాధ భరించలేనని, నాన్నతో ఇక అక్కడికి తాను వెళ్ళని. అయినా ఏ కొడుకూ, 'అయ్యో! అమ్మా! మేము చిన్నప్పటి

నుండి చూస్తున్నాము, ఇంకా నాన్న మారలేదు, మేము నాన్ననడుగుతామనో, 'నువ్వు బాధపడకమ్మా! మీకు మేము లేమా?' అనో ఒక్కరూ ధైర్యం చెప్పలేదు.

మళ్ళీ భర్త రాగానే మారుమాట్లాడకుండా పంపించారు. అప్పుడే ఆమె మనస్సు ముక్కలయ్యింది. ఛీ! ఏం బ్రతుకు? సిగ్గువిడిచి పిల్లల దగ్గర విషయం చెప్పినప్పుడైనా, ఒక్కరూ, 'నాన్న ఇది తప్పు! మరోసారి ఇలా చేయకండి!' అని ఒక్కమాట మాట్లాడలేదు.ఇప్పుడవన్నీ వాళ్ళ కళ్ళముందు పరిచింది. అంతా నేరం చేసినట్లు తలలు వంచుకున్నారు.

"నా మనస్సు బాధపడ్డ సంఘటనలు చెప్పమంటే మచ్చుకు కొన్ని చెప్పాను. ఒక్కసారి మీరు నా స్థానంలో ఉండి ఆలోచించండి. నేను చేసిన పని తప్పా? చిన్నప్పటినుండి నేను కన్న కలలేవీ నెరవేర్చుకోలేకపోయాను. కనీసం ఈ జీవిత చరమాంకంలోనైనా నాకిష్టమైనట్లు నేను బ్రతికే, వరమివ్వండి. నాకు నగలు, నాణ్యాలు కావాలని నేనెప్పుడూ అడగలేదు. అవి కేవలం ఆయన హోదాకు గుర్తుగానే చేయించారు. అంతేకానీ, నాపై ప్రేమతో కాదన్నది మీకంతా తెలుసు. మానవ శరీరం గరిష్టంగా 45 డెసిబుల్ (యూనిట్ల) బాధను భరించగలదట. కానీ బిడ్డకు జన్మ నిచ్చేప్పుడు తల్లియాబై ఏడు డె. (యూనిట్ల) నొప్పి భరిస్తుందట. అది 20 ఎముకలు ఒకేసారి విరిగితే పడే బాధకు సమానమట. అలాంటి   కొడుకుల ముందు ఒక్క సారి చెప్పడానికే నేను సిగ్గుతో కుంచించుకుపోయాను. కానీ అది వాళ్ళంత తేలిగ్గా తీసుకున్నాక,   ఎందుకు చెప్పానా? అనిపించింది. అందుకే మీకెవ్వరికీ ఏ   బాధలు పెట్టదల్చుకోలేదు.   నేనెవ్వరికీ భారం కాదల్చుకోలేదు. దయచేసి నన్నిలా వదిలెయ్యండి" చేతులు జోడించి తలను చేతులపై వంచుతూ అంది అన్నపూర్ణ.

"అలాఅనకు పూర్ణా! నిన్ను బాధ పెట్టిన మాట నిజమే! కానీ నువ్వులేక నేనుండలేను. నన్ను క్షమించు! ఇక నీ మనస్సు నొప్పించకుండా చూసుకుంటాను. నువ్వు ఏమేం చేయాలనుకున్నావో, ఇప్పుడు అక్కడికొచ్చి అవన్నీ చేసుకో! కానీ రానని మాత్రం అనకు! దయచేసి నన్నుక్షమించు!" కన్నీళ్లపర్యంత మయ్యాడు విశ్వనాథం, ఆమె చేతులు పట్టుకుంటూ.

తీక్షణంగా చూసింది అతని వైపు. ఆ చూపులోని అర్థం తెలిసిపోయింది అతనికి. ఇప్పటివరకు ఎప్పుడూ, ఇలా పేరు పెట్టి పిల్చింది లేదు, ఎప్పుడూ ఆమె పేర్లు, 'ఏయ్! ఉన్నావా? బుద్ధిలేనిదానా! సిగ్గులేనిదానా!...' లాంటివే గాని, ఎప్పుడూ ఇలా ఆప్యాయంగా పిల్చింది లేదు.

"నిజమే! నీ చూపులకర్థం నాకు తెల్సింది. నిన్నెప్పుడూ ఇలా పేరుపెట్టి పిలవలేదు. ఘోరంగా అవమానించాను, నాది తప్పే! క్షమించు, చచ్చిన పామును మరీ చంపొద్దు!"

"అమ్మా! అలా అనకమ్మా! ఏదో మా బిజీలో ఉండి మేము నిన్ను నీ బాధను పట్టించుకోలేదు. కానీ నిన్ను వదిలి మేము ఉండలేమమ్మా! మమ్మల్ని క్షమించి రామ్మా!" కొడుకులిద్దరూ కన్నీళ్ళతో తల్లి కాళ్ళు కడిగారు. వీచేగాలి కూడా, ఆమె తీర్పు కోసం చెవులు రిక్కించింది. 'కార్యేషు దాసీ, కరణేషు మంత్రి, భోజ్యేషు మాతలతో పాటు 'క్షమయా ధరిత్రీ', 'అమ్మ

మనసు వెన్న' కూడా తన ప్రతిరూపాలే అని నిరూపిస్తూ ఆమె చిరునవ్వు నవ్వింది. ఆ ఆశ్రమ ఆవరణలో నున్న గుడి జేగంటలు 'శుభం' అన్నట్లు మృదుమధురంగా మోగాయి.

ఌ❀ఌ

తెలుగు వెలుగు మార్చి 2021లో ప్రచురితం.

అసలు ప్రేమ

'సెల్ఫ్ కేర్ ఈజ్ నాట్ సెల్ఫిష్...
యు కనాట్ సర్వ్ ఫ్రం ఎన్ ఎంప్టీ వెస్సెల్ '
(స్వయం శ్రద్ధ తీసుకోవడం స్వార్థం కాదు ..... ఎందుకంటే ఖాళీ పాత్ర నుండి నువ్వు ఇతరులకు
ఏవీ పంచలేవు... అందించలేవు...)

ఎక్కడో చదివిన కొటేషన్ ఆమె జీవితాన్ని మార్చేసింది.మార్చుకున్న ఆమె జీవన సరళి ఎన్నో విమర్శలతో పాటు, ఆమె జీవితాన్ని ఎన్నో మలుపులు తిప్పుతుందని అప్పుడు ఆమె అనుకోలేదు... కానీ కాలగమనంలో ఆమె దృఢ సంకల్పం అలా ఆమెను నడిపించింది. దానికి కారణం అంతకు ముందు ఆమె జీవితంలో జరిగిన, ఆమె కలలోనైనా ఊహించని సంఘటన. ఆమె పేరు సంగీత.

★★★

"చూసావా వదినా! ఆరన్నా కాలేదు. టింగు రంగా అని, ట్రాక్ సూట్ వేసుకుని గ్రౌండ్ కి ఎలా బయల్దేరిందో? నాలుగు పదులు దాటిన ఆ వయస్సెంతి? అలా తిరగడమేంటి? పిల్లలు లేస్తారు, వాళ్ళ పనులు చూడాలన్న బాధే లేదు..."

"అంతేనా! ఇంటి పనులు వదిలేసి, సమాజసేవాకార్యక్రమాలని తిరుగుతుంది. ఇక పిల్లలని పట్టించుకునేదెపుడో? నాకయితే పిల్లలను ఇబ్బందులకు గురిచేసి ఎక్కడికీ వెళ్ళబుద్ధి కాదు"

ఇంటి ముందు ముగ్గులు పరుస్తూ, గుసగుసలాడుకుంటున్న పక్కింటి వనజ, రమణిల మాటలు నిశ్శబ్దంగా ఉన్న వీధిలో సంగీత నడుస్తుంటే వినబడుతున్నాయి.

ఆమె వినాలనే అంటున్నారని ఆమెకు తెలుసు. అయినా పట్టించుకోకుండా సాగిపోయింది.గ్రౌండ్ లో నడుస్తుంటే, వెనక వాళ్ళు మాట్లాడుకుంటున్న మాటలు లీలగా వినబడుతున్నాయి.

"ఆవిడ మా ఫ్రెండ్ మదర్, ఆవిడ అలా ఇంటర్ అమ్మాయికి తల్లిలా ఉందా? ఈవిడే కాలేజీ పిల్లలా ఉంటుంది"

"ఇలా రోజూ వాకింగ్ కి వస్తే, వయస్సు పెరుగుతుందా ఏమిటి? అలా కనబడాలనే కదా! ఈ వాకింగ్లు"

"అమ్మో! మా అమ్మ అయితే, ఎంత రమ్మిన్నారాదు. 'నేను అలా వస్తే ఈ టిఫిన్లు, వంటలు, ఇంటిపనులు, ఇవన్నీ ఎవరు చేస్తారే? మీకు సమయానికి అందివ్వొద్దూ!' అంటుంది. నిజంగా ఎంత మంచి అమ్మ కదా! అమ్మ అంటే అలా ఉండాలి. మాకోసం, మా అమ్మ ఎన్ని త్యాగాలు చేసిందో? అందుకే మా అమ్మ అంటే నాకు ప్రాణం"

వారు నెమ్మదిగా మాట్లాడుకుంటూ నడుస్తున్నా, వారి ముందు ఉన్న సంగీతకు వినబడుతూనే ఉన్నాయి.

★★★★★

"ఏరా! చిట్టితల్లీ! వస్తున్నావా? త్వరగా రా! నాకు టైం అవుతుంది. టిఫిన్ పెట్టేసాను" డైనింగ్ టేబిల్ పై ఇడ్లి తింటూ, కూతురు త్రైలోక్య కోసం కేకేసింది సంగీత.

"వస్తున్నా అమ్మా!" అంటూ వచ్చింది త్రైలోక్య. ఆమె వచ్చేసరికే వేడివేడి ఇడ్లీలు వేసుకుని, చట్నీతో తింటోంది సంగీత. త్రైలోక్యకు ఆమె ఫ్రెండ్స్ మాటలు గుర్తొచ్చాయి.

"మా అమ్మ అయితే, మేము తినేంతవరకు అస్సలు తినదు. మేమంతా తిన్నాకనే తింటుంది. అన్నయ్యకు, నాకు, స్నాక్సో, పండ్లో ఏదో, మాకు ఏది ఇష్టమైతే అది ముందు మాకిచ్చాక, ఏమైనా మిగిలితే, తను తింటుంది. ఒక్కోసారి, నిన్నటిది ఏమైనా పాడయినా, తనే తింటుంది, కాని మాకు మాత్రం వేడివేడివి చేసి పెడుతుంది"

అమ్మ కూడా అలాగే ఉండేది. కాని ఈ మధ్య ఎందుకో ఇదివరకులా తినడం లేదు, ఉండడం లేదు. ఇదివరకు తామే లోకంలా, పొద్దుటి నుండి రాత్రివరకు క్షణం తీరిక లేకుండా పని చేసేది. అపుడు పనిమనిషి కూడా లేదు. కాని ఇపుడు పనమ్మాయిని పెట్టుకుంది. పైగా ఎప్పుడు లేనిది, పొద్దుటే వాకింగ్ అంటూ తాము లేచేలోగానే వెళ్ళివస్తోంది. అలాగని లావుగా కూడా ఏం లేదు. తమను కూడా రమ్మంటోంది. యోగా చేస్తోంది. వండినది కూడా వండాక, తమకు తినడానికి ఆలస్యమవుతుంది అనుకుంటే, తను ముందే వేడివేడిది, పూజ చేయగానే తినేస్తుంది. అయినా అమ్మ కూడా త్వరగా ఆఫీసుకు వెళ్ళాలి కదా! ఇంట్లో ఉన్నా, ఆఫీసుకి వెళ్ళినా, తమకు ఎంత ఇంట్రస్ట్ తీసుకుని బాక్స్ లో స్నాక్స్, ప్రొటీన్ ఆహారం అని, పండ్లు, మొలకలు ఇలా అన్ని శ్రమ తీసుకుని తయారుచేసి పెడుతుందో, ఇపుడు తనూ, తమలాగానే అన్ని గుర్తు పెట్టుకుని, బాగ్ లో పెద్ద మజ్జిగ బాటిల్, మొలకలు, రాగి జావ, ఒకరోజు కొర్రల అన్నం, ఒక రోజు ఊదలది, ఇలా రోజుకొక రకమైన పండ్లు తీసుకెళుతుంది. ఎంతైనా అమ్మకు తన అందం పైనా, ఆరోగ్యం పైనా శ్రద్ధ బాగా పెరిగింది. తన ఫ్రెండ్స్ వాళ్ళ అమ్మలు, వారి కోసం వాళ్ళు ఎలా, ఎంత త్యాగం చేస్తున్నారో చెబుతుంటే, తనకెందుకో అక్కడ నిలవ బుద్ధి కావడంలేదు. అప్పటికీ తన ఫ్రెండ్ మానస, ఒకసారి అడగనే అడిగింది.

ఎంటే! మేమింతగా మా అమ్మ గురించి చెబుతుంటే, నువ్వేం మాట్లాడవేమిటని?' ఎలాగో, మాట తప్పించడానికి చాలా శ్రమపడాల్సి వచ్చింది. అలాగని తమని పట్టించుకోవడం లేదని కాదుగా! తమ గురించి శ్రద్ధ తీసుకుంటూనే, తన గురించి కూడా శ్రద్ధ తీసుకుంటుంది. కాని అది తను సహించలేక పోతోంది. ఛీ! తప్పు కదూ! వచ్చి ప్లేట్ పెట్టుకోగానే, ఆమెకు ఇడ్లీలు వేసింది సంగీత.

"తినేసి కాలేజ్ కి వెళ్ళు తల్లీ! ఆఫీస్ కు టైం అవుతోంది. ఇంకా మీకు, నాకు బాక్స్ లు పెట్టాలి. అన్నయ్య క్లాస్ కి వెళ్ళాడు. వచ్చి తిని, బాక్స్ తీసుకెళతాడు. నేను పెట్టి వెళతా! నాన్న వెళ్ళిపోయాడు, కాబట్టి నేను బస్ లో వెళ్ళాలి. ఒకేత్రైలూ!" అంటూ లేచింది సంగీత.

"అమ్మా! మాకు మామూలు అన్నం, నీకు ఇలా చిరుధాన్యాల అన్నం. ఇలా అన్నీ కావాలంటే సమయం పడుతుంది కదా! నువ్వు కూడా, మాలాగే ఇదే తినవచ్చు కదా!"

"నిజమే నాన్నా! కాని డాక్టర్ ఇది ఆరోగ్యానికి మంచిది అన్నాడు. అందుకే మీరు అది తినలేరు కదాని, నా కోసం పెట్టుకుంటున్నాను" తలూపింది త్రైలోక్య. అమ్మకు తన ఆరోగ్యం గురించి ఎంత శ్రద్ధ!

టకటక అందరికీ బాక్స్ లు పెట్టింది. తన బాక్స్ పెట్టుకుంది. బాటిల్ నిండా లీటర్ మజ్జిగ నింపుకుంది. పళ్ళు, కొర్రల అన్నం, కూర, రాగిజావ పెట్టుకుంది. 'బై, తల్లీ!' అంటూ బయటపడింది.

ఆఫీసుకి రాగానే పనిలో మునిగిపోయింది. చేస్తున్న పని పూర్తిచేసి అప్పటికే, లంచ్ టైం దాటి పోవడంతో హడావుడిగా లంచ్ బాగ్ తో, లేడీస్ రూమ్ వైపు కదిలింది సంగీత.అయితే రూమ్ కి మరో నాలుగడుగుల "దూరంలో ఉండగానే, ఓరగా వేసిన తలుపు లోపల నుండి తన పేరు వినబడటంతో ఆగిపోయింది.

"ఏమిటి, సంగీత ఇవ్యాళ రాలేదా ఏం? ఇంకా ఆమె బాగ్, దానితో ఆమె సూపర్ మార్కెట్ రాలేదేమని చూస్తున్నా!" అది లత గొంతు.

"ఏమో! నాకూ కనబడలేదు. ఆ డిపార్టుమెంటు కి వెళ్ళలేదు. అయినా వస్తే, ఇప్పటి వరకు ఆగుతుందా? సమయానికి తినేయకపోతే నాకు పడదు అంటూ రాదూ!"

"అసలు నాకో డౌట్! ఆమె తినడానికే బతుకుతుందేమో" అనిపిస్తుంది. పొద్దున్న ఆఫీస్ కే రాగి జావ తెచ్చుకుని తాగుతుంది. "ఇక లంచ్ అయితే చెప్పనక్కర లేదు. ఓ రోజు కొర్రలు అంటుంది. ఒక రోజు ఊదలు అంటుంది. ఒకరోజు సగ్గుబియ్యం మాత్రమే అంటుంది. వామ్మో! మనకు పిచ్చి లేస్తుంది."

"అంతేనా! అన్నం ఎంత ఉందో, అందులో సగం కూర తెస్తుంది. మరి ఇంట్లో వాళ్ళకి ఏం వండిపెడుతుందో? ఎంత వండుతుందో గాని..."

"అయ్యో! ఒక్క కూరేనా? లీటర్ బాటిల్ మజ్జిగ తెస్తుంది. మధ్య మధ్యలో తాగడానికి, రాగి బాటిల్ లోని నీళ్ళే తాగుతుంది. రోజొక రకమైన పండ్లు తెచ్చుకుని తింటుంది. అమ్మో!నిజంగా అలా తన గురించి శ్రద్ధగా అన్నీ సర్దుకుని రావడం అంటే నిజంగా గ్రేటే..."

"ఏంటి గ్రేట్? మనం ఎప్పుడైనా మన గురించి అంత శ్రద్ధ తీసుకుంటామా? మన పిల్లల గురించో, శ్రీవారి గురించో అంటే చేస్తాం గాని, మన కోసం ఎప్పుడైనా ఏదైనా చేసుకుంటామా?"

"నిజమే! నాకయితే పిల్లలు, మా వారు ఉంటేనే, వారికోసం అంటేనే, ఏమైనా చేయ బుద్ధి అవుతుంది కాని, వారెటైనా వెళితే అస్సలు వంటే చేయను. ఏదో ఒకటి తినేస్తా!"

"నేనూ అంతే! నేనేంటి? మనమంతా... మనమంతానే కాదు, ఇల్లాలంటే ఎవరైనా అంతే! ఒక్క ఈవిడ గారు తప్ప. ఇంట్లో కూడా, ఇంట్లో వాళ్లకి వడ్డించాక, మిగులు, తగులు చూసుకుని మనం తింటాం కదా! కాని సంగీత మాత్రం అలా కాదట. ఇంట్లో కూడా సుబ్బరంగా మొగుడు, పిల్లలతో సమానంగా కూర్చుని తినేస్తుందట. వాళ్ళింట్లో పని మనిషే మా ఇంట్లో చేస్తుంది. ఆమే చెప్పింది..."

"ఉత్తమ ఇల్లాలు అంటే ముందు పిల్లలు, భర్త, అత్త, మామా అందరికి పెట్టి, తర్వాత ఉన్నదో లేనిదో తను గుట్టు చపుడు కాకుండా తినేసేయాలి. కాని ఇంత వరకు ఇలాంటి ఆవిడను ఎక్కడా చూడలేదు. 'త్యాగశీలివమ్మా మహిళా! అనురాగశీలివమ్మా...' అనే పాట ఊరకే వచ్చిందా? చిన్నప్పటి నుండి మన అమ్మ, అమ్మమ్మ, నాన్నమ్మ అందరూ అలాగే చేస్తున్నారుగా!" మంజరి గొంతు. ఇక ఆగలేక తలుపు తెరుచుకుంటూ లోనికి వెళ్ళింది సంగీత.

"హేయ్ సంగీతా! ఇంకా రాలేదంటే, నువ్వు రాలేదనుకున్నాం..." అంది మంజరి.

"కొంచెం అర్జంట్ వర్క్ ఉంటే అది పూర్తి చేసి వచ్చా..." బాక్స్ ఓపెన్ చేస్తూ అంది. అందరి కళ్ళూ, ఆమె బాగ్ నుండి తీసే బాటిల్, పళ్ళు, టిఫిన్ బాక్స్, కూర గిన్నె మీద పడ్డాయి.

అందరూ చూసీ చూడనట్లుగా అయినా, ఓ కన్ను ఇటేసి తను చేస్తున్న పని చూస్తున్నారని సంగీతకు తెల్సు.

నింపాదిగా తినడం మొదలు పెట్టింది. "కర్రీ, మజ్జిగ, పళ్ళు ఎవరికైనా కావాలంటే తీసుకోండి..." అంటూ బౌల్ టేబిల్ పై పెట్టింది. నానబెట్టిన బాదం కూడా అందరికీ ఇచ్చింది.

"అబ్బా! నీకెంత ఓపిక సంగీతా, ఇవన్నీ తెచ్చుకోవడానికి! దాదాపు కనీసం పావుగంట పడుతుందా?" నర్మగర్భంగా లోలోపల నవ్వుతూ అంది మంజరి.

"ఎంతయినా సంగీత గ్రేట్ లే! ఎన్ని తిన్నా, మళ్ళీ వాకింగ్, జాగింగ్, యోగా అంటూ, స్లిమ్ గా బాడీ మెయిన్ టెయిన్ చేస్తుంది. అదే మనమూ ఉన్నాం, ఎందుకూ? వట్టి ముద్దపప్పులం!" వద్దన్నా, అసూయ తొంగి చూసింది హేమ గొంతులో.

"అంతేనా! సమాజ సేవాకార్యక్రమాలంటూ, మీటింగ్ లకు కూడా వెళుతుందిగా! ఎంతైనా మెచ్చుకోవచ్చు" దీర్ఘం తీసింది ఉమ.

"ఆ! ఇంట్ల గెలిచి రచ్చ గెలవాలంటారు! ముందు ఇంటిని దిద్దుకుని, బయట సేవకు వెళ్ళాలంటారు. మన పిల్లలకి, మనం వెళ్ళగానే, వారికి కావల్సినవి, ఇంట్లో వాళ్ళకి కావాల్సినవి చేస్తే చాలు, అన్ని సమాజ సేవలో పాలుపంచుకున్నట్లే!" సుమతి.

"నేను మాత్రం, పిల్లలతోనే ఉంటా! నాకు మా పిల్లలు ప్రాణం. నేను లేకుండా ఉండలేరు. నాకే కార్యక్రమాలు వద్దు. వాకింగ్ లు, యోగాలు చేసి మరో నాలుగేళ్ళు బతకాలనే ఆశ నాకు లేదు.

ఆ సమయం పిల్లలకి ఇంకేదైనా తినడానికి తయారు చేయడానికి, వారికి సంబంధించిన పనులు చూడడానికో కేటాయిస్తా!"

"నేనూ అంతే! స్వార్థం చూసుకోవడం నా కస్సలు ఇష్టముండదు..." మంజుల అంది, నా స్వార్థం నేను ఎప్పుడూ చూసుకోను అన్నట్లు...

"అయినా, ఎవరి ఇష్టాలు వారివి..." అంది రమణి.

"ఇంతకీ, హెల్త్ చెకప్ కి వెళతానన్నావు వెళ్ళావా ఉమా!" టాపిక్ భరించడం కష్టమై, మళ్ళించడానికి అన్నట్లు అంది.

"లేదు సంగీతా! నువ్వు వెళ్ళావని, అన్ని పరీక్షలకు, 'ఏడువేలే, వెళ్ళు' అన్నావని, వెళదామనుకున్నా. కాని, ఆ డబ్బు పెడితే, 'బాబు పుట్టిన రోజుకి, మంచి బహుమతి వస్తుందని' ఆగిపోయాను. నేను బాగానే ఉన్నాగా! వాళ్ళకి డబ్బులు తగలేసి, లేని అనుమానాలు ఎందుకు పెట్టుకోవాలి చెప్పు!" ఉమ అంది. "నేను కూడా, దానికి పెట్టే డబ్బులతో మా పాపకి మంచి డ్రెస్ వస్తుందని వెళ్ళలేదు. ఆ బహుమతి ఇస్తే, వారి కళ్ళల్లో మెరిసే ఆనందం ముందు ఇంకేదైనా దిగదుడుపే!"

"మనం ఉద్యోగం చేస్తున్నప్పుడు... ఆ డబ్బులు మన ఆరోగ్యం కోసం పెట్టడం తప్పా?" ఇంకేదో సంగీత అనబోతుంటేనే, లంచ్ టైం అయిపోవడంతో అంతా లేచారు.

"హల్లో! ఆ... చెప్పవే వేదా!" అంది త్రైలోక్య సెల్ రింగ్ అవడంతో, ఎత్తి, తన ఫ్రెండ్ వేదతో...

"త్రైలా! మరే... మన మానస, అమ్మ..." ఏడుపు గొంతుతో అంది వేద. మానస అమ్మకు ఏమయ్యిందే? హాస్పిటల్ లో ఉంది కదా!" అంది త్రైలోక్య.

వేద, త్రైలోక్య, మానస ముగ్గురు మంచి స్నేహితురాళ్ళు.

"మానసకు ఇక అమ్మ లేదే!" వేద ఏడుస్తూ అంది.

"ఆ...ఓ మై గాడ్! అదేంటి? నిన్న బానే ఉంది కదా. ఇప్పుడెక్కడున్నారు?"

"వాళ్ళింటికి తీసుకొచ్చారు. నువ్వు త్వరగా రా! మానస బాగా షాక్ లో ఉంది." వేద పెట్టేసింది.

త్రైలోక్య, సంగీతతో కల్సి వాళ్ళింటికి వెళ్ళింది. వీళ్ళను చూస్తూనే శోకదేవతలా ఉన్న మానస వారిని హత్తుకుని హృదయవిదారకంగా ఏడవసాగింది. ఆమెను, ఆమె తమ్ముడిని ఆపడం ఎవరి తరం కాలేదు. చూసిన వాళ్ళందరి గుండెలు అవిసిపోయాయి.

మానసతండ్రి మానస చిన్నప్పుడే చనిపోయాడు. తల్లి ప్రైవేట్ జాబ్ చేస్తూ, ఆ చిన్నజీతంతోనే మానసను, ఆమె తమ్ముడిని చదివిస్తోంది. గత కొంతకాలంగా ఆమె ఆరోగ్యం

బాలేకపోవడంతో ట్రీట్మెంట్ తీసుకుంటోంది. కొన్నిరోజులుగా మానస కాలేజ్ కి వెళ్ళకుండా, హాస్పిటల్ లో ఉన్న అమ్మనే చూసుకుంటోంది. ఇప్పుడు హఠాత్తుగా ఈ విషాదవార్త.

పిల్లలు చిన్నవాళ్ళు కావడంతో, వారికి ఏ విషయాలు తెలియవు. మానస అమ్మమ్మ, మేనమామలు కూడా ఆర్థికంగా అంత ఉన్నవాళ్ళేం కాదు. దానితో అక్కడ కొంచెం పెద్దదిక్కుగా, త్రైలోక్య తల్లిదండ్రులైన సంగీతా, శ్రీనివాస్ లే నిలబడ్డారు.

"అమ్మా! పాపం, వాళ్ళు పేదవాళ్ళమ్మా... ఇప్పటి కార్యక్రమానికి కూడా డబ్బులు ఉన్నాయో, లేవో... ఎందుకంటే, వాళ్ళమ్మ హాస్పిటల్ లో ఉంటే మందులకు, ఖర్చులకే డబ్బులు లేవని బాగా ఇబ్బంది పడింది మానస. మనం సాయం చేద్దామమ్మా!" మానస ఏడుపు తట్టుకోలేని త్రైలోక్య, ఏడుస్తూ అంది సంగీతతో.

"నువ్వు చెప్పాలామ్మా? నువ్వేం బాధ పడకు!" సంగీత, కూతుర్ని ఓదారుస్తూ అంది.

మొత్తానికి సంగీత, శ్రీనివాస్, వేద వాళ్ళ తల్లితండ్రుల సాయంతో, ఆ రోజు కార్యక్రమం జరిగిపోయింది.

"మన కొలీగ్ సంగీతకి, అంతర్జాతీయ మహిళా అవార్డ్ వచ్చిందట"

"అవును. నేనూ విష్ చేసాను. అయినా రాదూ మరి! ఎప్పుడు చూసినా వాకింగ్, జాగింగ్, యోగా, సాహిత్యం, సమాజ సేవా అంటూ, తన స్వార్థం గురించే తిరుగుతుంది కాని, పిల్లల గురించి ఎప్పుడయినా పట్టించుకుందా?"

"పిల్లల పుట్టిన రోజుకు, నేను మంచి విలువైన గిఫ్ట్ ఇస్తే, తనేమో, డబ్బులు హాస్పిటల్ లో టెస్టులకు ఖర్చు చేసి, ఏదో ఇంట్లో తనే తయారుచేసిన ఏదో పుస్తకం ఇచ్చిందట"

"ఎప్పుడూ, తన స్వార్థం తనదే! ఎక్కడా ఆడతనం, అమ్మతనం ఆవగింజంతయినా లేదు"

"వాళ్ళాయన కూడా, ఆడంగి పనులన్నీ చేస్తూ, చేయూతనే ఇస్తాడాయే. అయినా అవార్డ్ ఆమెకు ఇవ్వడమేంటి ?"

"ఎందుకివ్వరు? సమాజసేవ అంటూ, పిల్లల్ని దత్తత తీసుకోవడం, మురికివాడలు శుభ్ర పరచడం, అవయవదానం, మహిళాసంఘాలంటూ తిరగడం... ఎన్ని లేవు! ఇవి చాలదూ, తన పిల్లల కన్నా, మంది పిల్లల్ని బాగా చూసుకున్న మహిళగా అందరి మన్ననలు పొందడానికి?" ఎగతాళిగా అంది మంజరి.

"నాకయితే, మనకే గుర్తింపు లేకున్నా, మన పిల్లల సంతృప్తి ముందు, ఏ అవార్డ్ అయినా దిగదుడుపే?"

"నిన్ననే అవార్డ్ మంత్రి చేతుల మీదుగా తీసుకుందని, ఈ వేళ సాయంత్రం మన ఆఫీసులో ఆమెకు సన్మాన కార్యక్రమం కూడా అరేంజ్ చేసారు. అందులో అందరి ముందు ఆమెను పరిచయం చేసే బాధ్యత నాకే ఇచ్చారు. పొగుడుతున్నట్లే చేసి, ఆమె స్వార్థం బయటపెడతా

చూడండి" మంజరి అంది అక్కసుగా. అది ఆఫీసులోని మహిళల గది. అందులోని వాళ్ళంతా రకరకాలుగా ఆమెకు గ్రీటింగ్స్ చెప్పిన వాళ్ళే.

సాయంత్రం బ్రాంచ్ మేనేజర్, పై ఆఫీసు నుండి విచ్చేసిన అధికారి, సంగీత కుటుంబ సభ్యులు, ఆఫీసు స్టాఫ్, ముఖ్య అతిథి జిల్లా కలెక్టర్, పత్రికా విలేఖరుల మధ్య అభినందన సభ ఏర్పాటు చేయబడింది. జ్యోతి ప్రజ్వలన తర్వాత, ఎజెండా ప్రకారం, వేదిక పైనున్న కుర్చీల్లో ఆసీనులైన పై ఆఫీసు అధికారి, క్లబ్ సెక్రెటరీ, బ్రాంచ్ మేనేజర్ ల సందేశాలు అన్నీ అయ్యాయి. అందరూ ఆమెకు అవార్డ్ వచ్చినందులకు అభినందించి, ఆకాశానికి ఎత్తేసారు. ముఖ్యఅతిథి అయిన జిల్లా మహిళా కలెక్టర్ తదితరులందరూ కల్సి సంగీతను శాలువా, పూలమాల, మెమెంటోలతో ఘనంగా సన్మానించారు. మంజరి లేచింది.

"అందరికీ నమస్కారం. అందరి అభినందనలు అందుకున్న సంగీత, మా సహఉద్యోగిని, స్నేహితురాలు అయినందుకు మేము గర్వపడుతున్నాం. అయితే తను సమాజ సేవ, వ్యక్తిగత ఆరోగ్యం అంటూ, అందరు అమ్మలలా కాక, పిల్లల కన్నా, కుటుంబం కన్నా తన స్వార్థానికే ఎక్కువ శ్రద్ధ, సమయం కేటాయిస్తారని ఒక విమర్శ. సభా ముఖంగా అయితే, అందరూ తన మనసులోని మాట వింటారని మాత్రమే అడుగుతున్నా. ఈ జవాబుతో పాటు తన ప్రతిస్పందన కూడా తెలియజేస్తారని ఆశిస్తున్నాను" సెగ రగిల్చి మంజరి కూచుంది. గుసగుసల మధ్య సంగీత లేచింది. .

సభ మొత్తం సూది పడినా వినిపించేంత నిశ్శబ్దం ఆవరించింది. ఆమె జవాబుకి అందరూ చెవులు రిక్కించారు.

"సభాసరస్వతికి మనసా శిరసా ప్రణామాలు. ఈ అవార్డ్ ఇచ్చి నా బాధ్యత మరింత పెంచిన ప్రభుత్వానికి, నన్నాదరించిన మీ అందరికీ నా శిరసాభి వందనాలు. నా ప్రియ నేస్తం చెప్పినట్లు సమాజ సేవకే ఎక్కువ ప్రాముఖ్యం ఇస్తాను 'కారం లేని కూర, ఆకారం లేని ఇల్లు, ప్రాకారం లేని కోట, ఓంకారం లేని మంత్రం, చిత్తశుద్ధి లేని పూజ, పరోపకారం లేని జీవితం నిరర్థకం అంటారు. అందుకే అన్నింటి కన్నా, పరోపకారానికే ఎక్కువ ప్రాముఖ్యత ఇస్తాను. ఇక వ్యక్తిగత స్వార్థం ఎక్కువ అన్నారు. అదే నిజమే. కారణం నాకు నా పిల్లలపై, కుటుంబం పై ఉన్న అవ్యాజమైన అనురాగం, ప్రేమ" సభలో పెదాల చాటున నవ్వులు మొదలయ్యాయి. మంజరి వాళ్ళయితే బయటికే వంకర నవ్వు నవ్వారు. స్వార్థం చూసుకునే ఈవిడకు, పిల్లలపై ప్రేమకు లింక్ ఏమిటా? అని గుసగుసలు మొదలయ్యాయి.

"స్వార్థం అని నువ్వే అంటున్నావు. ప్రేమ ఉంటే త్యాగం ఉంటుంది కానీ, స్వార్థం ఉంటుందా?" అక్కసు ఆపుకోలేని మంజరి పైకే అనేసింది.

"నిజమే! నిస్సందేహంగా పిల్లలపై ప్రేమ ఉండే చేసాను. నాకు తెలుసు, నేను నా వ్యక్తిగత ఆరోగ్యానికే ఎక్కువ శ్రద్ధ ఇచ్చానని. దానికి కారణం, నా జీవితంలో జరిగిన, నేను కలలో కూడా ఊహించని ఒక సంఘటన.

అదేమిటంటే, ఇటీవల నేను మా వారి బలవంతంపై, హెల్త్ చెకప్ కి వెళ్లాను. జంట ఒక్కసారి చేయించుకుంటే ఏదో ఆఫర్ ఉంటే, నేనూ వెళ్లాను. అందులో నాకు కాన్సర్ ఉందని బయట పడింది. చాలా ఒత్తిడికి లోనయ్యాను. అక్కడ డాక్టర్ చెప్పిన విషయాలు నా మనస్సుని కలిచివేసాయి.

అవేంటంటే, 'ప్రతి ఏడుగురు మహిళల్లో ఒకరికి కాన్సర్ ఉంది' అని. అంటే ఎంత ఘోరంగా ప్రబలిందో అర్థం చేసుకోండి. అంతే కాదు, కుటుంబానికి చూపిన శ్రద్ధలో ఆవగింజంతయినా, భారతీయ మహిళ తన ఆరోగ్యం గురించి పట్టించుకోకపోవడంవల్ల, ప్రారంభదశలో తెలుసుకోలేక, ముదిరి పోయిన తర్వాత ఏం చేయలేక, చాలామంది మహిళలు ప్రాణాలు కోల్పోతున్నారట. ఒక్కోసారి కాన్సర్ అని తెల్సినా, ఆ వ్యాధి నివారణకు అయ్యే విపరీతమైన ఖర్చు భరించే స్తోమత లేక కొంతమంది, సమాజం చూసే చిన్నచూపు భరించలేక, బయటకు చెప్పుకోలేక కొంతమంది, ఇలా రకరకాల కారణాల వల్ల చనిపోతున్నారట.

అంతేకాదు! మరే ఇతర వ్యాధి అయినా ఒక టెస్ట్ చేస్తే బయట పడుతుంది. కాని ఈ క్యాన్సర్ మహమ్మారి, మనశరీరంలో ఏ భాగానికైనా, అంటే కాలేయానికి, గర్భాశయానికి, రొమ్ములకు ఇలా ఏ భాగానికైనా రావచ్చు. అలా టెస్ట్ లు అన్నిబాగాలకు చేయించలేము కూడా. పైగా ఇది నొప్పి ఏమీ లేకుండా, చిన్నగానే మొదలవుతుంది. దానితో దాని గురించి మనం అంతగా పట్టించుకోము. కొంచెం అనుమానం వచ్చి పరీక్ష చేయించుకునేసరికి నివారించలేనంతగా ప్రబలిపోతుంది. మన భారత దేశంలో ఏ తల్లినయినా తన ఆరోగ్యం గురించి పరీక్షలు చేయించుకోమంటే, దానికి బదులు ఆ డబ్బుతో పిల్లలకు ఏవైనా కాని ఇవ్వవచ్చు కదా, అనే ఆలోచిస్తుంది కాని, దాని ద్వారా పిల్లలకు ఎక్కువ ఏళ్ళు సేవ చేసే అవకాశం కలుగుతుందని ఆలోచించదు. మన దేశంలో తప్పనిసరిగా ఆరోగ్య పరీక్షలు జరిపే విధానం లేదు. కాని అదే కొన్ని విదేశాల్లో ఉదాహరణకు. ఆస్ట్రేలియానే తీసుకుంటే, అక్కడ నిర్ణీత సమయం అయిపోయినాగాని ఆరోగ్య పరీక్ష చేయించుకోకుంటే, ముందు ఆ హోస్పిటల్ నుండి, తర్వాత సిస్టర్, డాక్టర్ ల నుండి ఫోన్ వస్తుంది. ఒక వేళ అప్పటికీ వెళ్లకపోతే, స్వయంగా వారే, ఇంటికే వచ్చి తీసుకెళ్ళి

పరీక్షలు చేస్తారు. ఇక్కడ కూడా ఇలాంటి విధానం రావాలి. ప్రజల్లో వారి ఆరోగ్యం గురించిన శ్రద్ధ పెరగాలి. ఇప్పుడున్న పరిస్థితులపై అవగాహన రావాలి. అందుకే, నేను ట్రీట్ మెంట్ తీసుకుంటూనే, వారు చెప్పినట్లు యోగా, వాకింగ్, ఆహారపుటలవాట్ల పై శ్రద్ధ పెట్టాను. నేనొక్కదాన్నే కాదు. అందరికీ ఈ విషయాలు తెలియాలని చాలా మందిని రక్షించాలని. దీనికి విస్తృత ప్రచారం కల్పించే కార్యక్రమంలో భాగంగా, అన్ని చోట్లా ఈ విషయమై, గణాంకాలతో సహ

తెలిపే, 'మేల్కొలుపు' క్లాసులు నిర్వహించాను. ప్రస్తుతం ఆ విధంగా, నన్ను నేను కాపాడుకుని కాన్సర్ నుండి విముక్తిరాలినయ్యాను.

నా కూతురి ఫ్రెండ్ తల్లి 'జయ' కూడా, అహర్నిశలూ పిల్లల గురించి ఆరాటపడుతూ, తన ఆరోగ్యం నిర్లక్ష్యం చేసింది. ఎంతగా అంటే, 'అన్ని పరీక్షలు చేయించుకోవడానికి, ఒక రెండు వేలు పెట్టి హాస్పిటల్ కి వెళ్ళమన్నా, ఆ డబ్బులతో పిల్లలకు ఏదైనా కొనివ్వచ్చు' అని ఆలోచించే అంతగా. నా గురించి నేను అంత డబ్బు పెట్టుకోవడం అవసరమా అనేది. కాని దురదృష్టం, ఒక సారి అనారోగ్యానికి గురయిన ఆమెను బలవంతాన హాస్పిటల్ కి, నేను తీసుకెళితే, డాక్టర్ ఆమెకు కాన్సర్ అని, ఆలస్యం అయినందున నయం కాలేనంతగా ముదిరిందని చెప్పారు. ఇప్పుడు తల్లిని కోల్పోయిన వారెంత బాధ పడుతున్నారు?

నిజంగా, పిల్లలపైన ప్రేమ ఉండడం అంటే ఏమిటి? బ్రతికుంటే వారికి ఎన్నో కొత్త డ్రెస్సులు, బహుమతులు ఎన్నో కానివ్వచ్చు. ప్రేమ పంచివ్వ వచ్చు. 'కన్నవాళ్ళు ఆరోగ్యంగా కడవరకు ఎవరితో సేవ చేయించు కోకుండా, వారికి తమ అనుభవంతో సహాయం చేయడమే' వారికి మనమిచ్చే, వెల లేని నిజమైన బహుమతి, అని నాకర్థమైంది. అలా సమాజంలో నాకు అనేక వేల 'జయ'లు కనిపించారు. ఆరోగ్యమైన ఆహరపుటలవాట్లతో, వ్యాయామంతో అనారోగ్యాన్ని తరిమివేయవచ్చు. తల్లి లేని వారికే తల్లి లోటు బాగా తెలుస్తుంది. కారణం నేనూ అలా తల్లి లేని బిడ్డనే. మా అమ్మ నా చిన్నప్పుడే అనారోగ్యంతో చనిపోయింది. అందుకే ఇంకే బిడ్డ, తల్లిని ఇలా అనారోగ్యంతో, అర్ధాంతరంగా కోల్పోవద్దు అనిపించి, ఆ దిశగా నేను నడుస్తూ, అందర్నీ చైతన్యవంతం చేస్తున్నాను. ఇందులో నా భర్త, పిల్లల సహకారం ఇతోధికంగా ఉంది. ఇంకెవరేమనుకున్నా నాకే బాధ లేదు. సభాముఖంగా నా వినతి ఏమిటంటే, దయచేసి మీ పిల్లలపై ప్రేమే ఉంటే, 'తల్లితండ్రులూ! మీ ఆరోగ్యాన్ని కాపాడుకోండి. అర్ధం లేని త్యాగం పేరుతో తొందరగా వారికి దూరం కాకండి' ఈ అవకాశం ఇచ్చిన అందరికీ ధన్యవాదాలతో" రెండు చేతులు జోడించిన ఆమె పై చప్పట్ల దుప్పట్లు అనంతంగా ఆగకుండా కురిసాయి. కన్నీళ్లను ఆపుకోలేని త్రైలోక్య, మానస, మంజరిలు వేదిక పై నున్న ఆమెను హత్తుకున్నారు.

అందరికన్నా ఎక్కువగా నిల్చుని మరీ, కళ్ళ నిండా నీళ్ళతో చప్పట్లు కొడుతూనే ఉండో మహిళా బృందం. వారు మరెవరో కాదు, ఆమెను వ్యతిరేకించి మాట్లాడిన తోటి మహిళా ఉద్యోగినులు.

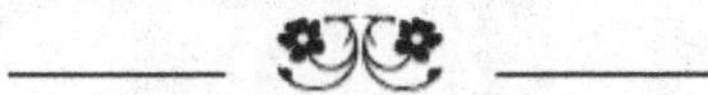

ఈనాడు ఆదివారం లో ప్రచురించబడిన కథ.

బంధం

ఆయన పరిచయం నా జీవితంలో ముఖ్యమలుపుకు దారి తీస్తుందని నాకు అప్పుడు తెలియదు. ఆయన చూడగానే ప్రత్యేకంగా కనిపించడమే కాదు, ముక్కుసూటిగా మాట్లాడుతూనే చలోక్తులు విసరగల సమర్థుడని మాట్లాడుతుంటే తెలిసింది. ఆయన మాట్లాడే నిర్మొహమాట ధోరణి, మాటల్లో వాడె పాతకాలపు ప్రత్యేక పదాలు నన్ను బాగా ఆకర్షించాయి. వయసు యాభై నుండి అరవై మధ్యలో ఉంటుందేమో, పచ్చని పసిమిఛాయతో గుమ్మడి పండులా ఉన్నాడు. ఆయన పేరు ప్రతాప రవిశంకర్.

ఆయన పరిచయం చిత్రంగానే జరిగింది. మామూలు చిన్న రచయిత్రిని అయిన నాకు, ప్రముఖ రచయిత అయిన ప్రతాప రవిశంకర్ గారు వస్తున్న సమావేశానికి రమ్మని, స్నేహితురాలు శారద తీసుకెళ్లడంతో వెళ్ళాను. అక్కడ ఆయన స్పీచ్ బాగా నచ్చి, శారద పరిచయం చేసినప్పుడు ఆయనకు నేను రాసిన కథలసంపుటిని ఇచ్చాను.

తర్వాత అనుకోకుండా నా కూతురు ప్రణవికి, పెళ్ళి సంబంధం కుదరడంతో ఆ హడావుడిలో పడిపోయాను.

"వేముల భాస్కర్, ఒల్లాల తిరుపతి, శ్రీరాముల శ్రీనివాస్" పెళ్ళి పనుల్లో భాగంగా లిస్టు లో, ఒక్కో ఏరియా వారిగా రాసుకున్న పేర్లు పైకి చదువుతూ ఉన్న నేను, "ఆపు" అన్న శ్రీవారి అరుపుకు ఉలిక్కిపడ్డాను.

నా నోటి నుండి ఆ పేరు రావడం ఆలస్యం, "ఈ లిస్టులో ఆ పేరు ఎవరు పెట్టారు? ముందు వాడి పేరు కట్ చేయి! మోసగాడు, దగుల్బాజీ అని! ఇంకోసారి నా ముందు వాడి పేరు వినపడద్దు' కోపంగా పెద్ద పెద్ద అడుగులు వేస్తూ వెళ్ళిపోయారు శ్రీవారు పార్థసారరథి.

ఆయన అరుపు విని లోపల నుండి బయటకు వచ్చిన ప్రణవి,

"అమ్మా! ఏంటమ్మా? నాన్న ఎవరి మీద కోపంగా ఉన్నారు? ఏమయ్యింది?" అంది.

"ఇంకెవరు, నా తమ్ముడు, నీ మేనమామ శ్రీనివాస్ గురించే! వాడి మీదే కోపం" నిట్టూరుస్తూ అన్నాను.

"అసలు మామయ్య అంటే నాన్నకు ఎందుకు కోపం? ఏదో డబ్బు విషయంలో మామయ్యకు, నాన్నకు గొడవలు వచ్చాయని మాత్రమే తెలుసు. మామయ్య మంచివాడే కదా! అసలేం జరిగింది?"

"ఏం చెప్పమంటావు? అంతా మన గ్రహచారం. మీ అన్నయ్య ఏ పని లేకుండా తిరుగుతున్నాడని, మామయ్య చూపించిన బిజినెస్ లో పెట్టాడు నాన్న. అక్కడ మామయ్య, నాన్న డబ్బులు వాడుకున్నాడు"

"ఇంతకీ ఏం బిజినెస్ అమ్మ అది? నాన్న డబ్బులు, మామయ్య వాడుకోవడం ఏంటి? వివరంగా చెప్పు"

అదేదో రొయ్య పొట్టు, చేపల దాణా, అలాంటివి అమ్మే బిజినెస్ అంట. ఇక్కడ తెలంగాణాలో కాని అటు ఆంధ్రా వైపు వెళ్లి అమ్మి రావడం. చేపల చెరువులు అక్కడ చాలా ఉంటాయట. అంటే ఇక్కడ సరుకును కొని, లారీ మాట్లాడుకుని అక్కడికి వెళ్లి వాళ్లకి అప్పగిస్తే, వాళ్లు డబ్బులు ఇస్తారు. అవి తీసుకుని రావడం. ఇక్కడ ముందర మనం పెట్టుబడి పెట్టాలి కదా, కొనడానికి! అలా లాభం బాగా ఉంటుందని మామయ్య చెబితే నాన్న దగ్గర డబ్బులు లేకపోయినా, అప్పు చేసి అన్నయ్య ఒక దారిలో పడతాడని ఆ బిజినెస్ పెట్టించారు. ఒక నాలుగైదు సార్లు బాగానే జరిగింది. వెళ్లినప్పుడల్లా పదివేలపై చిలుకే లాభం వచ్చేది. ప్రతిసారి డబ్బులు మామయ్యకి స్తే, మామయ్య వారికి డబ్బులు కట్టి సరుకు చూపించేవాడు. ఒకసారి అలా ఇచ్చిన డబ్బులు మామయ్య వాడేసుకున్నాడు. ఆ విషయం మనకు తెలియక, చాలాసార్లు సరుకు ఇంకా రాలేదేంటి, అంటూ నాన్న అడిగాడు. ఏదో అబద్ధాలు చెప్పి అలా అలా సమయం దాటేసిన మామయ్య, నాన్న గట్టిగా అడిగేసరికి వాడే సుకున్న విషయం చెప్పాడు. నాన్న కోపంతో బాగా తిట్టి, 'నీ బిజినెస్ ఏమొద్దు, డబ్బులు మాత్రం ఇవ్వమంటూ' వార్నింగ్ ఇచ్చి వచ్చాడు. మొదటి నుండి నాన్న మొత్తుకుంటూనే ఉన్నాడు, ఇలా అయిన వాళ్ళ దగ్గర డబ్బుతో లింక్ పెట్టుకోకూడదు, అని. ఆ తర్వాత ఇప్పటి వరకు కూడా ఆ డబ్బులు మామయ్య ఇవ్వలేదు. ఇది జరిగి ఆరేడేళ్ళు అవుతుంది. నాన్న అప్పు తెచ్చిన దగ్గర వడ్డీ పెరిగిపోయింది. తర్వాత ఎలాగోలా తీర్చాడులే. అందుకే మామయ్య అంటే కోపం!" నిట్టూర్చాను నేను.

"అమ్మా! చిన్నప్పుడు అమ్మమ్మ వాళ్లింటికి వెళ్లినప్పుడల్లా, మామయ్య, మమ్మల్ని పొలాల్లోకి తీసుకెళ్లి లేత మొక్కజొన్న కంకులు, దోర జామ కాయలు ఎన్నో ఇచ్చేవాడు. మమ్మల్ని భుజం మీద ఎక్కించుకుని, 'మా అక్క కూతురు పట్నం నుండి వచ్చింది' అని చెబుతూ తిప్పేవాడు. నా పెళ్లికి మామయ్య రాడు అంటే బాధనిపిస్తోంది అమ్మా!" ప్రణవి అంటుంటే మనసు మెలి తిప్పినట్లు అయిపోయింది నాకు. నా కడుపులో పుట్టిన దానికే అంత బాధగా ఉంటె, ఒక్క కడుపులో పుట్టి పెరిగినవాళ్ళం, నాకెన్ని జ్ఞాపకాలుంటాయి?

పెళ్లి జరిగిపోయింది. ప్రణవి అత్తారింటికి వెళ్లిపోయింది.

"తమ్ముడు పెళ్లికి పిలవలేదని బాధపడ్డాడు" అని అంది చెల్లి. కళ్లనిండా నీళ్లతో గాధంగా నిట్టూర్చడం మినహా ఏమీ చేయలేకపోయాను

ఆ రోజు నా పేరుతో వచ్చిన పుస్తకం, ఉత్తరం చూసి ఆశ్చర్యపోయాను. ఎందుకంటే ఇప్పుడు ఫోన్లు, వాట్సప్ లు వచ్చాక, ఉత్తరాన్ని అందుకోవడం చాలా సంవత్సరాల తర్వాత ఇది మొదటిసారి. అప్పుడెప్పుడో, మా పెళ్లయిన కొత్తలో మా వారు దూరంగా ఉన్నప్పుడు, సెల్ ఫోన్ లు అందుబాటులో లేని సమయంలో, మావారు, నేను ఉత్తరాలు రాసుకునేవాళ్ళం. మా అమ్మవారి

ఇంట్లో, మా అక్కల పెళ్ళిళ్ళు అయిన తర్వాత బావగారికి, అక్కకు సరదాగా ఉత్తరాలు రాసేదాన్ని. అందుకే పాత మధుర జ్ఞాపకాలను గుర్తు తెచ్చిన ఆ ఉత్తరం, సంతోషాన్ని కలుగజేసింది.

అవి ప్రతాపరవిశంకర్ గారి నుండి వచ్చినవి. పైన అడ్రస్ లోనే గుండ్రనిముత్యాల్లా, ప్రింట్ చేసిందా అన్నట్లున్న ఆయన చేతిరాత. ఒకసారి చూసిన వారు ఎవరు ఆ రాతను మెచ్చుకోకుండా ఉండలేరు. పుస్తకం ఆయన కథల సంపుటి.

ఉత్తరాన్ని ఆనందంగా విప్పాను. నా కళ్ళు అక్షరాలతో పోటీ పడ్డాయి. నేను ఇచ్చిన పుస్తకంలోని కథలను చదివారని, అందులోని లోటుపాట్లను కూలంకషంగా ఒక సమీక్షలాగా నిర్మొహమాటంగా రాశారు. చివరికి, 'ఇలా తప్పులను ఎత్తి చూపిస్తున్నందుకు మరేమీ అనుకోవద్దు,' అంటూ శనార్తులతో ప్రతాప రవిశంకర్, అన్నారు.

నిజానికి అందులో నిర్మొహమాటంగా చెప్పిన కొన్ని విషయాలు నాకు బాధను కలిగించిన మాట వాస్తవమే అయినా, ఆయన చెప్పినవి అక్షరసత్యాలు. అలా చెప్పడం వల్ల నేను నా శైలి ఇంకా మెరుగుపరుచుకోవడానికి కారణం అవుతుందని సంతోషించాను.

ఆయన రాసిన కథల్లో ఆయన మంచి మంచి పాత పదాలు వాడారు. వీలూ చాలూ, పిదప, మెలాయించుకుని, నక్తాలు వగైరాలాంటివి. అంతే కాదు, ఆయన ఉండే సూర్యాపేట ను, 'భానుపురి' అని రాసేరు. అది కూడా ఎందుకో చాలా సంతోషంగా అనిపించింది. ఇంకా ఆయన వాడిన కొన్ని పదాల అర్థాలు తర్వాత, ఆ కాలం నాటి పెద్దలను కనుక్కుంటే తెలిసింది. అలాంటి కొన్ని మాటలు, వాడకం లేక కాలగర్భంలో కలిసిపోతున్నాయి.

అప్పుడు నేను, నాకున్న పరిస్థితుల వల్ల మా అమ్మాయి దగ్గరికి వెళ్ళే తొందరలో ఉండడంవల్ల మళ్ళీ వెంటనే సమాధానం రాయలేకపోయాను. ఫోన్ లో వెంటనే మాట్లాడాలను కున్నా, ఆయనలా నేనూ జవాబు ఉత్తరమే రాయాలని అనుకున్నందుకేమో వెంటనే మాట్లాడలేకపోయాను. అన్ని విషయాల్లో ఆయన ముందు, ఎంతో చిన్న అయిన నన్ను గుర్తు పెట్టుకుని, నేనిచ్చిన పుస్తకం చదివి, శ్రమతో ఉత్తరం రాసి, ఆయన పుస్తకం కూడా కలిపి పంపించడం, ఆయన సహృదయతను తెలిపాయి, నాకు ఆయన పైన ఉన్న గౌరవాన్ని ఇనుమడింప జేసాయి.

రెండు నెలల తర్వాత ఇక ఉత్తరం రాయడం నావల్ల కాదు, అనుకుని సెల్ ఫోన్ లో ఆయనతో మాట్లాడాను. చాలా సంతోషంగా రిసీవ్ చేసుకున్నారు. "దేవి గారు! మీలో మంచి రచయిత్రి ఉన్నారు. అయితే దానికి మీరు కొంత సాధన చేసి పదును పెట్టాల్సి ఉంటుంది" అంటూ చాలా బాగా మాట్లాడారు

అలా అప్పుడప్పుడు వారానికోసారో, నాలుగు రోజులకు ఒకసారో ఫోన్ చేస్తుండేవారు. కొన్ని స్టోరీలైన్ లు చెప్పి తప్పక రాయమని ప్రోత్సహిస్తుండేవారు. నా పనుల్లో పడి నేను అస్సలే రాయక పోయేదాన్ని. ఫోన్ చేసి, 'దేవీ గారు! ఆ దేవుడు కేవలం కొంత మందికి మాత్రమే ఇలా

రచనలు చేసే కళను ఇస్తాడు. అది అందరికీ రాదు కదా! మనం ఆయన ఇచ్చిన కళ ఉపయోగించుకోలేకపోతే, 'అయ్యో! అనవసరంగా వీరికి ఇచ్చానే! వీరికి బదులు వేరేవారికి ఇచ్చినా బావుండేది' అనుకుంటాడు. కాబట్టి దేవుడిచ్చిన కళను ఉపయోగించుకోవాలి' అంటూ సుతిమెత్తగా చురకలంటించేవాడు.

ఆయన చిత్తు ప్రతి (రఫ్ కాపీ) రాయకుండానే, సరాసరి ఫెయిర్ ప్రతి రాస్తారని, విని ఆశ్చర్యపోయాను. పైగా, 'మన రచనలు, కావాలని పత్రికలవారు వేసుకునేలా ఉండాలి అంటే, మనం రాసే శిల్పం అంతబాగా ఉండాలి' అంటూ మెళకువలు చెప్పేవారు.

మాటలమధ్యలో మాటవరసకి, 'ఎప్పుడైనా ఇటు వచ్చినప్పుడు రండి సర్' అన్నాను. అయితే ఆయన నిజంగానే వస్తారని నేను ఊహించలేదు. ఆ రోజు పొద్దున నేను పనిలో ఉండగా ఫోన్ వచ్చింది, ప్రతాప రవిశంకర్ గారి నుండి.

"దేవి గారు! నేను ప్రస్తుతం బస్సు లో ఉన్నాను. మీ దగ్గరికి వస్తున్నాను. గంటలో అక్కడ దిగుతాను. దిగాక మళ్ళీ ఫోన్ చేస్తాను" అని పెట్టేసారు.

నాకు ఒక్కసారిగా గుండె ఝల్లుమంది. ఇదేంటి ఈయన! ఏదో మాట వరసకి ఇటు వచ్చినప్పుడు రమ్మంటే, అలా వచ్చేయడమే? నేను కనీసం మా వారికి కూడా చెప్పలేదు. ఒకవేళ నేను ఏదైనా ఊరికి వెళితే ఏం చేసేవారు? అనిపించింది.

మావారికి విషయం చెప్పాను. అప్పటికి ఆఫీస్‌కి వెళ్ళే సమయం అయ్యింది. ఆఫీసు ఇంటికి దగ్గరగానే ఉంటుంది. ఆయన వచ్చే సమయానికి సరిగ్గా లంచ్ టైం అవుతుంది. కాబట్టి భోజనం సిద్ధం చేశాను. ఆయన బస్టాండ్లో దిగానని ఫోన్ చేయగానే, కార్లో ఇద్దరం కలిసి వెళ్ళాము. అక్కడ బస్టాండ్ లో పేపర్ చదువుతూ ఉన్నారాయన. ఆయన సరిగా నడవడం కూడా కష్టంగానే ఉంది. కర్ర పట్టుకున్నారు. నెమ్మదిగా మా వారు ఒక చెయ్యి పట్టుకుని తీసుకువచ్చి కార్లో కూర్చోబెట్టారు. నడవడమే కష్టంగా ఉన్న ఆయన, మొదటి అంతస్థుకి ఎలా ఎక్కుతారు? అని భయపడ్డాను. అయితే ఆయన మాత్రం భరోసాగా, "మరేం పర్వాలేదు దేవి గారు! నెమ్మదిగా పైకి ఎక్కుతాను. అనారోగ్యాలు ఎప్పటికీ ఉండేవి. కానీ మిమ్మల్ని మరోసారి కలవడం, ఇలా రావడం సాధ్యం కాకపోవచ్చు. నేను హైదరాబాద్ కి ఆరోగ్యం చూపించుకోవడానికి వచ్చాను. మా ఊరికి వెళ్ళే దారిలో మీరు ఉన్నారు. కాబట్టి మిమ్మల్ని కలిసివెళ్ళాలని పించింది. అందుకే సరాసరి వచ్చేసాను" అంటూ చాలాసేపు మా ఇద్దరితో రకరకాల విషయాలు మాట్లాడారు. మాతోపాటు కలిసి భోజనం చేశారు. వంటలు చాలా బాగున్నాయి అని మెచ్చుకున్నారు. అసలు అనారోగ్యం ఆయన శరీరానికే, కానీ ఆయనకు లేదు అనిపించేలా ఉంటాయి ఆయన మాటలు. అనారోగ్యం గురించి బాధ కూడా ఏ కోశానా కనిపించదు.

చలోక్తులు, హాస్యోక్తులు, నర్మగర్భమైనమాటలు ఆయన సొంతం. ఆయనతో మాట్లాడితే కాలం తెలియకుండా గడిచిపోతుంది. ఇక ఆఫీస్‌కి ఫోన్ చేసి, మా వారు ఆఫ్ డే రానని చెప్పేశారు.

ఆయన దానికి ఫీల్ అవుతున్నట్టు కూడా అనిపించలేదు. మా వారికి ఆయన చలోక్తులు బాగా నచ్చాయి. అందుకే ఇంట్లో ఉన్న శాలువా కప్పి, మంచి బహుమతి ఇచ్చి సత్కరించారు. ఆయనతో కలిసి ముగ్గరం ఫొటోలు కూడా దిగాము. ఆయనకు కూడా మా ఆతిథ్యం బాగా నచ్చింది. వారింటికి తప్పక రమ్మని ఆహ్వానించారు. రచనలోని చాలామెలకువలు తెలిపారు. ఆయన రాసిన నవల నాకు ఇచ్చురు.

"ఇది నా దగ్గర ఒక్కటే కాపీ ఉంది. కాబట్టి తప్పనిసరిగా మీరు వచ్చేప్పుడు తీసుకొచ్చి నాకు ఇవ్వాలి" అన్నారు. "సరే" అన్నాను.

వెళ్లేప్పుడు ఒక ఆత్మీయుడు వెళుతున్నట్లుగా బాధనిపించింది. పెద్దాయన ఆయన కాళ్లు మొక్కాము. ఆయన కూడా మా వారిని, 'బావగారు' అంటూ సంబోధించి, బంధం కలుపుకున్నారు. వెళ్ళేప్పుడు తప్పకుండా తమ ఇంటికి భానుపురి రావాలని ఇద్దరికీ పదేపదే చెబుతూ వీడ్కోలు తీసుకున్నారు. ఆయన వెళ్లినా, ఆ పరిమళం ఒక వారం రోజులు మమ్మల్ని వెంటాడుతూనే ఉంది.

శ్రీవారు మేనేజర్ కావడం వల్ల బాధ్యతలు బాగా ఉంటాయి. కుటుంబబాధ్యతలతో నేను, ఆఫీస్ బాధ్యతలతో ఆయన బిజీ అయిపోయాము. కానీ తప్పనిసరిగా కనీసం పదిహేను రోజులకు ఒకసారైనా ప్రతాపరవిశంకర్ గారు ఫోన్ చేసేవారు.

"ఎప్పుడొస్తున్నారు బావగారు?" అంటూ అడిగితె, మా వారు ఇబ్బంది పడి పోయేవారు

"తప్పనిసరిగా వస్తాను బావగారు" అనేవారు

ఒకసారి ఆయన, 'తప్పనిసరిగా ఈ ఆదివారం రావాలి' అని అడిగారు. ఆ ఆదివారం మేము శిరిడి వెళుతుండడం వల్ల అటు వెళ్తున్నామని చెప్పాము. ఆయన వెంటనే, 'షిరిడిలో నా నమస్కారాలు సాయిబాబాకు సమర్పించి, అక్కడి నుండి భజన చేసే తాళాలు తీసుకురండి'అంటూ అడిగారు. నిజానికి మాది చాలా బిజీ షెడ్యూల్. 'దానికోసం ప్రత్యేకంగా షాపింగ్ చేసే సమయం లేదని చెబుదాం' అని నేను వారిస్తున్నా, మా వారు వినకుండా తాళాల కోసం తిరిగి, మంచివి రెండు జతలు తీసుకున్నారు.

అక్కడి నుండి వచ్చాక ఫోన్ చేసి, "ఎప్పుడు తీసుకుని వస్తున్నారు?" అని అడిగారు. "త్వరలో" అని చెప్పాను.

తర్వాత ఇక రెండు నెలల తర్వాత ఆయన ఫోను ఎందుకో స్విచాఫ్ అయింది. ఎవరు ఎత్తడం లేదు. నాకు భయం వేసింది. ఒక వారం తర్వాత ఒక అపరిచిత నెంబర్ నుండి కాల్ వచ్చింది. ఎత్తగానే, "దేవి గారు! బావున్నారా! బావగారు బావున్నారా?" అంటూ పలకరించారు. మనసు సంతోషంతో నిండిపోయింది.

"మీ సెల్ ఫోన్ కి ఫోన్ చేస్తే, మీరు ఎత్తకపోయేసరికి మేము వద్దామనుకుని రాలేదు" అన్నాను కుశల ప్రశ్నలు అయ్యాక.

"అయ్యో! అలాగా! ఆ ఫోన్ పాడయ్యిందని కొత్త ఫోన్ తీసుకున్నాలెండి! మా ఆవిడకి మీ గురించి చెప్పాను కాబట్టి ఎప్పటికీ, మీరెప్పుడు వస్తారని అడుగుతోంది. ఆ తాళాలు, ఆ పుస్తకం తీసుకుని మీరు ఎప్పుడు వస్తారు?" అని అడిగారు.

"త్వరలో వస్తాను సార్" అన్నాను.

"ఎన్ని సార్లు అడిగాను, రమ్మని. నిజానికి ఆ తాళాలు ఎందుకుతీసుకురమ్మన్నానో తెలుసా! అది ఇవ్వడం కోసమైనా, మీరు ఇక్కడికి వస్తారని. అలాగే ఆ పుస్తకం ఎందుకు మీకు ఇచ్చానో తెలుసా! అది ఇవ్వడానికైనా మీరు వస్తారని. మీరు వస్తే తప్పనిసరిగా బహుమతి వచ్చే మంచి స్టోరీలైన్ చెప్తాను. ఈసారి తప్పక వస్తారు కదూ!' అన్నారు. సిగ్గనిపించింది. తర్వాత ఆయనకి ఫోన్ చేయాలంటే ఇబ్బందిగా అనిపించింది.

ఒక నెల రోజులు అయ్యాక ఆయనే మళ్ళీ ఫోన్ చేశారు. ఈసారి కుశలప్రశ్నలు అయ్యాక, 'అసలు నా బొందిలో ప్రాణం ఉండగా, మీరు వస్తారా?' అని అడిగారు. మనసు చివుక్కుమంది. మా వారికి ఆ మాట చెబితే చాలా బాధ పడ్డారు. ఈసారి తప్పనిసరిగా వెంటనే వెళదాము అన్నారు. మరి ఆలస్యం చేయకుండా ఆ ఆదివారం వస్తున్నామని ఫోన్ చేసారు కూడా. అయితే అటువెప్పు నుండి, 'ఆవారం మెడికల్ చెకప్ కోసం అబ్బాయి ఉన్న హైదరాబాద్ వెళుతున్నామని ఇరవై రోజుల తర్వాత వస్తామని, వచ్చేనెల తప్పక రమ్మని' అన్నారు. కానీ మళ్ళీ బాధ్యతలతో రెండు నెలలు వెళ్ళలేకపోయాము.

ఆ రోజు రాఖీ పౌర్ణమి మా తమ్ముడితో నాకు బంధం తెగిపోవడం వల్ల, రాఖీ కట్టక ఏడు ఎనిమిది సంవత్సరాలు అవుతుంది. దానితో ఈసారి రాఖీ కట్టడానికి, సరాసరి రవిశంకర్ అన్నయ్య దగ్గరికి వెళ్దామని మా వారిని ప్రిపేర్ చేసి, మాట తీసుకున్నాను. ఆయనకు ఇష్టమైన తాళాలు, పుస్తకము, ఆ వదిన గారికి చీర, మంచి రాఖీ, ఆయనకు ఇష్టమైన సున్నుండలు స్వయంగా తయారు చేసి (ఆ రోజు మా ఇంటికి వచ్చినప్పుడు అది తనకు ఇష్టమని చెప్పారు) అవన్నీ తీసుకుని ఆయన లాగానే సర్ప్రైజ్ చేద్దామని ఇద్దరం వెళ్ళాం. నా మనస్సు ఆయన పొందే ఆనందాన్ని తలుచుకుని పదేపదే సంతోషపడుతుంది.

అడ్రస్ అంతకుముందే మాకు చెప్పడం వల్ల సులభంగానే వెళ్ళాము. అల్లంత దూరంలో ఉండగానే వారి ఇంటి ముందర టెంట్ వేసి ఉంది. వాళ్ళ అమ్మాయి పెళ్ళి అని చెప్పినట్టు గుర్తు. అదే అయి ఉంటుంది. అయ్యో! ఇలాంటి సమయంలో వచ్చాను ఏంటి? అనుకున్నాను. కానీ బయట కాలుతున్న కట్టలు చూసి ఎందుకో మనసు కీడు శంకించింది. లోపలికి వెళ్ళాను. ఆయన ఫోన్ కి ఫోన్ చేస్తే ఎవరు ఎత్తడం లేదు. చాలామంది లోపల కూర్చుని ఉన్నారు. అక్కడ రవిశంకర్ గారి పార్థివ దేహం నన్ను వెక్కిరిస్తూ కనబడింది.

'నా బొందిలో ప్రాణం ఉండగా వస్తారా?' అన్న ఆయన మాటలు పదే పదే చెవుల్లో గింగురుమంటుంటే అలాగే కూలబడిపోయాను. నా చేతిలోని తాళాలు శబ్దం చేస్తూ ఆయన కాళ్ళ

దగ్గర పడిపోయాయి. నాకళ్ళు రెండూ గంగా గోదారులయ్యాయి. 'నన్ను క్షమించన్నయ్యా ' అంటూ ఏడుస్తున్న నన్ను, నా చేతిలోనుండి కింద పడిన నవల, రాఖీ, స్వీట్ చూసి, నేను ఎవరో, ఎందుకు ఏడుస్తున్నానో తెలియని అందరూ బిత్తరపోయారు. మా వారు నన్ను బయటకు తీసుకొచ్చారు.

అసలు అక్కడ కార్యక్రమాలు ఎలా పూర్తయ్యాయి నాకే తెలియదు. ఆ షాక్ నుండి కోలుకోవడం చాలా కష్టమైంది. ఆ బాధలో ఉండగా మా చెల్లెలు ఫోన్. "అక్కా! నీకు తెలుసా ? తమ్ముడికి ఆరోగ్యం బాగా క్షీణించింది. షుగర్ ఎక్కువ అయింది అంట. నేను, మీ మరిది వెళ్ళి చూసి వచ్చాము. పరిస్థితి బాలేదు" అంది. ఇంకా అంతకుమించి చెప్పడానికి దానికి నోటి మాటలు రావడం లేదు.

నాకు మనసు మెలితిప్పి నట్లయింది. ఎందుకో ప్రతాప రవిశంకర్ గారు గుర్తొచ్చారు. పదేపదే ఆయన అన్న మాటలు గుర్తొచ్చాయి. అసలు ఏ బంధం లేకుండా అంత దూరం నుండి ఆరోగ్యం సహకరించకపోయినా, ప్రాణంతో ఉండగా బంధాన్ని కలుపుకోవాలని వచ్చారు. నేను అన్నీ ఉన్నా ఉన్న బంధాన్ని తెంచుకుంటున్నాను. ఒకసారి లోకం విడిచి వెళితే, వాళ్ళకు మనం ఏమైనా చెప్పుకోవాలి అన్నా, చెప్పుకోలేక జీవితాంతం ఆ బాధ వెంటాడుతుంది.

నా మనసు అల్లకల్లోలంగా ఉంది. మా వారి దగ్గరకు వెళ్ళి, "ఏవండీ ! నేనొక కోరిక కోరుతాను. తీరుస్తారా?" అన్నాను.

"అదేంటి? అలా అడుగుతున్నావ్? ఏంటో చెప్పు" అన్నారు.

"మీరు ప్రతాపరవిశంకర్ గారి దగ్గరికి వెళ్ళినప్పుడు ఏం జరిగిందో చూశారు కదా! ఈ వయసులో మనకి ఈ పంతాలు పట్టింపులు అవసరమా? ఒక్కసారి మా తమ్ముడు దగ్గరికి వెళ్ళాలని ఉందండి. వాడికి ఆరోగ్యం బాగా లేదంట మా చెల్లి చెప్పింది" అన్నాను. ఆయన మౌనం వహించారు. మౌనం అర్ధాంగీకారం అని తెలిసిన నేను, ఇంకా కొంచెం పొడిగించాను. "వాడికి ఇప్పుడు ఆరోగ్యం బాగాలేదు. మన కూతురు పెళ్ళికి పిలవలేదని బాగా బాధపడ్డాడు. ఒక్కసారి నా మాట కాదనకండి" అన్నాను.

"అది కాదు. తప్పు చేసింది వాడు. కనీసం, 'ఇలా జరిగింది, నన్ను క్షమించండి బావా' అని కూడా అడగకుండా ఉన్నాడు. వాడి దగ్గరికి మనమే తలవంచుకుని వెళ్ళడం ఏంటి ?" అన్నారు.

అప్పుడే నా కూతురు అల్లుడు కూడా వచ్చారు. ప్రణవి, "నాన్నా! నాకూ మామయ్యను చూడాలని బాగాఉంది. అందరం ఎప్పుడో ఒకప్పుడు పోవాల్సిన వాళ్ళమే. ఎప్పుడో ఏదో గొడవ మనసులో పెట్టుకుని, ఆరోగ్యం బాగా లేనప్పుడు కూడా చూడడానికి వెళ్ళకపోవడం అమానుషం నాన్నా! మీరు మానవత్వం గురించి మాట్లాడతారు. ఇది కనీస బాధ్యత కదా నాన్నా! మరేం మాట్లాడకుండా అందరం వెళ్ళి ఒక్కసారి చూసి వచ్చేద్దాం. లేవండి" అంటూ అందర్నీ లేవదీసింది.

★★★

14 సంవత్సరాల తరువాత అక్కడికి అడుగుపెడుతుంటే కాళ్ళు వణికాయి. చిన్నప్పుడు అమ్మమ్మ ఇల్లు అని వచ్చి మామయ్యతో చేసిన అల్లరి అంతా నా కూతురు గుర్తు తెచ్చుకుని కళ్ళ నిండా నీళ్ళు నింపుకుంది. గుమ్మం లో ఉన్న మమ్మల్ని చూసి మరదలు ఆప్యాయంగా ఆహ్వానించింది. 'ఇన్ని సంవత్సరాలకయినా మేము గుర్తొచ్చాము' అంది కాళ్ళకు నీళ్ళిస్తూ, కళ్ళ నీళ్ళు తీసుకుని.

మంచంలో పడుకుని ఉన్నాడు తమ్ముడు. లోపలికి వెళ్ళాక ,తమ్ముడు మమ్మల్ని చూడగానే, కళ్ళనిండా నీళ్ళు పెట్టుకుని సహకరించని రెండు చేతులను దగ్గరకు చేర్చుకుని తలను వంచి నమస్కరించాడు. వాడి కళ్ళ నుండి నీళ్ళు కారిపోతున్నాయి. నా కళ్ళు అప్పటికే వర్షిస్తున్నాయి.

నెమ్మదిగా అనుకుంటున్నట్టుగా, వాడు మాట్లాడటం మొదలు పెట్టాడు.

"బావా! నన్నుక్షమించండి. బావా, నేను చాలా పెద్ద తప్పు చేశాను. అప్పుడు నాకు పీకల మీద ఉన్నఒక అప్పు కోసం తప్పనిసరై మీ డబ్బు వాడుకున్నాను. మీరు గుర్తించక ముందే వారంలో మళ్ళీ వేరే చోట నుండి తెచ్చి సర్దుదాం అనుకున్నాను. కానీ వీలు కాలేదు. ఈ లోగా మీరు అన్న మాటలు, నా మనసును తూట్లు పొడిచాయి. మా అక్క రాఖీ కోసం, ఇప్పటికీ నా చేయి ప్రతి సంవత్సరం ఎదురుచూస్తూనే ఉంది. రాఖీ కడుతూ ఆడపడుచులు సోదరుని క్షేమాన్ని కోరుకుంటారు, అంటారు. అలా ఆడబిడ్డను మోసం చేసినందుకేమో, నాకు ఇలాంటి గతి పట్టింది. కనీసం నేను ఈ సమయంలోనైనా నా తప్పును ఒప్పుకోకపోతే, మీరు వెళ్ళాక, నా ప్రాణం పోయిన తర్వాత కూడా నేను చెప్పలేకపోయిన బాధ నన్ను వెంటాడుతూనే ఉంటుంది. ఇప్పటికీ నేను రాలేని స్థితిలో మీరు రావడం చాలా సంతోషంగా ఉంది. మీకు ఈ క్షమాపణ చెప్పడం, మీ డబ్బులు అందివ్వడం. ఇది నా చివరి కోరిక. ఆ డబ్బులు కూడా ఇప్పుడు అరేంజ్ చేశాను. క్షమించండి బావా! ఇప్పుడు నా ప్రాణం పోయినా నాకు ఏ బాధ లేదు. మీరిద్దరూ నన్నుక్షమించారు!" అన్నాడు ఆయాసపడుతూ, కన్నీటి పర్యంతం అవుతూ.

"అయ్యో! అంత మాట అనకురా ! డబ్బు ఈరోజు ఉంటుంది, రేపు పోతుంది. కానీ డబ్బుతో, బంధాన్ని ఇన్ని రోజులు కాదనుకుని నేను తప్పు చేశాను" అన్నారు మా వారు. నేను ఆశ్చర్యంగా చూసాను. ఇక ప్రణవి, భర్తను పరిచయం చేస్తూ, ఆశీర్వచనం తీసుకుని, చిన్ననాటి సంఘటనలను గుర్తుతెస్తూ తమ్ముడి ముఖంలో ఆనందం చూడడానికి ప్రయత్నిస్తుంది. ఆ సన్నివేశాన్ని హర్షిస్తున్నట్లు దేవుని గది తలుపుకున్న గంటలు శుభమన్నట్లు మోగాయి.

చిత్రంగా మరో నెలరోజుల్లో తమ్ముని ఆరోగ్యం మెరుగుపడింది. బంధానికి నిజంగా ఎంత బలం అనిపించింది. ఈ రకంగా బంధాన్ని కలపడానికి పరోక్షంగా సహాయం చేసిన ప్రతాపరవిశంకర్ గారికి మనసులోనే అంజలి ఘటించాను.

_______ ❀ _______

భవానీ సాహిత్య వేదిక సంకలనంలో, కెనడా 'దే తెలుగుతల్లిలో ప్రచురించబడింది.

చేయని తప్పు

"థాంక్స్ అమ్మా..." బస్ ఎక్కేప్పుడు రెండు చేతుల్లో సంచులతో అవస్థ పడుతున్న ఆమెను చూసి, ముందు సీట్లో కూర్చున్న శైలజ లేచి వెళ్లి, సంచులు అందుకుని, లోపలపెడితే, కృతజ్ఞతాపూర్వకంగా చూస్తూ అంది ఆమె.

"ఫర్వాలేదమ్మా!" అంటూ తన పక్కనున్న సీట్ చూపించింది. శైలజ పక్క కూర్చుంటూ, సంచులు తన ముందుకి జరుపుకుంది.

"ఎక్కడికెళ్ళాలమ్మా?" మాట కలిపింది ఆవిడ.

"వరంగలమ్మా!"

"ఏంటీ! తల్లిగారి ఊరా?"

"ఆ! చెల్లి కూడా అక్కడే ఉంటుంది..."

"పేరంటానికా!" శైలజ చేతిలోని బ్యాగ్ చూసి అంది.

"ఆ..."

"పెళ్ళా!"

"కాదమ్మా... చెల్లెలికి శ్రీమంతం!"

"ఓహో! అలాగా! మీ ఆయనేం చేస్తుంటాడు?"

"ఇక్కడే బ్యాంకులో జాబ్ చేస్తారు"

"మరి నీకెంత మంది పిల్లలు?"

శైలజ భయపడిన ఆ ఉపద్రవం రానే వచ్చింది. "...."

ఇంతలో శైలజ అదృష్టం కొద్దీ ఆమె సెల్ మోగింది. శైలజకు కళ్ళల్లో నీళ్ళు ఉబికుబికి వస్తున్నాయి. ఎందుకు తనకీ నరక యాతన? ఎప్పుడు, ఎక్కడికెళ్ళినా నీకెన్ని బంగళాలున్నాయి? నీకెంత ఆస్తి ఉంది? నీకెన్ని నగలున్నాయి? అనేమీ అడగరు గానీ, నీకెంతమంది పిల్లలున్నారని మాత్రం అడుగుతారు. ఇందులో తను చేసిన తప్పేమైనా ఉందా? బస్ ఆగింది. ఆమె ఆలోచనల దారం తెగింది.

"ఇక్కడ బస్ పది నిమిషాలాగుతుంది" డ్రైవర్ దిగుతూ అన్నాడు. '

'అమ్మబాబోయ్! ఇంకెన్ని మనస్సు తూట్లు పొడిచే మాటలు వినాల్సి వస్తుందో!' ప్రయాణాల్లో ఆపద్బాంధవిలా తెచ్చుకున్న పుస్తకం తీసింది.

"ఆ! నాకది కావాలె!" చిన్నపిల్ల ఏడుపు వినబడుతుంటే, తల తిప్పి చూసింది. తన వెనక కూర్చున్నావిడ ఒళ్ళో చిన్నపిల్లోదున్నాడు. ఆమె పక్క ఆరేళ్ళమ్మాయి కూర్చునుంది. బస్ లో ఎక్కి బిస్కెట్ పాకెట్స్ అమ్ముతున్న అబ్బాయిని చూస్తూ, ఏడుస్తోంది ఆ అమ్మాయి. పక్కసీట్లో కూర్చున్న పిల్లలు బిస్కెట్ పాకెట్స్ కొనుక్కుని తింటుంటే తనకూ కొనివ్వమని మారాం చేస్తూ ఏడుస్తోంది ఆ

అమ్మాయి.

"అరె! ఊర్కోమన్నానా! తర్వాత కొనిస్తాలే. నాన్న తెస్తానన్నాడు గదా!" గదమాయిస్తోందామె. బిస్కెట్ తింటున్న పిల్లలు మరింత ఊరిస్తూ గర్వంగా ఆ అమ్మాయి వంక చూస్తూ తింటుంటే, ఆపుకోలేక మళ్ళీ ఏడుస్తోందా అమ్మాయి.

"ఎక్కడి పిల్లలమ్మా! చెప్తుంటే నీక్కాదూ?" తల్లి కోప్పడుతోంది. నిరుపేదరాలిలా ఉంది. మాసిన మతకచీర కట్టుకుంది. పిల్లలు కూడా అట్లాగే ఉన్నారు. శైలజ ఆ బిస్కెట్లు అమ్మే అబ్బాయిని పిలిచింది. రెండు పాకెట్స్ తీసుకుంది. బస్ కదుల్తాండడంతో అతను దిగిపోయాడు. ఆ రెండూ, ఆ అమ్మాయి వైపు చాపింది తీసుకోమని. ఆ అమ్మాయి, తీసుకోవాలని ఆశగా ఉన్నా, తల్లి మొహం చూస్తోంది, తల్లి కోప్పడుతుందేమోనని.

"తీసుకోమనమ్మా! ఫర్వాలేదు. పిల్లలు కదా!" శైలజ చిరునవ్వుతో అంది.

ఆమె మొహం చింకి చాటంతయ్యింది.

"ఎందుకు లేమ్మా! మీ పిల్లల కోసం తీసుకున్నావేమో?" మళ్ళీ గుండెల్లో గునపాలు.

ఆమె అనాలని అనక పోయినా, అనాలోచితమాటైనా మనస్సునింతగా తూట్లు పొడుస్తుందని ఇప్పుడే తెలుస్తుంది.

"లేదు. మీ పిల్లల కోసమే తీసుకున్నాను. మీ దగ్గర చిల్లర లేనట్లుంది, అబ్బాయి దిగిపోతున్నాడు, పిల్లలు ఏడుస్తున్నారు కదాని!"

"నేను తీసుకోమంటేగాని తీసుకోరు. తీసుకోవే, తీసుకో. ఆంటీ ఇస్తుంది కదా!" ఆమె అలా అన్నదో లేదో, ఉత్తరక్షణంలో రెండు బిస్కెట్ పాకెట్లు అమ్మాయి చేతిలో ఉన్నాయి. ఆమె ఒకటి కొడుక్కి ఇచ్చింది. ఆమె కళ్ళల్లో కన్నతల్లిగా గర్వం, ఆ పిల్ల ముద్దుచేష్టలకు మురిపెం, ప్రేమ తొంగి చూస్తున్నాయి.

"భలే హుషారుగా ఉన్నారె!" శైలజ అంది.

"నేనిలా అంటున్నానని కాదుగాని, అబ్బో! ఏం తెలివనుకున్నారు? దీనికి ఐదేళ్ళేమోగాని, అప్పుడే పుస్తకమంతా చదివేస్తుంది" పిల్లల గురించి చెబుతూపోతోంది ఆమె. ఆమె కళ్ళల్లో పిల్లల గురించి చెప్పాలనే తపన, గర్వం. ఇంతలో ఆమె దిగాల్సిన స్టేజి వచ్చింది. పిల్లలతో, సామానుతో కష్టపడుతుంటే ఆమెను దిగమని, సామాన్లు కిందికి అందించింది, పాపను కూడా కిందకు దింపింది. ఆమె పిల్లలతో టాటా చెప్పించింది.

"మీ పిల్లలను కూడా తీసుకొస్తే, బావుండేది కదా! స్కూల్ కెళ్ళారా!" మళ్ళీ ఉరుమూ మెరుపూ లేని పిడుగు, పక్కవిడ మాటలతో.

చిరునవ్వ నవ్వుతూ, సెల్ఫ్ రింగ్ ప్రైస్ చేసి ఫోన్ వచ్చినట్లు సెల్ లో తల దూర్చింది. దైవకృపతో మరో ఉపద్రవమేమీ లేకుండా వెంటనే దిగాల్సిన గమ్యం వచ్చింది.

★★★

అంగరంగవైభవంగా అక్కడ శారద శ్రీమంతం జరుగుతోంది. ఒక్కొక్కరూ వచ్చి బొట్టుపెట్టి, పసుపు రాసి, గాజులు వేసి ఫలహారాలు, పండ్లు ఒళ్లో పెడుతున్నారు.

శైలజ, తన వంతురాగానే లేచి తను తెచ్చిన చీర, స్వీట్లు, చెల్లి కిష్టమని ఎంతో కష్టపడి చేసిన పెద్దలడ్డులు తీసుకుని వెళ్ళింది. బొట్టుపెట్టి లడ్డులు ఐదు చేతిలోకి తీసుకుంది.

అందరిలాగే తలవంచి మొక్కి, ఒడిలో పెట్టబోతుండగా, "ఆగు! శైలజా! ఆగమ్మా, నువ్వు పెట్టకు. మీ అత్త రాలేదా? రాకపోతే, మీ అమ్మ పెడుతుందిలే!" హఠాత్తుగా శారద అత్త అంది. అంతా నిశ్శబ్దం. అందరి కళ్ళూ ఆమె వైపే తిరిగాయి. శైలజ కళ్ళల్లో నీళ్ళు తిరుగుతున్నాయి. అక్కడ కూర్చున్నవాళ్ళు చిన్నచిన్నగా, గుసగుసగా మాట్లాడుకుంటున్నారు.

అంతా తననే, అణువణువునా, గుచ్చిగుచ్చి చూస్తున్నట్లుగా, ప్రతి కదలిక చూస్తున్నట్లు ఆమెకు తెలుస్తోంది. కరడు గట్టిన నేరస్తుడిని బోనులో నిలబెట్టినప్పుడు అందరి చూపులు ఎలా చూస్తాయో, అలా బోనులో నిలబెట్టిన నేరస్తురాలిలా నిలబడింది శైలజ.

వణుకుతున్న చేతుల్లోని ఫలహారాలు అదే తాంబాలంలో పెట్టింది. అక్కడే భూమి బద్దలై, అందులోకి వెళ్ళిపోతే బావుందుననిపించింది ఆమెకు. నీళ్ళు కళ్ళనుండి రాకుండా ఉండడానికి, అవి ఎవరి కళ్ళల్లో, పడకుండా ఉండడానికి, అదేదో సామాన్యమైన విషయంగా తీసుకున్నట్లు నటించడానికి సర్వ శక్తులు ఒడ్డింది. నెమ్మదిగా లేచి వెనక్కి వచ్చింది. అయినా అందరూ తననే చూస్తున్న ఫీలింగ్. అందరి సానుభూతి చూపులు ఈటెలై గుచ్చుకుంటున్న భావన. నిండుకుండలా ఉన్న కళ్ళ నుండి ఏ క్షణమైనా రాలడానికి సిద్ధంగా ఉన్న అశ్రువులనెలా దాచాలని తపనపడింది.

ఆ పరిస్థితి నుండి తప్పించడానికా, ఆమెను కాపాడ్డానికా అన్నట్లు ఆమె సెల్ ఫోన్ మోగింది. ఎప్పటికీ తిట్టుకునే ఫోన్ ను ఆసారి దైవంలా ఆదుకున్నందుకు, మనసులోనే శతకోటి నమస్కారాలు చేస్తూ, ఆ నెపంతో ఫోన్ పట్టుకుని బయటకొచ్చింది. ఫోన్ ఆన్ చేసింది. అటునుండి శ్రీవారు

"హలో! ఏం చేస్తున్నావు శైలూ?" అంటున్నారు.

అప్పటివరకు ఆపుకున్న దుఃఖం, ఉధృతమై కట్టలు తెంచుకున్నట్లు, ఇక ఆమె మాట వినకుండా బయటకు వెల్లువలా వచ్చేసింది. ఇందులో తను చేసిన తప్పేమైనా ఉందా? తన తప్పో, ఆయన తప్పో ఉందా? ఆమె మనస్సు వేదన పడుతోంది.

"చెప్పు, శైలూ! ఎందుకేడుస్తున్నావ్? మళ్ళీ ఏమన్నా జరిగిందా? ఎవరైనా ఏమైనా అన్నారా?"

"అనాల్సిన అవసరం లేదండీ! కేవలం చూపులు చాలు. నాకెందుకీ నరకం? నాకు ఈ అవమానాలతో బతకాలనిపించడంలేదు. మనమేం తప్పు చేసామండి? ఎంతమంది డాక్టర్ల దగ్గర కెళ్ళాము? ఎన్ని గుళ్ళు తిరిగాం? ఎన్ని పూజలు చేసాము? ఎన్ని ఉపవాసాలున్నాము? కనబడ్డ

రాయికల్లా మొక్కాము. చేయాల్సిన ప్రయత్నాలన్నీ చేసాం. ఇంకేం తప్పుచేసామండీ? మనకెందుకీ శిక్ష?

అసలు అత్తయ్య, 'శ్రీమంతానికి వద్దులేవే' అన్నప్పుడు, అనుభవజ్ఞురాలు ఎందుకు అంటోంది? అని ఆలోచించాల్సింది. 'నా చెల్లి ఫంక్షన్ కి నేను వెళ్ళకుండా ఎలా ఉంటాను, అంటూ వచ్చేసాను"

"రేపు త్వరగా వచ్చేసెయి. బాధ పడకు"

"నేనిక్కడొక్క క్షణమైనా ఉండను. అందరి మధ్య నన్ను వెలేసినట్లు అనిపిస్తుంది. అంతా మాట్లాడుకుంటూ, నేను రాగానే మాటలాపేస్తారు. అందరి కళ్ళు, నన్నే గుచ్చిగుచ్చి చూస్తున్నట్లు, నా గురించి గుసగుసలాడుకున్నట్లు అనిపిస్తుంది. మీకు తెలుసు, అందుకే నేనెక్కడికీ వెళ్ళని. అలాగని నేను బాధపడుతున్నట్లు మా చెల్లికి తెలియడం, ఇంత సంతోషకరమైన సమయంలో దాని మనస్సు నొప్పించడం నాకిష్టం లేదు. ప్లాస్టిక్ నవ్వులను పెదాలపై అతికించుకుని, కన్నీటి సముద్రాలను కళ్ళ వెనక దాచేయడం నా వల్ల కాదు. ఫంక్షన్ అయిపోగానే, మీ దగ్గరనుండి అర్జంట్ ఫోన్ కాల్ వచ్చిందని వచ్చేస్తాను. మనస్సు ప్రశాంతంగా, ఉండడానికి నాలుగురోజులుండి రమ్మన్నారు కదా! నాకు కేవలం మీ దగ్గరే ప్రశాంతత దొరుకుతుంది. నేనెక్కడా ఉండలేనండీ!"

"నువ్వు బాధపడకు శైలా! నీకెలా ఇష్టమైతే, అలాగే చేయి. సరేనా! బాధతో కడుపు మాడ్చుకోకు. ఏమైనా తిను. ఏడవకు! సరేనా! జాగ్రత్తగా వచ్చెయ్! బస్ ఎక్కగానే, ఫోన్ చేయి. సరేనా? బై!"

అతికష్టం పై రెండు గంటలు, ముళ్ళపైనున్నట్లు గడిపింది. చెల్లితో, బావ అర్జంట్ గా రమ్మన్నాడని, సాకుచెప్పి బయల్దేరింది. మాటలు పంచుకోవడానికి, పెంచుకోవడానికి, కనీసం ఎవరికైనా సహాయం చేయడానికి భయపడుతోంది, పొరపాటున మాటలు పెరిగి పిల్లల వైపు దారి తీస్తుందని.

బస్ స్టాండ్ లో చిన్నచిన్న పిల్లలు అడుక్కుంటున్నారు. ఒక పిల్లతల్లి జోలెలో పాపని ఉంచుకుని అడుక్కుంటోంది. శైలజ మనసు ద్రవించింది.

"నీ కడుపు సల్లగుండ! నీ పిల్లలు సల్లగుండ!" శైలజ వేసిన పెద్దనోటు చూసి, దండంపెడుతూ అంది. శుష్క హాసం చేసింది శైలజ. ఫంక్షన్ లో జరిగిన అవమానం, అసలు మరుపుకు రావడం లేదు. పదే పదే మనసును తొలిచేస్తూ, హృదయాన్ని పదునైన రంపంతో కోస్తున్నట్లనిపిస్తుంది. అసలు ఆ సంఘటన తలుచుకుంటే, అదే క్షణంలో అక్కడికక్కడే భూమి బద్దలై, అందులో కూరుకుపోతే బావుండనిపించింది.

★★★

దిగేముందు భర్తకు ఫోన్ చేయడంతో అతనొచ్చి పికప్ చేసుకున్నాడు. కారు బయల్దేరింది. శైలజ ఆలోచనల్లో పడింది. భర్త ఏదో మాట్లాడుతున్నాడు. కారు ఆగింది. ఆలోచనలనుండి బయటపడి, దిగి చుట్టూ చూసి ఉలిక్కి పడింది.

'సాయికరుణ అనాథాశ్రమం' ఎదురుగుండా తాటికాయంత అక్షరాలతో ఉన్న బోర్డ్ ఉంది. అయోమయంగా భర్త వంక చూసింది. భర్త ఏం మాట్లాడకుండా, ఆమె భుజాల చుట్టూ చేయివేసి లోనికి తీసుకెళ్ళాడు.

ఆఫీస్ రూమ్ లో కూర్చున్నవిడ అతన్ని చూడగానే లేచి, "నమస్కారం సర్! రండి సర్! రండి! నమస్తే మేడం" అంటూ, వినయంగా నమస్కరిస్తూ ముందున్న కుర్చీలు చూపించింది. ఇద్దరూ కూర్చున్నారు.

"శైలూ! ఈవిడ శారదమ్మ గారు. చిన్నప్పుడే తల్లితండ్రులను పోగొట్టుకున్నా, ఎంతో కష్టపడి చదువుకుంది. అనాథల కష్టాలు స్వయంగా అనుభవించింది. కాబట్టి తన జీవితాన్ని అనాథల సేవకే, వినియోగించాలనుకుని ఇలా ఈ ఆశ్రమంలో వారందరికీ సేవలు అందిస్తోంది. ఇప్పటివరకు ఆమె సంపాదించినదంతా వారి సంక్షేమానికే ఖర్చు పెట్టింది. కానీ అందరిని పోషిస్తూ, మంచి చదువులు చెప్పించడం భారమవడంతో, వాళ్ళనూ వీళ్ళనూ అడిగి ఎలాగో నడిపిస్తూ వస్తున్నది. ఇటీవల మన ఆఫీస్ లో, అనాథ పిల్లలతో సాంస్కృతిక కార్యక్రమం చేయించగా చూసి మాట్లాడాను. పిల్లలంతా చాలా దయనీయ పరిస్థితుల్లో ఉన్నారు. ప్రేమాభిమానాలకు ముఖం వాచి ఉన్నారు. ఇటీవల ఒక పసిపాప రోడ్డు ప్రమాదంలో తల్లి తండ్రులను కోల్పోయిందని, తనకు పనిఒత్తిడి ఎక్కువగా ఉండడంతో, ఆమె ఆలనాపాలనా చూడడం కష్టమవుతుందని ఎవరినైనా పెంచుకునే వాళ్ళు ఉంటే, చెప్పమని అడిగింది.

తర్వాత ఆలోచిస్తే నాకు అనిపించింది. ఎన్నెన్నో లక్షలు ఖర్చుపెట్టుకుని, టెస్ట్ ట్యూబ్ బేబీల వరకూ వెళ్ళాం. కానీ, వీరి గురించి ఆలోచించలేదు. ఇలాంటి పాపను పెంచుకుంటే, సమాజానికి సేవ చేసినవాళ్ళమవుతాం. మన ముచ్చటా తీరుతుంది. కంటేనే పిల్లలా? ఇటీవల ఎంతో మంది సెలబ్రిటీలు, ఇలా పిల్లల్ని దత్తత తీసుకుని చదివిస్తున్నారు. అలా ఆ పాపను మనమే ఎందుకు దత్తత తీసుకోకూడదు? అనుకున్నాను. ఈ రోజు నువ్వ బాధపడుతుంటే, నిన్నిక్కడికి తీసుకురావాలనుకున్నాను. నీకు ఇష్టమైతే, ఆ పాపను తీసుకుందాం" ఆపేసాడు శివ.

ఈ లోగా లోపలున్న ఆయా, చిన్నపాపను ఎత్తుకుని వచ్చి, శారదమ్మ సూచనల మేరకు, శైలజ చేతి కందించింది. తెల్లగా పాలుగారే బుగ్గలతో, చారెడేసి కన్నులతో, కాళ్ళు చేతులు ఆడిస్తూ, పాప ఎంతో ముద్దొస్తోంది.

పాపను తొలిసారిగా చేతులలోకి తీసుకోగానే, ఏదో అనిర్వచనీయమైన అనుభూతి ఒళ్ళంతా పాకింది శైలజకు. బస్టాండ్ లో, సిగ్నల్స్ దగ్గర అడుక్కుంటున్న చిన్నపిల్లలు కళ్ళ ముందు మెదిలారు. పేదరికం పాపం కాదు. ఏం తప్పు చేసారని, వాళ్ళు అన్నిరకాల ప్రేమాభిమానాలకు

దూరమయ్యారు? ఏదో మన కడుపులో పుట్టలేదని, బాధపడే బదులు ఇలా పెంచుకుంటే? పెంచుకోవడమే కాదు, మరో ఇద్దరిని దత్తత తీసుకుని, ఇక్కడి వారి ఖర్చులు భరించాలి కూడా.

పాపను ఆత్మీయంగా హృదయానికి హత్తుకుంది. పాప బల్లిలా కరుచుకుపోయింది. ఆశ్రమంలో ఉన్న గుడిలోని జేగంటలు మంగళకరంగా 'శుభం' అన్నట్లు మోగాయి.

తర్వాత శైలజ నలుగురిని దత్తత తీసుకుని, ఆలాంటివారి కోసం ఒక ఆశ్రమం ఏర్పాటుచేసి, విధవలు, గొడ్రాలు అంటూ మానసికంగా హింసించే మూఢనమ్మకాల పట్ల చేసిన పోరాటం, ఆమెకు తెలీకుండానే సమాజంపై బాగా ప్రభావం చూపించడంతో, ఆ ఏడాది ప్రధానమంత్రి చేతినుండి ఇచ్చే, 'మహిళా రత్న' అవార్డ్ ఆమెను వరించింది. ఇప్పుడు ఒక సెలబ్రిటీగా అందరూ ఆమెనే ముందు ఆహ్వానిస్తున్నారు. ఆమె చేతితో పిల్లల్ని ఊయలలో వేయించడం, ఒడిలో ఫలహారాలు పెట్టించడం చేసి, తాము విశాల హృదయులమని నిరూపించుకోవడానికి ఆరాటపడుతున్నారు.

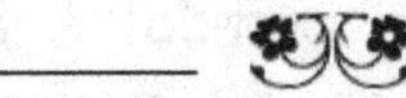

తెలుగు కళా సమితి పోటీలో ప్రథమ బహుమతి పొందిన కథ.

'వాగర్థావివసంపృక్తౌ'

"సుధా! నువ్వేనా? ఏమ్మా, ఇదేనా రావడం! ఒక్కదానివే వస్తున్నావా? అల్లుడు గారేరి? కనీసం ఫోన్ లోనైనా వస్తున్నావని చెప్పలేదూ?" ఇంటి ముందు ఆగిన ఆటో నుండి దిగిన సుధ చేతుల నుండి బ్యాగ్ అందుకుంటూ ప్రశ్నల వర్షం కురిపించింది, అరుగు మీద కూరగాయలు కొంటున్న అన్నపూర్ణ.

"ఆ! నేనొక్కదాన్నే వచ్చానమ్మా. ఆయనకేదో పని ఉందట. మిమ్మల్ని చూడాలనిపించి వచ్చాను. ఏం, ఆయన లేకపోతే రావద్దంటావా?" దురుసుగా అంది సుధ.

"ఏం మాటలమ్మా? మాటవరసకడిగాను గాని, అల్లుడుగారు బావున్నారా?" లోనికొస్తూ అంది.

"అమ్ములూ! ఇదేనా రావటం! నా బంగారం!" హల్లో వత్తులు చేసుకుంటున్న రాజేశ్వరమ్మ లేచి ఆప్యాయంగా హత్తుకుంది. "ఏమిటిలా చిక్కిపోయావు? ఈ నాన్నమ్మ మీద బెంగా? అవునూ! మనవడేడి ?" విడివదుతూ గుమ్మం వైపు చూస్తూ అంది.

"అక్కా! బావున్నావా? ఎప్పుడొచ్చావే? బావ లోపలున్నారా?" అప్పుడే బయట నుండి లోపలికొస్తున్న తమ్ముడు అన్నాడు.

"అందరూ, ఇన్నేళ్ళు ఇక్కడే ఉండి వెళ్ళి, ఇప్పుడు మీ ఎదురుగా ఉన్న నన్ను వదిలి, రాని ఆయన గురించి అడుగుతారేం? నేనవసరం లేదా?" ఎంత వద్దనుకున్నా, సుధ కంఠంలో అసహనం తొంగి చూసింది.

"ఏదో మాట వరస కన్నారేగాని, త్వరగా ఫ్రెషప్ అయి రా! ఎప్పుడు తిన్నావో ఏమో!"

"బావున్నావా చిట్టితల్లీ! అమ్మా! అసలు దాన్ని లోపలకు రానిస్తారా, అలా అక్కడే నిలబెట్టి మాట్లాడతారా?" అప్పుడే స్నానం చేసి వచ్చిన రాఘవయ్య అనడంతో, నాన్నమ్మ తో కల్సి రూమ్ కెళ్ళింది సుధ.

అంతా కల్సి భోజనాలు చేయగానే, ప్రయాణ బడలికతో నిద్రపోయింది సుధ. రోజులు గడిచి పోతున్నాయి. రెండు, మూడు, నాలుగు, వారం గడిచింది. అయినా సుధ వెళతానందు. అల్లుడు రాడు.

కనీసం వాళ్ళు ఫోన్ లోనయినా మాట్లాడుకుంటున్న దాఖలాలు కూడా కనబడక పోయేసరికి, సుధ ముభావంగా ఉండేసరికి, ఇంట్లో వారికి కూడా అక్కడి నుండి ఫోన్ రాకపోయేసరికి, రాజేశ్వరికి ఏదో అనుమానం పొడసూపింది. ఏమయినా గొడవయ్యిందా? ఆ మాట అడుగుదామంటే, అల్లుడుగారి పేరెత్తితేనే కస్సు బుస్సు అనే సుధ దగ్గర ఆ మాట ఎత్తడానికి

భయపడింది. కూతురు వచ్చిన దగ్గరనుండి కొంచెం మూడీగా ఉండడం, అల్లుడు ఫోన్ చేయక పోవడం గమనిస్తూనే ఉన్నారు తల్లితండ్రులు. మరి ఇన్నిరోజులు జాబ్ ఏం చేసింది? ఏ విషయం తెలుసుకోమని, సుధతో ఎక్కువ చనువుగా ఉండే రాజేశ్వరికే పురమాయించారు.

"లీవ్ పెట్టావామ్మా?" అని గదిలో ఒంటరిగా ఉన్నప్పుడు నాన్నమ్మ అడిగితే, "ప్రస్తుతానికి వర్క్ ఎట్ హోం పర్మిషన్ తెచ్చుకున్నాను. త్వరలోఇక్కడికే ట్రాన్స్ఫర్ పెట్టుకుంటాను" అంది.

"ఏమైందిరా చిట్టి తల్లీ? అబ్బాయితో ఏమైనా గొడవ పడ్డావా?" అనునయంగా అడగడంతో, ఇక చెప్పక తప్పేట్లు లేదు అనుకుంది సుధ. అందరి అనుమానపు చూపులు, మొహంలో ప్రశ్నార్థకాలు! ఇంకా ఎన్నో రోజులు తానూ భరించలేదు. పైగా ఉన్న విషయం చెబితే తానూ భారం దించుకోవచ్చు అనుకుని, "ఆ! ఆయనకు నాకంటే వాళ్ళ అమ్మ, నాన్నలే కావాలట. అలాగని నేనేమైనా డబ్బులివ్వొద్దన్నానా? డబ్బులు పంపిద్దాం. ఫారిన్ కి వెళ్ళడానికి మంచి ఛాన్స్ వచ్చింది, ఇద్దరం వెళ్ళిపోదామన్నాను. కుదరదన్నాడు. అసలు నా మాటకి పూచికపుల్లకున్నంత విలువ కూడా లేదు. ఈ విషయం వాళ్ళ అమ్మ నాన్నలకి తెలియనివ్వొద్దన్నాడు. అంత భయపడేవాడు, పెళ్ళెందుకు చేసుకోవాలి? అమ్మానాన్నలకు ఊడిగం చేసుకుంటూ అలాగే పడిఉండక, నా గొంతెందుకు కోయాలి?" అంది.

"అంతే ఏంటి నాన్నమ్మ? మీకిది చిన్న విషయంగానే కనబడుతుంది. ఆయనకు పొగరెక్కువ. మా అమ్మానాన్నలకు నేనొక్క డినే కొడుకుని. చెల్లెలి పెళ్లి చేయాలి, మనకు బరువు బాధ్యతలున్నాయి. టీనేజ్ పిల్లలం కాదంటాడు. ఓహో! తల్లితండ్రి మాట జవదాటని శ్రీరామచంద్రుడీయనే బయల్దేరాడు" ఆ రోజు జరిగిన గొడవ ఆమె కళ్ళ ముందు సినిమా రీళ్ళలా తిరిగింది సుధకు.

★★★

"ఎక్కడికెళ్ళి ఏం సాధించినా, ఎవరి కోసం? కుటుంబం బాగా ఉండాలనే కదా! ఇప్పుడు మనం బాగానే ఉన్నాం. పైగా అందరం కల్సి ఉన్నాం. ఏదో ఈ సంవత్సరం మాత్రమే, ఎందుకో వ్యాపారం బాలేక నష్టాలొచ్చిన మాట నిజమే. అయినా నీ సహకారంతో నేను తప్పక మళ్ళీ ఇదివరకులా అభివృద్ధిచేయగలను"

"సహకారం అంటే, నన్ను జాబ్ మానేసి ఇంట్లో వండి వారుస్తూ అంట్లు తోముతూ కూర్చోమంటారా? లేక నా జీతంతో ఇంట్లో అవసరాలు తీర్చమంటారా?"

"నువ్వేలాట అనుకున్నా సరే! కానీ, నెమ్మదిగా మాట్లాడు. వై ఆర్యూ రెయిజింగ్ యువర్ టోన్? అవతల మా అమ్మ, నాన్న, చెల్లెలు ఉన్నారు. వాళ్ళేమనుకుంటారు?"

"నా నోరింతే! వారి కోసం నోరు మోసుకోవాల్సిన ఖర్మ నాకేం పట్టలేదు. నేనేం నగలడిగానా, నాణ్యాలడిగానా? భూములడిగానా, బంగాళాలడిగానా? అందరికీ రాని అవకాశం మనకొచ్చినందుకు సద్వినియోగపరుచుకుందామన్నాను. అప్పుడు మీ అమ్మానాన్నలను ఇంకా... ఇంకా మంచిగా చూడొచ్చు. బాగా డబ్బు పెట్టి మంచి పనిమనుషులను పెట్టొచ్చు. అమ్మాయికి ఇంకా మంచి సంబంధం చూసి పెళ్లి చేయొచ్చు. మీ వ్యాపారం కూడా ఇప్పుడు నష్టాలబాటలో నడుస్తుంది"

"ఎంతమంది పనిమనుషులయినా, ఇంటి మనుషులయిపోరు. పెళ్ళికెదిగిన చెల్లెలుకు, వయసు మీద పడిన అమ్మానాన్నలకి, మనంత ధైర్యం, అండదండలు, ఆసరా ఎవరూ ఇవ్వలేరు. పైగా ఏ రోజులెలా ఉంటాయో, తెలీదు. వయసుపై బడిన వారిని ఏ క్షణాన్నైనా కనిపెట్టుకుని ఉండేవాళ్ళవసరం. మనం వారితో గడిపే ఒక నిమిషమైనా, పనివాళ్ళు ఉండి గడిపే గంటకి సమానం కాదు. ఒక్కసారి నేను చెప్పేది విను. ఎందుకంటున్నానో... అర్థంచేసుకో..."

"ఎందుకు వినాలి? నేను మీకన్నా ఎక్కువ సంపాదిస్తున్నాను. అందంలో, అంతస్తులో ఎందులోనైనా మీ కన్నా ఒక మెట్టు పైగానే ఉన్నా. మీరు నా చిన్న కోరిక అర్థంచేసుకోలేక పోతున్నారు. నేను మిమ్మల్నెలా అర్థంచేసుకోవాలి? ఆఖరుసారి అడుగుతున్నా! మీకు వాళ్ళ మీద ఎక్కువ ప్రేమ ఉందా? నా మీద ఎక్కువ ప్రేమ ఉందా? ఇప్పుడే తెలిపోతుంది. చెప్పండి..."

"సుధా! ప్లీజ్! అర్థం చేసుకో! నీకు ఈ కన్ను ఎక్కువా? ఆ కన్ను ఎక్కువా? అంటే ఏం చెప్పను?"

"మీ వాక్చాతుర్యంతో, నన్నింకా బుట్టలో పడేయాలని చూడకండి! నా మాటకు అణుమాత్రం గౌరవం లేని ఇంట్లో, నేను క్షణమైనా ఉండను. నేనిప్పుడే వెళ్ళిపోతున్నాను" బ్యాగ్ లో బట్టలు సర్దుకుంటుంటే, "సుధా...ప్లీజ్..." అంటూ చేయిపట్టుకున్నాడతను. విసిరి కొట్టింది.

"మీకు నేను, నా ఉద్యోగం, నా కోరిక ముఖ్యమనుకుంటే ఫోన్ చేయండి!" బ్యాగ్ పట్టుకుని బయటకొచ్చింది.

"నువ్వు లేని నేను లేను. అర్థం చేసుకుని నువ్వొచ్చేరోజుకై నిరీక్షిస్తుంటాను..."

ఇదంతా పూస గుచ్చినట్లు చెప్పింది నాన్నమ్మకు. అంతా విన్న నాన్నమ్మ అంది, "ఆత్మాభిమానం ఉన్నవాడు కాబట్టే, 'నీ ఉద్యోగం ముఖ్యమనుకుంటే ఫోన్ చేయి' అన్నందుకు ఊర్కున్నాడు. ఎక్కడ ఫోన్ చేస్తే నీ ఉద్యోగం కోసం పిల్చినట్లవుతందోనని! వాళ్ళ అమ్మా, నాన్నలకు ఫారిన్ విషయం తెలియనివ్వద్దన్నది భయంతో కాదు. వారి మీద ప్రేమతో! ఆలుమగల బంధం, ఎంతో మహత్తరమైన పవిత్రబంధం. దాంట్లో ఒకరెక్కువ ఒకరు తక్కువ భేదం ఉండదు.

"వాగర్థావివసంపృక్తౌ... వాగర్థ ప్రతిపత్తయే... జగతఃపితరౌవందే పార్వతీ పరమేశ్వరౌ...' అన్నారు. ఇందులో వాక్కు, అర్థం ఎలా కలిసి ఉంటాయో, అలా విడవక కలకాలం కలిసి ఉండే బంధం అర్ధనారీశ్వర బంధం. ఆయన, నువ్వు వేరు వేరు కాక, రెండు శరీరాలు, రెండు మనస్సులు ఏకమైన బంధమే ఏడడుగులబంధం. దీనికి ఏ బంధమూ సాటిరాదు.

'దేవతలంతా ఒక వైపు, అమ్మానాన్నలు ఒకవైపు...సరితూచ మంటే నే తూగేను అమ్మానాన్నల వైపు' అన్నారో కవి. ఇందులో ఆ అబ్బాయి తప్పేం ఉంది? అమ్మానాన్నల వయస్సు పై బడి, వారి పని వారు చేసుకోలేని పరిస్థితిలో ఉన్నవారికి ఆసరా అవుదామన్నాడు. చెల్లెలి పెళ్లి చేసేంతవరకు మంచిగా కాపాడుకోవాల్సిన భాద్యతా, మనదే అన్నాడు. ఇందులో చెడేముంది? చూడు తల్లీ! అబ్బాయి ప్రస్తుతం నష్టాల్లో, మనస్సు బాధలో ఉన్నాడు. అలాంటప్పుడు ఆయనకు మానసిక ప్రశాంతత కావాలి. నీకు తెలుసా? తాతయ్య చేనేత మగ్గం నేసేవాడు. పూటగడవని స్థితిలో మీ నాన్నతో పాటు పుట్టిన ఇద్దరు ఆడపిల్లల్ని ఎవరికైనా సాదుకోవడానికిద్దామన్నాడు. కాని నేను, 'కలో గంజో కలిసి తాగుదాం' అన్నాను. కందెలు చుట్టే చేతులతో, పారా పలుగూ పట్టిన తాతతో పాటు, తట్టమోయదాని కెళ్ళాను. ఆ దైవ కృపతో తర్వాతతర్వాత బాంక్ ఋణాలు తీసుకుని, స్వశక్తితో మరో రెండు మగ్గులు సంపాదించి ఏదో నిలబడగలిగాం. మీ నాన్న మాత్రం, వ్యాపారంలో నష్టాలు వచ్చినప్పుడు తట్టుకోలేక ఉరి బిగించుకుంటే, మీ అమ్మ చూసి తక్షణ వైద్యం అందించి కంటికి రెప్పలా కాపాడుకుంది. నాన్న బాధ పడితే, 'బంగారం లాంటి మీరే, నా ఎదుట ఉండగా ఈ బంగారం ఎందుకండీ?' అని పసుపుకొమ్ము కట్టుకుని, బంగారు మాంగల్యం అమ్మి మీ నాన్నను వ్యాపారం లో ఆదుకుంది. నాన్న, అమ్మ ఇచ్చిన ధైర్యానికి దైవబలం, మనోబలం తోడై ఇప్పుడు ఇంత ఉచ్చస్థితిలో ఉన్నాం. 'ఏదీ తానంత తానై నీ దరికి రాదు... శోధించీ సాధించాలి...అదియే ధీర గుణం...' అన్నాడో కవి. అదెంత నిజం. ఎన్ని ఉలిదెబ్బలు తింటే శిల శిల్పమవుతుంది? ఎంత సానపెడితే, రాయి వజ్రంలా మెరుస్తుంది. కంసాలి ఎంత కొలిమి లో కాల్చి, ఎన్ని సుత్తి దెబ్బలు కొడితే, బంగారం మేలిమి బంగారు ఆభరణమవుతుంది? సాగరాన్ని మధిస్తే ముందు విషం వచ్చిన తర్వాతే, అమృతం వచ్చింది. ఇలా ఎన్నైనా చెప్పుకుంటూ పోవచ్చు.

ఇప్పుడు అతను వ్యాపార ఓడిదుడుకుల్లో ఉన్నాడు. అతను మంచిగా ఉన్నప్పటి కన్న, ఇప్పుడే నీ అవసరం ఎక్కువ ఉంటుంది. 'నా మీద ప్రేమే ఉంటే' అని నువ్వన్నావు చూడు! కాని, నీ కతనిపై ప్రేమే ఉంటే, ఇలాంటి కష్టకాలం లో తోడుండాల్సింది పోయి, వదిలేసి వస్తావా? ఎవరైనా అమ్మానాన్నలను మంచిగా చూసుకొమ్మని చెబుతారు. నువ్వ వదిలేయమంటావా? అలాగే మీ అమ్మ నాన్నల్ని, నన్ను, మీ తమ్ముడికి రేపు పెళ్ళయ్యాక భార్య వదిలేయమంటే నువ్వు సమర్థిస్తావా చెప్పు?"

"నాకు తెలుసు నీ మనసు బంగారం. నీకు చదువు, అందం, ఐశ్వర్యం అన్నీ ఉన్నాయి. కాని దానితో పాటు గర్వం తలకెక్కకూడదు కదా! అలా అన్నీ ఉన్న ఆకు అణిగిమణిగి ఉంటుందన్న నానుడి నీకు తెలీనిది కాదు. పండ్ల బరువుతో ఉన్న చెట్టు వంగి వినయంగా మనల్ని అందుకొమ్మంటుంది. ప్రకృతిలోని ప్రతీ చిన్న విషయం నుండి ఒక పాఠం నేర్చుకోవచ్చు. నీకు చెప్పేంత పెద్ద చదువు చదవలేదు. కాని సంసారమనే బండికి భార్య భర్తలిద్దరూ కలిసి నడవాలి కాని ఒకటి ఆటు ఒకటి ఇటు వెళతానంటే ఆ ప్రయాణం సాగదు. నీకు దేవుడు విజ్ఞానంతో పాటు సంస్కారం ఇచ్చాడు. నా మనవరాలు ఎప్పటికైనా 'మేమంతా గర్వించే నిర్ణయమే తీసుకుంటుందనుకుంటాను తల్లీ! ఇక నీ ఇష్టం..." చెప్పేది చెప్పి కళ్ళు తుడుచుకుంటూ ఆ గది నుండి బయటకొస్తున్న నాన్నమ్మకు,

'అమ్మా! వెంటనే నాకు, మా ఇంటికి టికెట్ బుక్ చేయమని తమ్ముడికి చెప్పు..."అన్న మనవరాలి మాట వినపడగానే వెనక్కెళ్ళి మనవరాలి నుదుటి పై ముద్దిస్తూ హత్తుకుంది. ఆ బంధం ఎంతో మనోధైర్యాన్నివ్వగా హోయిగా అలా నాన్నమ్మ భుజం పై తల వాల్చి కళ్ళు మూసుకుంది సుధ, అందుకే ఇంట్లో పెద్ద వాళ్ళుండాలంటారు అనుకుంటూ. దూరంగా గుడిలోని జేగంటలు 'శుభం' అన్నట్లు మృదుమధురంగా మోగాయి.

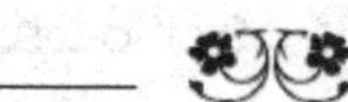

కుజదోషం

"అమ్మాయి పేరేంటి?" పెళ్లి చూపులకు వచ్చి కూర్చున్న అబ్బాయి తల్లి అడిగింది. 'ఏదో అడగాలి కదా, అమ్మాయి కంఠం వినాలంటే', అని అబ్బాయి తల్లి ఉబలాటం.

"ఉమా మహేశ్వరి" తలవంచుకున్న అమ్మాయి అంది. 'అంత పేరు తెలవకుండానే వచ్చారా?', వధువు పోరాటం.

'ఎలాగైనా ఈ సంబంధం అయినా కుదిరితే బావుండు' వధువు తండ్రి మహేశ్వర్ ఆరాటం.

"మీరేమీ అనుకోకపోతే, రెండునిమిషాలు అబ్బాయితో విడిగా పర్సనల్ గా మాట్లాడతాను'

రొటీన్ ప్రశ్నలయ్యాక నెమ్మదిగా బాంబు పేల్చింది ఉమా మహేశ్వరీ.

హతోస్మి' ఇక ఈ సంబంధం కూడా కాన్సిల్ అయినట్లే! భయపడ్డాడు మహేశ్వర్.

"ఆధునాతనభావాలు కల్గిన ఆమె మాట నేను గౌరవిస్తున్నాను" వరమిచ్చిన దేవుడిలా అబ్బాయి లేచాడు. అమ్మాయి లేచి తలవంచుకునే మేడ పైకి దారి తీసింది. మృదుమధురంగా వినపడుతున్న ఆమె కాలి మంజీరనాదాల వెనక నాగస్వరం విన్న నాగుపాములా అనుసరించాడు అబ్బాయి.

'అసలు పైకి వెళ్ళాక, అమ్మాయి అబ్బాయిని, ఏం అడుగుతుంది? పై నుండి రాగానే కోపంగా వెళ్ళి పోతున్నారు. పొరపాటున అడగకూడనివి ఏమైనా, అదే... 'హెచ్ ఐ వీ' టెస్ట్ అనో, వర్జిన్ అని నేను సర్టిఫికేట్ ఇస్తా, మీరూ ఇవ్వండి అనో... అలా ఏమైనా అడుగుతుందా? లేదంటే మా నాన్న పిచ్చివాడు ఇలాగే సంబంధాలు చూస్తాడు. నేను పెళ్లి చేసుకోను. 'నచ్చలేదు' అని చెప్పండి అంటోందా? కావాలని సంబంధం చెడగొట్టడానికి ఏదైనా కారణం చెబుతోందా? లేదంటే అన్ని సంబందాలు ఇలా, ఏదో వంకతో వద్దంటున్నాయి.' పరిపరి విధాలుగా సాగుతున్నాయి మహేశ్వర్ ఆలోచనలు. అయినా ఎంతో సంస్కారం ఉన్న కూతురు అలా చేయదు, అని ఎప్పటిలాగే మళ్ళీ కాంప్రమైజ్ అయిపోయాడు మనసుతో.

పది నిమిషాల్లో కిందకు వచ్చారు.

"అమ్మా... వెళదాం పద" ప్రశాంతంగా వెళ్ళిన అబ్బాయి ధుమధుమలాడుతున్నాడు. లేచి వెళుతుంటే, చేతులు నలుపుకుంటూ నిలబడిన మహేశ్వర్ ని చూస్తూ, 'తర్వాత చెబుతాం' అంటూ వెళ్ళిపోయారు. ఆయనకు అర్థమైపోయింది ఇక ఈ సంబంధం కూడా కుదరదని. 'ఇరవై నాలుగు' పైకే అన్నాడు కూతురుకి వినబడేట్లు.

"అవును! దీనితో కలిపి ఇరవై నాలుగు సంబంధాలు, ఇలాగే తప్పి పోయాయి. నాకు కుజదోషమే! ఏం నాన్నా... నేనూ సంపాదిస్తున్నాను కదా... మీకు అంత భారమయ్యానా? అందరి ముందు ఇలా దిష్టిబొమ్మలా కూర్చోవడం, వాళ్ళు వెళ్ళి కుజదోషం అంటూ కబురు పంపడం, నాకు

చాలా చిరాగ్గా ఉంది నాన్నా! ఇక నేను అస్సలు పెళ్ళే చేసుకోను. ఏం నాన్న, జీవితాంతం భరించడం కష్టమా..." కళ్ళల్లో నీళ్ళు చిప్పిల్లగా అంది ఉమ.

"ఎంత మాట తల్లీ! కన్నవాళ్ళకు బిడ్డలు ఎన్నడూ భారం కారు. నేను ఆలోచించేది నీ గురించే తల్లీ! నేను శాశ్వతమా? 'జాతస్య మరణం ధృవం' అన్నారు. పుట్టిన ప్రతీ ప్రాణి గిట్టక తప్పదు... మీ అమ్మ ఎలాగూ లేదు. తల్లి లేని పిల్లవు. ఆడపిల్లవు. నేను ఉండగా నీకు పెళ్ళి చేద్దామనే నా ఆశ తల్లీ... నేనూ వెళితే ఈ పాడులోకం బతకనివ్వదమ్మా..."

"మీరలా మాట్లాడకండి నాన్నా!"

'కల్యాణమొచ్చినా కక్కొచ్చినా ఆగదంటారు. నీ కెప్పుడు రాసి పెట్టి ఉందో? . అయినా, నాకు తెలీక అడుగుతాను, నువ్వు పైకి తీసుకెళ్ళి ఏం అడుగుతున్నావు తల్లీ? పొరపాటున నాకు ఇష్టం లేదని చెప్పు అంటున్నావా? ఈ నాన్నను వదిలి వెళ్ళలేక...."

"చ! ఎంత మాట నాన్న... అలా ఎలా అంటాను, మీ ఆరాటం చూసాక"

"మరి ఏమడుగుతున్నావు తల్లీ!"

"అది నా పర్సనల్ నాన్నా" అక్కడి నుండి వెళ్ళిపోయింది ఉమ.

★★★

"ఏమండీ! విష్యు మెనీ మెనీ హాపీ రిటర్న్స్ ఆఫ్ దీ డే..." ఉమకు ఎర్రగులాబీ అందిస్తూ అన్నాడు కొత్తగా ట్రాన్స్ ఫర్ పై ఇటీవలే వచ్చిన శశిధర్.

ఒక్క క్షణం ఆశ్చర్యంగా చూసింది. ఎందుకంటే రిజిస్టర్ లో ఉన్న పుట్టినరోజు ప్రకారం ఈ రోజు తన పుట్టిన రోజు కాదు. కాని తిథి ప్రకారం తనది ఈ రోజే పుట్టినరోజు, అందుకే పొద్దుటే గుడికి తండ్రితో వెళ్ళి అభిషేకం చేయించుకుని, ఎప్పటికీ తను పండ్లు పంచే వృద్ధాశ్రమంలో నాన్నతో కల్సి పండ్లు పంచి పెద్దవాళ్ళ ఆశీర్వచనాలు తీసుకుని వచ్చింది. ఇది కేవలం నాన్నకు, తనకు తప్ప మరెవరికీ తెలీదు. మరి ఇతనికి ఎవరు చెప్పారు? అతనిచ్చేది ఎర్ర గులాబీ. ఎర్రగులాబీ ప్రేమకు గుర్తు. మరి తీసుకోవాలా, వద్దా? కాదంటే ఫీలవతాడేమో? ఇంకా ఆఫీస్ సమయం కాలేదు. తను త్వరగా వచ్చింది కాబట్టి ఎవరూ లేరు. అటెండర్ టేబుల్స్ తుడుస్తూ పైన ఎక్కడో ఉన్నాడు

ఆలోచనల్లోనే అప్రయత్నంగా చేయిచాచి తీసుకుంటూ, "థాంక్యు! అయినా మీ కెలా తెల్సు?" అంది కుతూహలంగా.

"అవసరమంటారా?" ఎదురు ప్రశ్న వేసాడు.

"ప్రశ్నకు ప్రశ్నే సమాధానం కాదనుకుంటాను

"ఆకాశవాణి" చిలిపితనం ధ్వనించింది.

కోపంగా చూసిన ఆమెనుచూసి, "అయ్యబాబోయ్! అంతకోపం వద్దులెండి. చెబుతాను. మిమ్మల్ని ఆశ్రమంలో చూసాను. విషయం తెల్సింది. ఎప్పటి నుండో మిమ్మల్నో విషయం అడగాలనుకుంటున్నాను. మీ అందంలాగే మీ మనసు మంచిది అని తెల్సింది. అందుకే ధైర్యం చేస్తున్నా..." "చెప్పండి"

"మరేం లేదు, ఏ విషయమైనా నాన్చకుండా సూటిగా అడిగేయడం నాకిష్టం. అందుకే నాకు మీరు బాగా నచ్చారు, కాబట్టి మీకు ఇష్టమైతే, మిమ్మల్ని పెళ్లి చేసుకుందామనుకుంటున్నాను. దయచేసి మీ నిర్ణయం ఆలోచించుకునే చెప్పండి"

"హ! ఆలోచనా... అదేమీ లేదుగాని... మీరు సాయంత్రం ఆఫీసు అయిపోయాక, చైతన్యపురిలోని వెంకటేశ్వరస్వామి దేవాలయానికి రండి. నాకు కొన్ని షరతులు ఉన్నాయి. అవి మాట్లాడాలి" "థాంక్సండి! ఐ యాం సో లక్కీ..."

ఇంతలో ఎవరో కస్టమర్ రావడంతో చిరునవ్వుతో వెళ్ళిపోయాడు అతను. తనను రిజెక్ట్ చేసిన లిస్టులో మరో పేరు చేరుతుందేమో? పాపం... జీవుడు జోరుమీదున్నాడు, ఆలోచనల్లో పడింది ఉమ.

'అతను జాయిన్ అయి ఆరు నెలలు అయినా, అతనిది వేరే సెక్షన్ కావడంతో ఎక్కువగా టచ్ లేదు. కాని వాళ్ళ వీళ్ళ ద్వారా , అతను పని చేసిన పాత ఆఫీసు ద్వారా చాలా మంచివాడు, సమాజ సేవా తత్పరుడు వగైరా వగైరా అని విని ఉంది. సాయంత్రానికి మరో వికెట్ పడి ఇరవై అయిదు అవుతారు అంతే! కాని నాన్నకు చెబితే బాధ పడతారు కాబట్టి చెప్పొద్దు' అనుకుంది.

★★★

సాయంత్రం ఆఫీస్ తర్వాత ఇంటి కెళ్ళి ఫ్రెష్ అయ్యాక టెంకాయ తీసుకుని నాన్నతో చెప్పి గుడికి బయల్దేరింది. గుళ్ళో పలచగానే ఉన్నారు జనం. వెళ్ళి అర్చన చేయించి, దండం పెట్టుకుని కోనేటి గట్టు మీద కూర్చుంది.

"నమస్కారం మహేశ్వరిగారు" అంటూ వినపడగానే ఆలోచనల నుండి బయటపడి తలతిప్పి చూసింది. లేత గోధమరంగు లాల్చీ పైజామాతో చిరునవ్వుతో నిలబడి ఉన్నాడు శశిధర్. ఆ కొత్త గెటప్ లో చూస్తుంటే అందంగా, చూడబుద్ధయ్యేలా ఉన్నాడు.

"హల్లో! నేనండీ శశిధర్ ని . ఏ లోకంలో ఉన్నారు?" కళ్ళ ముందు చెయ్యి ఆడిస్తూ అనేసరికి ఈ లోకంలో కొచ్చి, 'అబ్బే, ఏదో ఆలోచిస్తున్నాను" తడబాటుగా అంటూ పక్కకు జరిగింది. కాస్త ఎడంగా కూర్చున్నాడు అతను.

"ఇక ఇప్పుడు చెప్పండి! ఏదో చెప్పాలన్నారు?" సూటిగా విషయంలోకి వస్తూ అడిగాదతను.

"నాకింత వరకు ఇరవై నాలుగు సంబంధాలు వచ్చాయి. అన్నీ వద్దని వెళ్ళిపోయాయి."

"ఏంటి? వాళ్ళే వద్దన్నారా? ఇంత అందాల సుగుణాల రాశిని? అయినా అదంతా నా కోసమేనేమో. నేనిలా మాట్లాడుతున్నానని మరోలా అనుకోకండి. మనసులో ఉన్న మాట దాచుకోకుండా బయటకే అనేస్తాను. ఇంతకీ ఎందుకని వద్దన్నారో తెల్సుకోవచ్చా?"

"కుజ దోషం అని"

"వాట్..."

"యస్! మీరు విన్నది కరెక్టే కానీ అది పైకి చెప్పిన సాకు మాత్రమె! అసలు కారణం వేరే ఉంది

"ముందే ఊహించా! ఇంతకీ... ఏంటది?

"నేను పెట్టిన షరతులు..."

"షరతులా? ఏంటవి?"

"ఏమిటంటే, 'నేను పెళ్ళి చేసుకుంటే మా నాన్న నాతోపాటే వస్తాడు. మా నాన్నకు సంబంధించి ఆయన ఆలనా పాలనా, ఆరోగ్యం, ఆహారం ఇలా అన్ని బాధ్యతలు నేనే తీసుకుంటాను. అందుకు నేను పని చేసే ఉద్యోగం నుండి వచ్చిన జీతంలో కొంత మా నాన్న సంతోషానికి ఉపయోగిస్తాను. ఈ షరతులు ఒప్పుకుంటేనే చేసుకుంటాను' అన్నాను. అంతే" ముగించింది ఉమ.

"వావ్! నిజమైన కూతురులా ఆలోచిస్తున్నారు. అందులో తప్పేం ఉంది? మగవాళ్ళకే వాళ్ళ అమ్మానాన్నలపై బాధ్యత ఉంటుందా? ఆడవాళ్ళకు కూడా అమ్మానాన్నలు, అమ్మానాన్నలే కదా... అసలైన కుజదోషం వారికే ఉంది" ఆనందంగా అన్నాడు శశిధర్.

ఉమ మొహం విప్పారింది. "నిజంగా మీకు ప్రాబ్లం లేదా?"

"భలే ఉన్నారు! ప్రాబ్లం ఎందుకు? అదొక అదృష్టం"

"నిజంగా చెబుతున్నారా? కేవలం పెళ్ళి అవడం కోసం ఇలా అంటున్నారా? తీరా తర్వాత, అప్పుడు చేసేదేం లేదని మళ్ళీ ఈ విషయంలో గొడవపెడతారా!"

"నాకిష్టం లేకపోతే ముందే చెబుతాను. మా అమ్మానాన్నలను చిన్నతనంలోనే పోగొట్టుకున్నాను. ఆ బాధ నాకు బాగా తెలుసు. అలాంటిది ఇలా ఆ లోటు తీరుతుందంటే సంతోషం కాదా? నిజంగా మనకంటూ పెద్దవారు అనుభవజ్ఞులు ఉండడం అదృష్టం కదా! అయినా మభ్యపెట్టాల్సిన అవసరం నాకు లేదు".

"నిజంగానా! నాకు చాలా సంతోషంగా ఉంది. ఎవరికైనా నేను కావాలిగాని, మా నాన్న వద్దు! అది నాకు చాలా బాధ కలిగించేది. నేను పుట్టగానే మా అమ్మానాన్న ఇద్దరి పేర్లు కలిసి వచ్చేలా ఉమా మహేశ్వరి అని పేరు పెట్టారు. ఎంతో ప్రేమతో పెంచారు. నాకు పదేళ్ళ వయసులో నాకు పెద్ద జబ్బు వస్తే ఎన్ని మందులు వాడినా తగ్గలేదట. అప్పుడు మా అమ్మ, దేవుడితో, 'నా కూతురు

ఇంకా ఈ ప్రపంచాన్నే సరిగ్గా చూడలేదు. దానికి బదులు నన్ను తీసుకో తండ్రీ!' అని మొక్కెదట. ఆశ్చర్యంగా అలాగే నా జబ్బు నయమయి మా అమ్మ చనిపోయిందట. ఇది నమ్మశక్యం కాకపోయినా యాద్చ్చికం అయినా నన్నెప్పటికీ బాధిస్తుంది. చిన్నవయసే అని నాన్నను ఎంతమంది మళ్ళీ పెళ్ళి చేసుకోమన్నా, నాన్న నా భవిష్యత్తు దృష్టిలో పెట్టుకుని వద్దని ఎన్నో కష్టాలకు ఓర్చి నన్ను ఇంతదాన్ని చేసారు. నేను పెళ్ళి చేసుకోగానే, మా నాన్న జీవితం చీకటి అవుతుంది. మగవాళ్ళే తల్లితండ్రులను చూసుకోవాలిగాని ఆడపిల్లలకు ఆ బాధ్యత ఉండదా? అందుకే ఇలా అన్న, నన్ను అందరూ విపరీతంగా చూసి వెలేసారే తప్ప, నాన్నను, నాతో పాటు భాద్యత తీసుకోవడానికి ఒప్పుకోలేదు.మీరు ఇంకా ఆలోచించుకున్నా ఫర్వాలేదు. ఎందుకంటే ఇప్పుడు ఇది సమస్యగా అనిపించకపోయినా తర్వాత ఆ బాధ్యత బరువుగా అనిపిస్తుందేమో!"

"అబ్బే! ఆలోచన ఏమీ లేదు. ఎప్పటికీ అనుకునేవాడిని, అమ్మానాన్నల సేవ చేసే భాగ్యం లేకుండా పోయిందని. అందుకే మీలాగే ఎప్పటికీ వృద్ధాశ్రమాలకు, అనాథశరణాలయాలకు వెళుతుంటాను. తోచినంత సేవ చేస్తుంటాను. మిమ్మల్ని మొదటిసారి అక్కడే చూసాను. అప్పుడే మనసు పారేసుకున్నాను. నా కోరిక తీరి, నాకు నాన్న వయసులోని వారికి సేవ చేసుకునే భాగ్యం కలిగినందుకు సంతోషిస్తున్నాను. రియల్లీ అయాం ప్రౌడాఫ్ యు! నలుగురుతో పాటు నారాయణ అనకుండా మీ నాన్న గురించి ఆలోచించారు . మరి దేవిగారికి ఒకే అంటే ఈ గుడిలో నూటా పదహారు కొబ్బరికాయల మొక్కు ఉంది. తోడొస్తారా?" చిలిపిగా అన్నాడు శశిధర్.

"నాకూ ఉంది. చెరో చేయేద్దం!" సిగ్గుగా నవ్వింది ఉమ.

"శుభం" అన్నట్లు గుడిలోని జే గంటలు మంగళకరంగా మోగాయి.

★★★

నిడదల నీహారిక ఫౌండేషన్ –
సంక్రాంతి కథల పోటీలో బహుమతి పొంది సాహితీకిరణంలో ప్రచురించ బడిన కథ.

తేడా

"హాయ్ స్వాతీ! హార్థిక శుభాకాంక్షలు. గ్రేట్... ఒలంపిక్స్ కి సెలెక్ట్ అయ్యావట కదా!"

"ఆ! థాంక్ యు సాయి! ఎంతో కష్ట పడ్డా. ఫలితం వచ్చింది. కాని, ఇంకా ముందు ఉంది అసలైన కాలమంతా. దానికే ఈ కసరత్తు. అన్నట్లు బిజీలో ఉన్నాను. తీరిగ్గా మళ్ళీ చేస్తా! శివను కూడా అడిగినట్లు చెప్పు"

"ఓ కే! బెస్ట్ అఫ్ లక్. శివ తరఫున కూడా. ఉంటాను. మళ్ళీ పతకం సాధించాక మాట్లాడతాను. బై" సాయి పెట్టేసాడు.

స్వాతి, సాయి, శివ ముగ్గురు చిన్ననాటి స్నేహితులు. చదువులయిపోయి సాయి బాంక్ లో జాబ్ చేస్తూ, శివ సైనికునిగా చేస్తూ, స్వాతి క్రీడల్లో రాణిస్తున్నారు. పెళ్ళిళ్ళు చేసుకున్నా స్నేహబంధం మాత్రం కొనసాగుతూనే ఉంది.

శివకు చేయక చాలా రోజులయ్యేసరికి శివకు కూడా ఫోన్ చేసాడు సాయి.

"హాయ్ రా శివా! ఎక్కడున్నావ్? ఎలా ఉన్నావ్?"

"హాయ్ రా! బార్డర్ లో డ్యూటీ వేసారు. అక్రమంగా బార్డర్ దగ్గర జొరబడి, నిద్రపోయే జవాన్లను వెన్నుపోటు పొడిచిన దగ్గరనుండి ఇక్కడ చాలా మార్పులు జరిగాయి. ఇటీవల మళ్ళీ చొరబాట్లకు తెగబడిన వారికి చాలా ధీటైన జవాబిచ్చాం. ఇవన్నీ ఎప్పటికీ ఉండేవే గాని నువ్వు, మా చెల్లి, మన ఫ్రెండ్స్ ఎలా ఉన్నారు?"

"ఆమెకేం బానే ఉంది. అన్నట్లు నీకు హార్టీ కంగ్రాచ్యులేషన్స్! బుల్లి శివ రాబోతున్నాడటుగా!"

"థాంక్యు రా! అయినా నీకెలా తెలిసింది? ఇంటి కెళ్ళావా?"

"ఆ! స్వాతి ఫోన్ లో చెబితే, మొన్న మీ ఇంటి కెళ్ళాము. నీకెప్పుడు ఫోన్ చేయాలన్నా సిగ్నలే ఉండదు. ఎప్పుడు కనీసం సిగ్నల్ కూడా లేని ప్రదేశాల్లో ఉంటావు. ఈసారి నువ్వు సెలవులకొచ్చినపుడు, మిమ్మల్నిద్దరినీ కలిసి రమ్మని మా చెల్లి శిరీషతో చెప్పి వచ్చాం. శిరీష ప్రెగ్నెంట్ కదాని, స్వీట్ తీసుకుని వెళ్ళాం. మాస్టర్ శివ వచ్చాక గ్రాండ్ పార్టీ అన్నమాట. శిరీష ఎంత మంచిదో తెల్సా? 'పెళ్ళయ్యాక ఆరునెలలైనా కలిసి లేకపోతిరి. అందుకే శివని సైన్యం లో చేరొద్దు అన్నా వినలేదమ్మా!' అని నేనంటే శిరీష ఏమందో తెలుసా? 'అన్నయ్య అలా దేశానికి సేవ చేసే భాగ్యం ఎంత మందికి వస్తుంది? ఆ అవకాశం వచ్చినందుకు ఆయన ధన్యుడు. ఆయనను ప్రోత్సహిస్తే మనం కూడా దేశానికి సేవ చేసిన వాళ్ళమవుతాం. ఆయన భార్యగా నేనెంతో

గర్విస్తున్నానన్నయ్యా’ అందిరా! పైగా కొత్తగా పెళ్ళయ్యాక ఎవరైనా పండగకి తల్లిగారింటికి వెళతారు. శిరీషను, వాళ్ళ అమ్మా వాళ్ళు తీసుకెళతామని వచ్చినా, ‘నేను వెళితే, ఇక్కడ వయసు పైబడిన అత్తా మామలు ఒంటరివాళ్ళవుతారు’ అని వెళ్ళలేదురా. నిజంగా అంత మంచి భార్యను పొందిన నువ్వు అదృష్టవంతుడివిరా! నాకెంత సంతోషంగా అనిపించిందంటే, నీ స్వభావానికి సరిగ్గా సరిపోయే అమ్మాయి అనిపించింది”

“నిజమేరా! నేను అదృష్టవంతుడినే! అమ్మా వాళ్ళ గురించి ఇంతకు ముందు బెంగగా అనిపించేది. ఇప్పుడు తను నాలాగే చాలా ప్రేమగా చూస్తుంది. నాకు ఇక వాళ్ళ గురించి బెంగ లేదు. తన డెలివరీ వరకు, లీవు తీసుకుని వస్తారా. సరేగాని ఇంకా విశేషాలేంటో చెప్పు”

“ఆ! మన స్వాతి ఒలంపిక్స్ కి ఎన్నికయింది. ఆ విషయం నీతో పంచుకుందామని చేసాను. తను కూడా నిన్ను గుర్తుచేసినట్లు చెప్పమంది. బిజీగా ఉంది. తర్వాత మళ్ళీ చేస్తానంది. నిజంగా మీరు దేశం గర్వపడే ముద్దు బిడ్డలురా. ఏమిటీ, సిగ్నల్స్ మధ్యలో కట్ అవుతున్నాయి?”

“అవునురా! ఇక్కడ ఒక్కోసారి సిగ్నల్స్ ఉండవు. విపరీతమైన చలి. సరేలే! మళ్ళీ చేస్తాలేరా. స్వాతికి విషెస్ మెస్సేజ్ చేస్తాను. ఇక ఉంటానురా”

★★★

“హాయ్ రా శిరీ! హాయ్ బంగారం! ఎలా ఉన్నావ్?” భార్యకు ఫోన్ చేసాడు శివ.

“బానే ఉన్నానండీ! మీరెలా ఉన్నారు? పేపర్ లో ‘బార్డర్ లో ఇంకా కొనసాగుతున్న అల్లర్లు’అని చదువుతుంటే గుండె భయంగా కొట్టుకుంటుంది. మీరు బాగా ఉన్నారు కదా!”

“నాకేం, భేషుగ్గా ఉన్నాను. ఇక్కడ ముష్కరులు తెగబడి, కావాలని కవ్విస్తున్నారు. అయినా మనమేం తక్కువ తినలేదు. ఒక్కొక్కరు ఒక్కో ఆటంబాంబు! సరే గాని సాయి ఫోన్ చేసాడు. పండక్కి కూడా వెళ్ళకుండా అత్తామామల కోసం ఉండిపోయావని మెచ్చుకుంటుంటే, ఎంత గర్వంగా అనిపించిందో తెలుసా? నేనెంత అదృష్టవంతుడినో?”

“Same to you, ditto___” చిలిపిగా అంది.

“ఇంతకీ మన మాస్టర్ శివ ఏమంటున్నాడు?”

“చిన్నకాళ్ళతో తంతూ, ఎప్పుడెప్పుడు బయటపడాలని ఆత్రపడుతున్నాడు. నాన్న ఉంటేనేగాని బయటకు రాను, అని మారం చేస్తున్నాడు. అయినా బుల్లి శివనే రావాలా. చిన్నారి శిరీష రాకూడదా?

“అని నేనన్నానా? ఎవరైనా ఇష్టమే! కాని ‘మాస్టర్ శివ’ అయితే నా వారసునిగా మళ్ళీ సైన్యంలో చేర్పించవచ్చు. నేనయితే ఏదో సైనికుడిలా ఉన్నాకాని, వాడు మమ్మలనందరినీ శాసించే

కమాండర్ కావాలి. అమ్మా నాన్న వాళ్ళు బావున్నారా?" అంటూ కాస్సేపు వాళ్ళతో కూడా మాట్లాడి పెట్టేసాడు.

★★★

"సరిహద్దుల్లో తెగబడిన ముష్కరులు. పదిమంది ముష్కరుల హతం! వీరమరణం పొందిన ముగ్గురు జవాన్లు..." టీ వీ న్యూస్ లో వచ్చే వార్తలు వింటున్నారు హాల్లో కూర్చున్న శివ అమ్మా, నాన్నలు.

లోపల ఉన్న శిరీష సెల్ మోగటంతో, తీసుకోవడానికి వస్తూ వార్త విని ఒక్క ఉదుటున హాల్లోకొచ్చింది, మనస్సులోనే శివ క్షేమంగా ఉండాలని ముక్కోటి దేవతలకు, శత సహస్ర కోటి దండాలు పెట్టుకుంటూ. కాని ఆమె వినతి చేరేలోపలే అనర్థం జరిగిపోయిందని నిరూపిస్తూ, 'రామాపురం గ్రామానికి చెందిన శ్రీరంగం శివ కూడా ఎంతో వీరోచితంగా పోరాడి ముగ్గురు ముష్కరులను మట్టుపెట్టి వీరమరణం పొందారు...' ఇంకా టీవీలో వార్తలు వస్తున్నాయి. చెవి దగ్గర ఆనించుకున్న సెల్ లో నుండి కూడా అదే విషయం దృవీకరించారు. శివ అమ్మానాన్నలు వార్త వింటూనే గుండెలు బాదుకుంటూ రోదిస్తున్నారు. శిరీష ఆ మాట వింటూనే స్మృహ కోల్పోయి కుప్పకూలిపోయింది.

★★★

'ఒలంపిక్స్ లో విజయకేతనం ఎగరేసిన స్వాతికి, ప్రధానితో పాటు, రాష్ట్ర ప్రభుత్వాల శుభాకాంక్షలు, భారీ నజరానాలు. అంతేకాక దేశకీర్తిని ఇనుమడించిన స్వాతికి క్రీడాకారుల సంఘం, క్రీడాకారులు, పెద్దపెద్ద కంపెనీలు భారీగా ప్రకటిస్తున్న బహుమతుల వెల్లువ...'

'వీరమరణం పొందిన సైనికుడు శివ' వార్తలు చదువుతున్న సాయి కన్నీరుమున్నీరయ్యాడు.

ముష్కరుల ధాటికి ముక్కలయిన మృతదేహాన్ని బాక్స్ లో పెట్టి జాతీయ పతాకం కప్పి అందజేశారు. సైనికవందనంతో కర్మకాండ పూర్తయ్యింది. కర్మకాండకు హాజరయ్యాడు సాయి. శిరీష జీవచ్ఛవంలా ఉంది. ఆమెకు ఆరోజు స్మృహ తప్పాక, హాస్పిటల్ లో డెలివరీ ఐ బాబు పుట్టాడు. అందరూ ఆమె భర్తే మళ్ళీ ఆమె కడుపులో పుట్టాడన్నారు. బాలింతయినా ఆమె శోకానికి అంతం లేదు.

ఆరోజు శివ చనిపోయిన పదకొండవరోజు. చనిపోయిన రోజు చూడడానికి రాలేక పోయిన మంత్రి ఈ రోజు వచ్చాడు. ఆమె భర్తకు సంబంధించిన పత్రాలు అన్నీ తీసుకుని వచ్చి, ఇక్కడ అందరి సమక్షంలో మీటింగ్ లా పెట్టి అందజేయడానికి ప్రభుత్వం తరఫున వచ్చాడు. అంతా ఆ వీర సైనికుని పటం ముందు సమావేశమయ్యారు.

"దేశం కోసం ప్రాణాలర్పించే అవకాశం అందరికీ రాదు. అలా ప్రాణత్యాగం చేసిన ధన్యజీవి 'శివ'. ఆ లోటు ఆ కుటుంబానికి పూడ్చలేనిది. మళ్ళీ ఆయన కోరిక మేరకు పుట్టిన బాబుని కూడా సైనికుడిగానే చేస్తానన్నదం ఆ వీర సైనికుని భార్య శిరీష దేశభక్తికి నిదర్శనం. ఆయన్ను కన్న తల్లితండ్రులకు, వీరమాతాపితరులకు, వీరపత్నికి శిరస్సు వంచి నమస్కరిస్తున్నాను. ఇంకా రావాల్సిన మరికొన్ని బెనిఫిట్లు త్వరలో అందజేస్తాము. వారి సేవలు మరవలేనివి. తాన ప్రాణాలను అర్పించి అయినా శత్రువులను మట్టుపెట్టాలని చివరిక్షణం వరకు పోరాడి ముగ్గురు ముష్కరులను హతమార్చి ప్రాణాలు అర్పించిన త్యాగధనుడు శివ. ఆ త్యాగానికి ఏమిచ్చినా ఆ భూమి ఋణం తీర్చుకోలేదు. అలాంటి మహనీయుని కన్న తల్లితండ్రులు, కట్టుకున్న భార్య, ఈ నేలపై పుట్టినందుకు ఈ భారతావని ధన్యులు. వీరసైనికునికి అశ్రునివాళులు. శివ అమర్ రహే! వీర జవాన్ అమర్ రహే! జై భారత్ మాతా! " అమరజీవి శివ గురించి కొంచెం సేపు చెప్పి, వారిని బాధపడవద్దంటూ ఓదార్చి, చివరగా ఈ మాటలతో ఉపన్యాసం ముగించాడు మంత్రి.

"అమ్మా... మీరేమయినా మాట్లాడతారా...' మంత్రి స్పీచ్ ముగించగానే శిరీషను అడిగారు అక్కడున్నవారు.

శిరీష మౌనంగా చేతులు జోడించింది మాట్లాడలేనన్నట్లు.

"ఇంకెవరైనా ఆయనతో ఉన్న అనుబంధాన్ని పంచుకోగోరుతున్నాము" అనగానే సాయి లేచాడు.

"మంత్రివర్యా... నేను రెండు నిమిషాలు మాట్లాడతాను. నేను శివ ఫ్రెండ్ ని. మంత్రిగారికి, ఇక్కడున్న అందరికీ నమస్కారాలు. శివ చేసిన త్యాగం గురించి, దేశభక్తి గురించి అందరూ చెప్పారు. వాడితో నాకు ఉన్న అనుబంధం మాటల్లో చెప్పలేనిది. మంత్రిగారికి అంత సమయం లేదు కనుక, ఈ సందర్భంగా ప్రభుత్వానికి నాదొక వినతి మాత్రం తెలుపుతాను. ఒలంపిక్స్ లో పతకాలు సాధించి దేశభక్తిని నిరూపించిన వారికి, వివిధ క్రీడల్లో రాణించి మనదేశ కీర్తి ఇనుమడింపజేసిన వారికి, ప్రభుత్వంతో పోటీపడి నజరానాలు ప్రకటించిన అందరికీ ప్రణామాలు.

ఇక్కడ మనమంతా ఇంత నిర్భయంగా, సంతోషంగా, ప్రశాంతంగా ఉన్నమంటే అందుకు కారణం దేశ రక్షణకై శారీరక, మానసిక శ్రమలను లెక్క చేయక కుటుంబాలకు, ఆత్మీయులకు దూరంగా ఉండి కర్తవ్య నిర్వహణ చేస్తున్న సైనికులే అంటే అతిశయోక్తి కాదు. ఆ ప్రభాకరుడు ప్రతిరోజూ మనకు వెలుగునిస్తున్నది ఎంత నిజమో ఇదీ అంతే నిజం. ఈ విషయం మీ అందరికీ తెలిసినదే! ఎంత చెప్పినా వారి గురించి తక్కువే! మరణకి మించిన విషాదం లేదు. ఒక ఇంటికి కీలక ఆధారమైన, ముఖ్య భూమిక పోషిస్తున్న ఆ సైనికుడు మరణిస్తే, ఆ కుటుంబం ఆర్థికంగా, మానసికంగా నరకం అనుభవిస్తుంది. పతకాలు సాధించిన క్రీడాకారులకు ఉన్న గుర్తింపు, ప్రాణ త్యాగం చేసిన సైనికుని లేకపోవడం బాధాకరం. ఇద్దరూ దేశం కోసం శ్రమించినవారే. కానీ

విజేతలకు ఎన్నో బహుమతులు ప్రకటించిన ప్రభుత్వం వీరమరణం పొందిన సైనికునికి ఎందుకు ప్రకటించడం లేదు? మిగతా పెద్దపెద్ద కంపనీలు కూడా క్రీడాకారులు మన దేశాన్ని గెలిపించినందుకు రకరకాల బహుమతులు, నజరానాలు ప్రకటిస్తారు. వారికి ప్రకటించడం తప్పు అనడం లేదు కానీ, దేశభక్తి ఉంటె, వీళ్ళకెందుకు ప్రకటించడం లేదు? పేపర్లో కూడా వాళ్ళ కిచ్చిన ప్రాముఖ్యత వీర సైనికునికి ఎందుకు ఇ వ్వడంలేదు? ఎందుకంటే వారిలా వీరు టీవీలలో, ప్రసారమాధ్యమాలలో రారు. వీరి గురించి ఎవరికీ ఎక్కువ తెలియదు కాబట్టి. కేవలం దేశం కోసం ప్రాణత్యాగానికైనా వెనకాడని దేశభక్తి తప్ప మరేం తెలియని అనామకులు.

ఇంటికి దూరంగా నాలుగురోజులు ఉండాలంటేనే మనకు భయం. అభద్రతాభావం. కన్నబిడ్డలను నాలుగురోజులు చూడకుంటే తపించిపోతాం. అర్ధాంగిని ఒంటరిగా నాలుగురోజులు ఉంచడానికి, నేను లేకుంటే గడవదని అల్లాడిపోతాం. ముసలి తల్లిదండ్రులను వదిలి రెండురోజులు బయటకు వెళ్ళినా వారికి అండగా లేమని ఆందోళనపడతాం. కానీ వారు అలా నెలల తరబడి ఉండాలి. అంతేకాదు, కనీసం మనం ఎప్పటి విషయం అప్పుడు మనవారికి చెప్పడానికి, తెలుసుకోవడానికి మొబైల్ ని ఉపయోగిస్తాం. కానీ చాలామంది సైనికులకు కొన్ని నెలలవరకు ఆ అవకాశం కూడా ఉండదు. మనలాగా మంచి ఆహారం తినడానికి, సుఖంగా పడుకోవడానికి అవకాశం ఉండదు. ఈ రకంగా వారు ఎవరో, తెలియని మనందరికోసం వారి బ్రతుకులను అడ్డు పెడుతున్నారు. కానీ దేశం కోసం తృణప్రాయంగా జీవితాలనే అర్పిస్తున్న వారిని గురించి మనం ఎవరం ఆలోచించడంలేదు. దయచేసి మనస్సున్న మహనీయులంతా పునరాలోచించమని వినతి. ప్రభుత్వాన్ని కూడా ఈ దిశలో ఆలోచించి తగినవిధంగా స్పందించ మనవి” అక్కడున్న వారందరి మనస్సులు కలిచివేసినట్లు కళ్ళ నుండి నీళ్ళు కారుతుంటే అంతా చప్పట్లతో హర్షాన్ని వెలిబుచ్చారు.

అవాక్కైన మంత్రి... సాలోచనగా తల పంకిస్తూ, “తప్పనిసరిగా ప్రభుత్వానికి విషయం తెలిపి తగుచర్యలు తీసుకుంటామని” హామీ ఇవ్వడంతో అందరూ చమర్చిన కళ్ళతో చప్పట్లు కొడుతూ వీరసైనికునికి నివాళ్ళు అర్పించారు.

★★★

శ్రీ శారద సత్యనారాయణ మెమోరియల్ చారిటబుల్ సొసైటీ మరియు అర్చన ఫైన్ ఆర్ట్స్ అకాడెమీ సంయుక్త ఆధ్వర్యంలోని కథల పోటీ 2019 లో బహుమతి పొందిన కథ.

నిర్ణయం

అలారం ఐదుగంటలకు మోగగానే లేచిన శ్రావణికి ఇక అప్పటి నుండి గడియారంతో పరుగు పందెం మొదలయ్యింది. బయట వాకిలి ఊడ్చి, ముగ్గుపెట్టి, ఇల్లు ఊడ్చి, స్నానంచేసి, దీపం పెట్టి వంటగదిలోకి అడుగు పెట్టింది.

జిమ్ నుండి వచ్చిన కొడుక్కి పండ్ల రసం, మొలకలు, టిఫిన్ ఇచ్చింది. భర్త నారాయణకు టిఫిన్ పెట్టి, ఆయన తినేలోగా ఆయన షర్ట్ ఇస్త్రీ చేసిచ్చింది. షూ కి సాక్స్ వెదికిచ్చింది. లేచిన కూతురుకి టిఫిన్, కాఫీ తదితరాలు అందించి, ఆమెకు కాలేజీకి కావాల్సిన దుస్తులు వెదికి పెట్టింది. మర్చిపోకుండా భర్త లాప్ టాప్, కళ్లద్దాలు, సెల్లు, బీపీ గోళీలు, మధ్యాన్నం భోజనం కారియర్, వేడిచేసి చల్లార్చిన వాటర్ బాటిల్ అన్నీ సర్దింది. కొడుకు అనుదీప్, రాత్రి గుర్తు చేయమన్న 'రికార్డ్' గుర్తుచేసి, చార్జింగ్ పెట్టిన ఫోన్ అతని జేబులో వేసి , పాకెట్ మనీ ఇచ్చి పంపింది.

కూతురుకు జడలు వేస్తూ, రాత్రి అంత పొద్దుపోయే వరకు ఉండడం వల్ల ఆలస్యంగా నిద్ర లేస్తున్నందుకు కేకలేసి, ఈ రోజు నుండి, రాత్రి పది వరకు పడుకుని తనతో పాటే ఐదు గంటలకు లేచి, స్నానం చేసి, పూజ యోగా ఎక్సర్ సైజులు చేయాలంటూ చెప్పి టిఫిన్ బాక్స్ పెట్టిన బుట్ట ఇచ్చి పంపింది.

అందరినీ పంపి రణరంగాని తలపిస్తున్న ఇల్లుని ఒక కొలిక్కి తెచ్చేసరికి, కడుపులో ఆకలి కేకల స్థాయి పెరగడంతో వంటింట్లోకి వెళ్ళింది. జిమ్ నుండి వచ్చిన కొడుకు ఎప్పటికన్నా మరో రెండు ఎక్కువ చపాతీలు తినడంతో ఖాళీ అయిన గిన్నె వెక్కిరిస్తూ కనబడింది. మళ్ళీ చేసుకునే ఓపిక లేక నిన్న మిగిలిన కొంచెం అన్నంలో చారు కలుపుకుని తినేసింది. పొద్దున్న అందర్నీ పంపించే హడావుడిలో బాగు చేయడానికి సమయం లేక పక్కకు పెట్టిన పురుగులు పడుతున్న రవ్వను బాగుచేసింది. ఎండ పోతోందని ఎండలో పెట్టాల్సిన కొన్ని ధాన్యాలను ఎండబెట్టింది. బట్టలు వాషింగ్ మిషన్ లో వేసింది. అంట్లు తోమేసి, నిన్న ఆపేసిన కూతురు డ్రెస్ పై చేస్తున్న పెయింటింగ్ చేస్తూ కూర్చుంది. గంట కాగానే మెడలు లాగడం మొదలవ్వడంతో లేచి బట్టలు బయట ఆరేసింది. కొన్ని రిపేర్ చేయాల్సిన బట్టలు మెషిన్ పై కుట్టి పని పూర్తి చేసింది.

కోతుల శబ్దం వినబడటంతో ఎండలో పెట్టిన వాటిని లోనికి తెచ్చి, ఆకలికావడంతో అరకోర మిగిలిన కూరలతో మధ్యాన్నం భోజనం చేసింది. తెల్లవారి టిఫిన్ కి నానబెట్టినవి రుబ్బుకుని, ఎండబెట్టిన బట్టలు తెచ్చి మడతలు పెట్టి ఎవరి అల్మారాలలో అవి సర్దే సరికి కొడుకు రావడం తో హడావుడిగా సాయంత్రం టిఫిన్ కోసం అన్నీ తయారుచేసి ముందు ఒక సర్వపిండి (తపాల చెక్క) ప్లేట్ కొడుక్కిచ్చింది. ఆ తర్వాత వచ్చిన కూతురు, భర్త కు ఇచ్చేసరికే చీకటి పడిపోయింది. సంధ్యా దీపం పెట్టి, తులసి మాత దగ్గర దీపం వెలిగించి, రాత్రి వంటకు తయారుచేసి అందరికి పెట్టి, తను తిని ఆ అంట్లు తోమేసి, పాలు తోడు పెట్టేసరికి నిద్రాదేవి కళ్ళ మీదకు వచ్చి వాలిపోయింది. ఇది దాదాపు రోజూ జరిగే రొటీన్ దినచర్య శ్రావణికి.

" ఏయ్! ఉన్నావా? నిన్నే! ఏం రాచకార్యం వెలగబెడుతున్నావ్? ఆఫీస్ సమయం అవుతుంది. ఎక్కడున్నావ్?" పిలుస్తూ, గొంతు తీవ్రతరం చేసి అరుస్తూ, విసుగ్గా ఇల్లంతా గాలిస్తున్నాడు నారాయణ. ఘుమఘుమ వాసనలతో, వేడి ఆవిర్లతో, శ్రావణి చేతి గాజుల చప్పళ్ళతో, గిన్నెల చప్పుడుతో సందడిగా ఉండే వంటగది దేవతలేని కోవెలలా నిశ్శబ్దంగా వెలవెలబోతోంది.

ఎక్కడా లేదు. ఉదయం ఎనిమిది అయ్యింది. మరో గంటలో ఆఫీస్ కి వెళ్ళాలి. ప్రతిరోజు ఈ సమయానికి వేడి వేడి కాఫీతో పేపర్ చదివే తన దగ్గరకు తెచ్చి ఇచ్చేది. ఇప్పుడు కనీసం ఆ సన్నాహాలు కూడా ఎక్కడా కనబడటం లేదు. కూతురు తన గదిలో ఇంకా పడుకునే ఉంది. రాత్రి చాలా సేపు మెలకువతో ఉంటే అలా పడుకోవడం అలవాటే. కొడుకు పొద్దుటే జిమ్ కంటూ వెళ్ళిపోయాడు.

మరి శ్రావణి ఎక్కడికి వెళ్ళి ఉంటుంది? ఆలోచిస్తూ పెరట్లోకి వెళ్ళాడు. అక్కడ జామచెట్టు కింద మట్టిలో యోగామాట్ పై ఒక్క కాలిపై నిలబడి, మరోకాలు లంబకోణంలో మోకాలివరకు మడిచి నిలుచున్న కాలు మోకాలి దగ్గర ఆనించి రెండుచేతులు జోడించి, నిలువుగా పైకెత్తి తల పైగా నిటారుగా ఉంచి వృక్షాసనంలో దూరంగా ఎక్కడో చూస్తూ నిల్చున్న భంగిమలో ఉన్న శ్రావణిని చూడగానే కోపం నశాలానికంటింది నారాయణకి.

"ఏంటే! ఏంటి ఈ భంగిమ? అసలు ఇప్పుడు సమయం ఎంతయిందో తెల్సా? నువ్వ ఏం చేస్తున్నావో అర్థం అవుతుందా?"

"అర్థం అవుతుంది. నిన్న నేర్చుకున్న యోగాని ఇప్పుడు ప్రాక్టిస్ చేస్తున్నా! అయినా చివరికి వచ్చేసింది లెండి. వచ్చేస్తున్నా"

"ఏమర్థమైంది? ఎక్కడ పనులన్నీ అక్కడే పెట్టి ఈ సమయంలో ఏంటి ఈ మేళా? ఇక నీకు ఇదొక్కటే తక్కువయ్యిందా? మొగునికి ఇప్పటివరకు కాఫీ ఇవ్వలేదు గాని అందం మీద సోకులు. ఈ వయసులో నీకు ఈ భంగిమలు అవసరమా?" గయ్యిమన్నాడు.

"ఎందుకంత కోపం? ఇప్పుడు ఏమయ్యింది? ఇలా అరుస్తారనే మీకు కాఫీ ఫ్లాస్క్ లో పోసిపెట్టి వచ్చాను"

"పెద్ద అఘోరించావులే! ఆ టిఫిన్ పెట్టి తగలడు" రంకెలేస్తూ వెళ్ళిపోయాడు. నిట్టూరుస్తూ మాట్ చుట్టుకుని వచ్చేసింది శ్రావణి. అయితే ఆమెకు ఆ క్షణం తెలీదు. మరో నాలుగురోజుల్లో ఆమె ఊహించని విధంగా ఆమె జీవితం మారబోతుందని.

★★★

ఆ రోజు నారాయణ ఆఫీస్ నుండి ఆలస్యంగా వచ్చాడు. ఏదో మధనపడుతున్నట్లు వచ్చినప్పటి నుండి ఆలోచనల్లోనే ఉన్నాడు. ఆ రాత్రి ఏమీ తినలేదు. ఆరోగ్యం బాలేదా అని శ్రావణి,

పిల్లలు ఎంత అడిగినా, 'అదేం లేదు' అంటూ డాబా మీదికి వెళ్ళిపోయాడు. అందరూ పడుకున్నాక ఏ అర్ధరాత్రో వచ్చి పడుకున్నాడు.

తెల్లవారి అలారం మోగకుండా చేసి, ఆదరాబాదరగా ఆరుగంటలకు లేచిన, శ్రావణి ఫ్రెష్ అయ్యేసరికి, కాఫీ కప్పు అందించాడు నారాయణ. పక్కన బాంబుపడ్డట్లు ఉలిక్కిపడింది శ్రావణి. ఏనాడు కనీసం వంటగది మొహం చూడనివాడు, ఎప్పుడూ కనీసం 'తిన్నావా' అనయినా అడగని వాడు, ఎన్నడూ ఏ పనిలో వీసమెత్తు సహాయమైనా చేయనివాడు, ఇలా కాఫీ అందించడం ఏమిటి?

లేచిన పిల్లలు కూడా విచిత్రంగా, ఆశ్చర్యంగా చూస్తున్నారు.

"కాఫీ తాగక అలా చూస్తావేం?"

ఎన్నడూ వినని భర్త సౌమ్యమైన స్వరంతో ఇహలోకంలో కొచ్చింది. పొరపాటున తన సంగతి ఏమైనా అతనికి తెలిసిందా? తెలిస్తే? అమ్మో ఇంకేమైనా ఉందా? ఆమె ఉలిక్కిపడింది.

"ఓ! యోగా చేయాలంటే, కాఫీ ఇప్పుడే తాగవద్దు అని చూస్తున్నావు కదూ! ఓకే! నువ్వు, నీతోపాటు మేము కూడా ఇవ్వాళ యోగా చేస్తాం"

బాంబు మీద బాంబుపడ్డట్లు విస్తుపోవడమే శ్రావణి వంతవుతోంది. ఈలోగా పిల్లలు కూడా, "అవున్నన్న! మీరేంటి? ఒకేసారి నరసింహావతారం నుండి సౌమ్య శాంతారాం అవతారంలోకి మారడం ఏమిటి? ఏమీ అర్థం కావడంలేదు" అంటూ శ్రావణి అడిగింది. పిల్లలూ చెప్పమని అడిగేసరికి, చెప్పడం మొదలుపెట్టాడు.

"నాకు కనువిప్పయ్యిందిరా పిల్లలూ! మీకు తెలుసు కదా! ఇటీవల నా ప్రాణ స్నేహితుడైన భాస్కర్ భార్య చనిపోయిన సంగతి. లీవ్ లో ఉన్నవాడిని కలుద్దాం అని నిన్న వెళ్లాను. వాడు చెప్పిన విషయాలు దిగ్భ్రాంతి కలిగించాయి. "అమ్మ" అనే పాత్ర ఎంత కష్టమో, దానిని కాపాడుకోవాల్సిన అవసరం ఎంత ఉందో తెల్సింది. ఇంతకీ వాడు ఏమన్నాడో తెల్సా!

'అరేయ్ ! నేను మూర్ఖుని. నా చేతులారా నా భార్యను చంపుకున్నాను. నా పిల్లలను అమ్మలేని అనాథలను చేసాను. మానవ శరీరం గరిష్టంగా 45 డె(యూనిట్ల) బాధను భరించగలదట. కానీ బిడ్డకు జన్మ నిచ్చేప్పుడు తల్లియాఖైఏడు డె(యూనిట్ల) నొప్పి భరిస్తుందట. అది 20 ఎముకలు ఒకేసారి విరిగితే పడే బాధకు సమానమట. అంత కష్టపడి తన కడుపు చించుకుని పుట్టినబిడ్డకు ఏ ఆపదా రాకుండా, వారి కొచ్చే కష్టాలన్నీ వారే అనుభవిస్తారు. పుట్టక ముందు ఏది తిందామన్నా వాంతులతో తినలేరు. పుట్టాక ఏది తిన్నా పాలుతాగుతున్న బిడ్డకు పడదని కడుపు చంపుకుంటారు. ఇలా ఎవరికీ ఏ కష్టం కలగకుండా చూడడానికి వారి జీవితాల్ని ఘణంగా పెడుతున్నారు అని ఆలస్యంగా తెలుసుకున్నాను. ఇటీవలే నా భార్యకు ఆరోగ్యం బాలేదని పరీక్షలు చేయిస్తే తెల్సిన విషయం ఏమిటంటే అప్పటికే ఆమెకు వచ్చిన కాన్సర్ చాలా ముదిరిపోయి మరణానికి, సమయం రోజుల్లో ఉందని. ఆర్థిక పరిస్థితులు చూసి ఇబ్బందిపెట్టవద్దని తన అనారోగ్యాన్ని ఎవరికీ చెప్పక దాచి, అందరికీ అన్నీ అమర్చడానికి శ్రమపడుతూ ఆమె అందర్నీ

మోసం చేసింది. ఆమె లేని ఇల్లు దేవతలేని గుడే అని ఇప్పుడు అర్థమవుతోంది. మేమంతా, చేయించుకోవడం మా అర్హత, చేయడం ఆమె బాధ్యత అనుకున్నామేగాని, ఆమె ఆరోగ్యం గురించిగాని, ఆమెకు విశ్రాంతి అవసరంఅని గాని, మేమంతా తన పనిలో తలో చేయి వేస్తే ఆమె సేవలు, ప్రేమ మేము ఇంకా చాలా సంతోషంగా చాలాకాలం అనుభవించవచ్చు అనిగాని మర్చిపోయాం. అందుకే మా జీవితం అందరికీ గుణపాఠం కావాలి. మాతృత్వం ఎంత అద్భుతమైన భావనో, దాన్ని అమ్మ, పిల్లలు ఆస్వాదించడానికి అమ్మకంటూ, అమ్మ ఆరోగ్యానికంటూ సమయం మనం ఇవ్వాలి. కనీసం నువ్వయినా నేను చేసిన తప్పు చేయకుండా మీ ఇంట్లోని దేవతను కాపాడుకో. నీ పిల్లల్ని తల్లిలేని వాళ్ళను చేయకు. వారికున్న ప్రత్యేకమైన సమస్యలు అధిగమించడానికి మంచి పౌష్టికాహారాన్ని, ఆనందాన్ని ఇవ్వు. వారి ఆరోగ్యం కాపాడుకోవడానికి వారు యోగానో, వాకింగ్ నో చేసుకునే సమయాన్ని ఇవ్వు' అన్నాడు.

"ఓహో! అందుకని ఈరోజు అందరం యోగా చేద్దామని అన్నారా నాన్న! మరి ఈ కాఫీ పెట్టి ఇవ్వడం ఏంటి?" ఆసక్తిగా అన్నారు పిల్లలు.

"అందుకే పూర్తిగా వినండిరా. వాడు అలా అనగానే నాకు వెంటనే రోజూ అమ్మ చేసే పనులు గుర్తొచ్చాయి. మనందరికీ పౌష్టికాహారం అందించటంలో కాసరి కాసరి వడ్డించే అమ్మ, తన దగ్గరకు వచ్చేసరికి పిసినారి అయిపోతుంది. మిగిలిపోయినవో, పారేయాల్సినవో తిని తన ఆకలి చల్లార్చుకుంటుంది. ఇక అందరికీ సమయం కేటాయించి అన్నీ చేసిపెట్టే అమ్మకు, తన ఆరోగ్యానికి నడకనో, యోగానో చేయడానికి సమయం లేకుండాపోతుంది. ఇందులో సింహ బాగం అంటే ఎక్కువ కష్టపెట్టినది నేనే. అందుకే ఒక నిర్ణయం తీసుకున్నాను. ఈ రోజు నుండి రోజూ అందరం అన్ని పనులు పంచుకుంటే అమ్మ ఆరోగ్యంగా ఉంటుంది. అలా ఉంటె మనందరం చాలా సంతోషంగా ఉండవచ్చు. ఒకరకంగా ఇక్కడ కూడా మన స్వార్థమే"

నారాయణ చెప్పడం పూర్తి కాకముందే శ్రావణి కి కళ్ళు రెండు నీటి కుండలయ్యాయి. పిల్లలు తల్లిని ఇరువైపులా హత్తుకున్నారు. వారి కళ్ళు కూడా సజలాలయ్యాయి. అయితే పిల్లల కళ్ళలోవి కన్నీళ్ళయితే, శ్రావణి కళ్ళలోవి మాత్రం ఆనంద బాష్పాలు. దూరంగా గుడిలోని జే గంటలు మంగళకరంగా మోగాయి. వారి నిర్ణయాన్ని హర్షిస్తూ, తూరుపున భానుడు ఎర్రగా మెరిసాడు. చెట్లు తలలూపుతూ హర్షాతిరేకాన్ని తెలిపాయి.

ఇటీవల భర్తకు తెలీయకుండా హాస్పిటల్ కి వెళ్ళి చేయించుకున్న పరీక్షల్లో, కాన్సర్ ప్రథమదశలో ఉందని తేలడంతో డాక్టర్ సలహాతో యోగా మొదలు పెట్టిందన్న సంగతి, ఇప్పటివరకు ఆమెకు మాత్రమే తెల్సిన సంగతి.

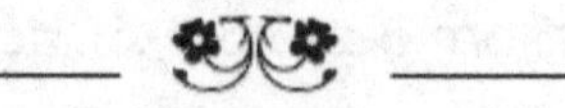

తపస్వి మనోహరం

సంసారంలో సరిగమలు

'విశ్వం విష్ణు ర్వషట్కారో భూతభవ్యభవత్ప్రభుః||' కోవెల లోని మైక్ లో సుబ్బులక్ష్మిగారి గాత్రం వీనులవిందుగా వినబడుతోంది. కోనేరు దగ్గర చుట్టూ ఉన్న మండపంలో స్తంభాన్ని ఆనుకుని కూర్చున్న అక్షర మనస్సంతా గందరగోళంగా ఉంది. అక్కడున్న అందరూ పిల్లాపాపలతో వచ్చిన వాళ్ళే! అంతా ఎంతో సంతోషంగా ఉన్నారు. తాను ఒక్కర్తీ ఎవ్వరూ లేని అనాథలా! ఒంటరిగా...

జీవితం గురించి ఎన్ని కలలు కన్నది? ఎన్ని ఆశలతో అత్తారింట్లో అడుగుపెట్టింది. ఏరికోరి వరించిన విరించి కోసం, అందర్నీ ఒప్పించి, పెళ్ళి చేసుకుంది. కానీ, ఏమయ్యింది? మనస్సు ముక్కలయ్యింది. కందిరీగల్లా ఆలోచనలు మునురుకున్నాయి.

ప్రైవేట్ లెక్చరర్ గా చేస్తున్న తను, డ్యూటీ అయ్యాక మరో వారంలో పీ.హెచ్.డీ కి థీసిస్ సబ్మిట్ చేయాల్సి ఉండడంతో, తప్పనిసరై తన గైడ్ ఇంటికి వెళ్ళాల్సి వచ్చింది. అప్పటికే సమయం 7 గంటలయ్యింది. గంట రెండు గంటల్లో రావచ్చనుకుని, భర్తకు కూడా ఫోన్ చేసి చెప్పింది వెళుతున్నట్లు. అయితే ముందు ఫోన్ చేసి వెళ్ళినా, అతన్ని అప్పుడే ఎవరో వచ్చి బయటకు తీసుకెళ్ళడంతో ఎదురుచూస్తూకూర్చుంది. అరగంట వెయిట్ చేశాక వచ్చాడు. సందేహాలన్నీ తీర్చుకుని ట్రాఫిక్ జామ్‌లో పడి వచ్చేసరికి, పదిన్నర దాటింది. తన కర్మకాలి చార్జింగ్ లేక ఫోన్ స్విచ్ఛాఫ్ అయ్యింది. వెళ్లేసరికి పాప గుక్కపట్టి ఏడుస్తుంది. బాగా సతాయిస్తుందని కొట్టాడట. అసలే తను లేదు, అంటే అలా కొట్టేస్తాడా?

"నేను లేనప్పుడు బుజ్జగించాల్సింది పోయి అలా కొట్టేస్తారా? ఎప్పుడూ నేనే చూసుకుంటా కదా, ఒక్కసారి చూసుకోవడానికి అంత కోపమెందుకు?" అంటూ అరిచింది.

"ఫోన్ స్విచ్ఛాఫ్ చేసి, ఇప్పటివరకెక్కడ తిరిగి వస్తున్నావ్?" అంటూ చెంప మీద ఒక్కటిచ్చాడు.

హతాశురాలయ్యింది. ఐదు వేళ్ళు అలాగే తేలాయి చెంపమీద. ఆ దెబ్బ కన్నా, అతనన్న మాటలు ఎక్కువగా బాధిస్తున్నాయి. అప్పుడే భూమి పగిలి అందులో కూరుకుపోతే బావుండనిపించింది. అంతకు ముందు వెహికిల్ పై వెళుతూ, రెండు మూడు సార్లు పడటం వల్ల వచ్చిన నడుంనొప్పి, ఆకలి, ఎదురుచూడడం వల్ల వచ్చిన నీరసం, అసహాయత ఏడుపు తెప్పించింది. ఏమీ తినకుండా సమయంతో పరుగులెడుతూ, ఆకలి మర్చి పోయింది. ఇప్పుడు ఈ దెబ్బతో, మైండ్ అంతా బ్లాంక్ అయిపోయింది. కొట్టడమే కాక, ఇంకా అతని చేతిలోని సెల్ విసిరి నేలక్కొట్టాడు. ఎదురుగా పాపకు అన్నం కలిపి పెట్టినట్లున్నాడు. ఆ ప్లేట్ విసిరికొట్టాడు. ఇల్లంతా అన్నం చెల్లాచెదురయ్యింది. ఆ నీరసంలో పాపను ముందు బుజ్జగించి, తినిపించి పడుకోబెట్టి,

ఏడుస్తూ కిందపడ్డదంతా శుభ్రంచేసి ఏమీ తినకుండానే, పడుకుంది. పేరుకే పడుకుంది కానీ, అసలు నిద్రపడితేగా! అతనూ తెల్లార్లూ నిద్ర పోలేదని తెలుస్తూనే ఉంది.

తెల్లవారి లేస్తూనే, బాగ్ సర్దుకుని అతనింకా లేవకుండానే, ఉత్తరం రాసిపెట్టి వచ్చేసింది. ఇంతవరకేం జవాబు, ఫోన్ ఏదీ లేదు. తనకు క్రాన్స్ వ్యాధి అని డాక్టర్ చెప్పి నెల కూడా కాలేదు. ఆ వ్యాధికి మందుల్లేవ్ అన్నారు. 'చిన్న టెన్షన్ కూడా పడొద్దు' అన్నారు. కానీ తన జీవితంలో టెన్షన్స్ తప్ప, మరేం లేవు.

ప్రొద్దున్న నాలుగు గంటలకు లేవాలి. ఆరులోప్ ఆరోజు చెప్పాల్సిన క్లాసెస్ కి ప్రిపేర్ అవాలి. ఆరు నుండి ఎనిమిది లోప్ టిఫిన్, వంట, పాపకి, తనకి, ఆయనకి బాక్స్ లు పెట్టడం, పాపకు బ్రష్ చేయించి, స్నానం చేయించి, స్కూల్ కి తయారుచేయడం, ఆయన వెళ్ళగానే వీలయితే రెండు ముద్దలు నిలబడి కుక్కుకుని, బండి వేసుకుని వెళ్ళిపోవడం. అంతా సమయంతో పరుగులే! దానికి తోడు మరో ఆరు నెలల్లో పీ.హెచ్.డీ పూర్తి చేయాలి. ఉద్యోగం మానేద్దామంటే, ఆయన ఒక్క సంపాదనతో కష్టమవుతుందని భయం. ఎటు చూసినా, ఏ మాత్రం ఆశలేని జీవితం. తనను గుండెల్లో పెట్టుకుని చూసుకుంటాడనుకుంది. కానీ గుండెల్లో గునపాలు దింపుతాడనుకోలేదు. కళ్ళలోని నీళ్ళు కారిపోతున్నాయి. ఎప్పుడైనా గొడవపడి తను ఏడిస్తే, కన్నీళ్ళు కింద పడకుండా చేయి అడ్డు పెట్టేవాడు, 'అక్షరా! నీ కనుపాపల్లో నేనుంటానంటావు కదా! మరి నేను ఒలికిపోనూ... నన్ను ఒలికిపోనీయకు...' అనేవాడు తన కన్నీరు తుడుస్తూ. ఎంత కోపమైనా, ఆ మాటతో తను ఐస్ అయిపోయేది. ఆయన అనురాగంలో కరిగిపోయేది. ఇప్పుడు తన మనసు అద్దం పగిలిపోయింది. కానీ ప్రతి ముక్కలో అతని ప్రతిరూపమే! చిన్నప్పటి నుండి ఉన్న శ్వాస ప్రాబ్లం కూడా ఇప్పుడు ఎక్కువై గొంతు నుండి ఊపిరితిత్తులకు పాకుతోంది, జాగ్రత్త అన్నారు డాక్టర్. ఎవరికోసం బ్రతకాలి? చెప్పాపెట్టకుండా హఠాత్తుగా వచ్చిన తనను చూడగానే, అమ్మానాన్న ఎంత షాకయ్యారు? అసలే నాన్నకోసారి స్ట్రోక్ వచ్చింది. షుగర్, బీపీ కూడా ఉన్నాయి. అందుకే, లోపల అగ్నిపర్వతాలు బద్దలవుతున్నా పెదాలపై ప్లాస్టిక్ నవ్వు అతికించుకుని, హాలిడేస్ అని సర్ప్రైజ్ చేద్దామని వచ్చిందని అబద్ధం ఆడేసింది. కానీ ఆ నటించడమెంత కష్టమో, ఇప్పుడర్థం అవుతుంది. కానీ, ఇలా ఎన్ని రోజులు మభ్య పెట్టగలదు? అప్పటికే అమ్మ నాన్నకు అనుమానాలు, ఆరాలూ! అబద్ధం చెప్పాలంటే చాలా మంచి జ్ఞాపకశక్తి ఉండాలన్నమాట ఎంత నిజమో! క్షణక్షణం అతనన్న మాట గుండెను రంపపుకోతకు గురిచేస్తోంది. గుండెను తూట్లు పొడుస్తోంది. ఈ వ్యాధి వల్లనేమో, కొంచెం బాధపడినా, వెంటనే కడుపులో నొప్పి వచ్చేస్తోంది. లేచి దూరం నుండే, దేవుడికి సర్వస్య శరణాగతి చేసి ఇంటి బాట పట్టింది.

తెల్లవారి ఆ వూళ్ళో, ఏదో పనిమీద వచ్చాడు మేనమామ శివశంకర్. చిన్నప్పటి నుండి అతనికి చాలా మాలిమి అక్షర. ఆమె పేరు కూడా అతను సెలెక్ట్ చేసిందే! ఇంట్లో ఉన్న అక్షర

క్షేమసమాచారాలు విచారించి, దగ్గరలోని ఆలయానికి తనతోపాటు ఆమెను రమ్మన్నాడు. గుడిలో ప్రదక్షిణాలు, దర్శనం అయ్యాక కోనేటి దగ్గర రాతిమండపంలో కూర్చున్నాక, సావధానంగా అడిగాడు. "చెప్పుతల్లీ! అసలు ఏమయ్యింది?" అంటూ. తుళ్ళిపడింది. తత్తరపాటుతో చూసింది.

"తల్లీ! జీవితాన్ని కాచి వడబోసినవాణ్ణి. ఎప్పుడూ చలాకీగా ఉండే నీలో వెదికినా కాతరాని నవ్వు చాలదూ, నీకేదో బాధ ఉందని తెలుసుకోవడానికి. అందుకే ఇలా తీసుకొచ్చాను. దైవ సన్నిధిలో ఏం జరిగిందో చెప్పు" అన్నాడు.

మొదట తటపటాయించినా, దాపరికం లేకుండా జరిగిందంతా చెప్పింది. 'అటు వచ్చిన వ్యాధితో, ఏది తిన్నా పడదు. వ్యాధికి మందు లేదు. ఇటు పాప చిన్నది. ఉద్యోగం చేయక తప్పని పరిస్థితి. అమ్మావళ్ళకి చెప్పి బాధపెట్టలేను. ఇప్పటివరకు తప్పు తెలుసుకుని కనీసం ఫోన్ కూడా చేయలేదు ఆయన. అసలు అన్ని ప్రాబ్లమ్స్ తో నేనెవరి కోసం బతకాలి?' ఏడుస్తూ చెప్పింది. ఆమె వేదన తీరెంతవరకు ఏడవనిచ్చాడు.

"నిజమే! నీకొచ్చిన కష్టాలు చాలానే ఉన్నాయి. అలనాడు శంకరాచార్యులవారు, చావు లేని ఇంటి నుండి భిక్ష తీసుకురమ్మన్న కథ గుర్తుంది కదా! అలాగే ఈ విశాల ప్రపంచంలో కష్టాలు లేని వారెవరున్నారో ఒక్కర్ని చూపించు. జీవితమంటేనే కష్టసుఖాల మేలు కలయిక. కష్టం లేకపోతె సుఖం విలువ తెలియదు. రాజ్యాన్నేలే రాజైనా, రోజువారీ కూలీ అయినా ఎవరి కష్టాలు వారివి. నీ కొచ్చిన జబ్బుకి నీకలా అనిపిస్తోంది కాని, 'స్టీఫెన్ హాకింగ్స్' తెలుసు కదా! శరీరంలోని ఏ అవయవమూ పని చేయకపోయినా, ఎంత పెద్ద శాస్త్రవేత్త అయ్యాడు? ప్రముఖ సినీనటి మనీషా కోయిరాలా నీకు తెలుసు కదా! కాన్సర్ తో ఎంత బాధపడినా, ఆత్మవిశ్వాసంతో జబ్బును జయించింది. బ్రతికితే అలా మరొకరికి స్ఫూర్తినిచ్చేలా బతకాలి. ఇప్పుడు నువ్వు ఈ కష్టాలకు ఎదురీది నిలబడితే, నీవూ వాళ్ళలా ఆదర్శంగా నిలబడతావు. 'చింతించడం ద్వారా చింతాకు అంత ఎత్తయినా పెరుగుతావనుకుంటే చింతించు ' అన్నారు బైబిల్ లో. 'నాకు కష్టాలున్నాయి' అనుకుంటే నీకు దారి కనబడదు. కాలానికి ఉన్న మహిమ చాల గొప్పది. అన్నింటికి పరిష్కరం చూపగల సత్తా దానికి ఉంది. లోకంలో ఒక సమస్య ఉందంటే, తప్పక దానికి పరిష్కరం కూడా ఉంటుంది. ఎందుకంటే తాళం ఉంటే దానికి తాళం చెవి కూడా ఎక్కడో తయారయ్యే ఉంటుంది'

"చెప్పడం చాలా సులువు మామయ్యా! అనుభవిస్తే తెలుస్తుంది"

"ఇది వరకు ఒక గురువు దగ్గరకు ఒకతను నీలాగే వెళ్ళి, 'స్వామీ! నాకు చాలా కష్టాలున్నాయి. పరిష్కరం చూపించండి' అని అడిగాడట. దానికి ఆయన ఒక గుప్పెడు ఉప్పు తీసుకుని ఒక గ్లాస్ లో కలపమని దాన్ని తాగమన్నాడట. అతను వెంటనే ఊసి, 'అమ్మో! కషాయం' అన్నాడట. అదే గుప్పెడు ఉప్పు చెరువులో వేయించి, అవి తాగమన్నాడట. అవి మంచిగా ఉన్నాయట. అప్పుడు, నాయనా! రెండింటిలో అదే గుప్పెడు ఉప్పు వేసావు, కాని గ్లాస్ లోని తాగలేక పోయావు. చెరువు లోనివి తాగగలిగావు. అందుకే నీ మనస్సు గ్లాస్ లా కాక, చెరువులా

ఉంచుకో అన్నాడట. అంటే మనస్సు విశాలం చేసుకుంటే ఆ తప్పులు చిన్నగా కనబడతాయి. సమస్యలు మనం చూసే విధానం పై ఆధార పడి ఉన్నాయి. లోకంలో ఎందరో వికలాంగులున్నారు. దేవుడు మనకు అన్ని అవయవాలు ఇచ్చాడు. దానికి దేవుడి కెంతో ఋణపడి ఉండాలి. అలాంటి ఎన్నో పాజిటివ్ పాయింట్స్ ఉన్నాయి. నీకు చదువు, వినయం, విధేయత, తెలివి అన్నీ ఉన్నాయి. గుండె ధైర్యంతో జబ్బును గెలిచే ఆత్మవిశ్వాసం తెచ్చుకో! ఆయన వైపు నుండి కూడా ఆలోచించు. అంత రాత్రి అయినా రాకపోతే, సెల్ పలకకపోతే, నిమిషనిమిషానికి ఎంత టెన్షన్ అనుభవించాడో? కోపాన్ని కంట్రోల్ చేసుకుని ఉండాల్సింది. చేసుకోలేదు. అది నీపై ఉన్న ప్రేమనేనేమో? నువ్వేమైపోతావనే భయమేమో? ఆలోచించు. తర్వాత పశ్చాత్తాపపడి ఉండొచ్చు. నువ్వే అన్నావు, ఆ రాత్రి ఆయనకూడా నిద్ర పోలేదని...”

“అలా అయితే కనీసం ఫోన్ అయినా చేసేవాడు కదా”

“ఆయన ఫోన్ పగిలింది అన్నావు కదా! కొంచెం గిల్టీగా కూడా ఫీల్ అవుతున్నాడేమో? చూద్దాం”

ఇద్దరూ ఇంటికి వచ్చారు. నాలుగు రోజుల్లో అంతర్మథనం వల్లనేమోగాని, కడుపునొప్పితో లుంగ చుట్టుకుపోయింది అక్షర. వెంటనే హాస్పిటల్ కి తీసుకెళ్ళారు. ఈ లోగా అక్షరసెల్ కి విరించి ఫోన్ చేసాడు. అక్షర నాన్నఎత్తి, హాస్పిటల్ సంగతి చెప్పాడు.

విరించి ఇంటికి వస్తే, ఎవరూ లేరని, ఫోన్ చేసానని హాస్పిటల్ కి వచ్చాడు.

పడుకునిఉన్న అక్షర చేయిని, తన చేతిలోకి తీసుకుంటూ, ‘నన్ను క్షమించరా! అంత రాత్రయినా నువ్వు రాకపోతే రోజులసలే బాలేవు. ఏమయి ఉంటావోనని ఎంతో టెన్షన్ అనుభవించాను. నీవైపు కొంచెం కూడా ఆలోచించక, పశువులా ప్రవర్తించి నీ మనస్సు గాయపరిచాను. ఆ రాత్రే బాధపడ్డా. ఇగో అనుకో, ఇంకేదైనా అనుకో! వెంటనే సారీ అడగలేక పోయా. నిన్న మా చెల్లెలు భర్తతో గొడవపడి ఇంటి కొచ్చింది. కొంచెం అటూ ఇటుగా మన లాంటి ప్రాబ్లమే. బావ ఫోన్ చేసి చెప్పాడు. ‘ఏదో కోపంలో చేయి జారాను. కాని మీ చెల్లి సారీ చెబుదామన్నా, ఫోన్ ఎత్తడం లేదు. నాకేమో ఆడిట్ జరుగుతుంది ఆఫీస్ లో. దయచేసి నువ్వు ఫోన్ మాట్లాడించి, వచ్చి కొంచెం దించి వెళ్ళు’ అన్నాడు. చెల్లితో మాట్లాడించా, తన వాదన నిజమే. అయినా మాట్లాడుకున్నాక, నన్ను క్షమించమంటే, నన్నే క్షమించు అనుకున్నారు. నాకర్థమయ్యింది, నేను తప్పు చేసానని. అందుకే చెల్లిని బావ దగ్గర దించి ఇలా వచ్చా. నువ్వు లేక నేను బతక లేను అక్షరా! మరోసారి ఇలా జరగదు. ఆ ఉద్యోగం కూడా రిజైన్ చేయి. నీ ఆరోగ్యం ముఖ్యం. డాక్టర్ ఫోన్ చేసి, నీ ఆరోగ్యం గురించి ఎన్ని జాగ్రత్తలు తీసుకోవాలో చెప్పాడు. నాకు ప్రమోషన్ వచ్చింది. కాబట్టి నాకు జీతం కూడా పెరిగింది. నీ పీ.హెచ్.డీ కూడా ఎం అవసరంలేదు. నీకేది ఇష్టమైతే అదే చేయి. కానీ నన్ను విడిచి నువ్వు వెళ్ళవద్దు. నువ్వ నా ప్రాణం అక్షరా...” ఆమె చేతుల్ని పట్టుకుని అతను అంటుంటే, అప్పుడే అక్షరకి వెయ్యి ఏనుగుల బలం వచ్చినట్లయ్యింది.

దుఃఖాశ్రువులు కాస్తా, ఆనంద బాష్పాలు కాగా ఒలికిపోనీకుండా ఎప్పటిలా ఆపాడు విరించి, 'నన్ను ఒలికిపోనీయకంటూ'. హోయిగా నవ్వేసింది అక్షర. విరించి, బావ తనకు దగ్గరి చుట్టం కావడంతో అతని ద్వారా తాను వేసిన పాచిక పారినందుకు, బయట నుండి వారి నవ్వులు విన్న శివశంకర్ గంభీరంగా నవ్వుకున్నాడు. అందుకే ప్రతీ ఇంట్లో పెద్దవాళ్ళు ఉండాలంటారు. వారు దూరమైన ఇంట్లోనే ఇలాంటి గొడవలు ఎక్కువైతాయి అన్నది నిరూపిస్తూ, దూరంగా గుడిలోని జేగంటలు 'శుభం' అంటూ మోగాయి.

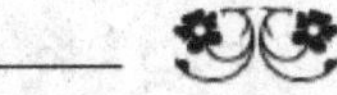

నడిపోడు

"రాముడూ! నాకెందుకో గుబులయితాందిరా! అప్పుదెచ్చి పెట్టిన పంటంతా సుక్క నీళ్ళు లేక ఎండి పోబట్టె! రెక్కలు ముక్కలు జేసుకుని ఎన్ని రోజులని, నువ్వట్ల భుజాలు కాయలు కాయంగ బిందలతోని నీళ్ళు తెచ్చి పోస్తవు? ఎంత బోసినా పంట ఎదుగుతాందేగాని పూతా, కాతా లేకపాయె! పోయినేదాది పెట్టిన డబ్బులే ఇంకా రాలేదు. ఆ అప్పు గట్లనే ఉన్నది. మళ్ల అప్పుజేసి బోర్లెత్తివి. ఒక్కదాంట్ల నీళ్ళు బడలేదాయె! ఆ అప్పుకు ఈ అప్పు తోడాయె! నోట్లకు నాలుగేళ్ళు పోకుంటయితాందే ..." దగ్గుతూ రెండు కాళ్ళపై, చెలక దగ్గర కూసుని భూమయ్య అంటుంటే ఆయన గాజు కళ్ళళ్ళ నీళ్ళు గిర్రున తిరుగుతానయ్. నాయననట్ల జూసేసరికి రాముడి గుండె తరుక్కపోయింది.

"బాపూ! నువ్వట్ల బెంగపెట్టుకోకే. పైనాకాశం ఉంది, కింద మనమున్నాం. ఆ దేవునికి తప్పక కనికరం కల్గుతదే! నువ్వింటికి పా! నేను ఇంకొంచెం సేపుండి వత్తగని..."అన్నడు.

"ఏందీ రాముడూ! మీ బాపు మీ చెలకనంతా తగలబెడుతాందు గాదు! నువ్వీడున్నావా? పో... పో" పక్కింటి వీరయ్యనగానే ఉన్నపళంగా బనీను మీదున్నోదు అట్లనే చేను కాడికి పరుగెత్తిందు... నీళ్ళు లేక ఎండిపోయిన పంటను తగలబెడుతున్న భూమయ్య హిరణ్యకశిపున్ని చంపడానికి స్తంభం నుండి ఉద్భవించిన నరసింహమూర్తిలా ఉన్నాడు. గాజుకళ్ళు అగ్నిగోళాలై నిప్పుకణికలను వెదజల్లుతున్నట్లు ఎర్రగా ఉన్నాయి.

"బాపూ! ఏమయ్యిందే? బాపు... అయ్యో! ఎందుక్కాలబెడతానవ బాపూ..." కాలుతున్న చేనునే బీరిపోయి తదేకంగా చూస్తున్న తండ్రిని కుదుపుతూ అన్నాడు రాముడు.

రాముని చూడగానే ఓపిక లేనట్లు అతని మీద బడ్డాడు భూమయ్య. పుట్టి నలభై ఏండ్లయినా ఇప్పటిదాకా నాయన్నెప్పుడు ఏడ్వంగా చూసింది లేదు. అలాగే గట్టిగా కౌగిలించుకున్నాడు వీపు నిమురుతూ, "బాధపడకే బాపూ... ఎప్పటికీ ఒకే రోజులుంటాయా?" అంటుంటే చెరువుకట్ట తెంచుకున్న వాగుల ఉధృతం అయ్యింది ఏడుపు.

ఇక ఆ రోజునుండి జ్వరంతో మంచం పట్టాడు. "రాముడూ! నాకెందుకో గుబులయితాందిరా!

సచ్చిన మా నాయన, తాత అందరు అగుపడుతాంద్రు రా... అన్నను, అక్కను, తమ్ముళ్ళను ఓపారి వచ్చిపోమ్మనరాదు రా! సూడబుద్ధయితాంది..." దగ్గుతానే అన్నాడు లోగొంతుకతో.

అప్పటికే నెలయింది పక్షవాతం కూడా వచ్చి... అన్న వదినే, అక్కబావ, తమ్ముడు వచ్చి చూసి పోయిండ్రు. అన్ని మంచంలనే అయినా, తండ్రిని కంటికి రెప్పలెక్క కాపాడుతాండు రాముడు.

"నువ్వేం రంధి పెట్టుకోకే బాపూ! వాళ్లకు ఫోన్ జేసి రమ్మంట లే..." అని ఫోన్ జేసిండు రాముడు

ఆ ఆదివారం వస్తానన్నారని కళ్ళళ్ల వత్తులేసుకుని జూసిండు భూమయ్య. ఇక ఆదివారం పొద్దున్న లేచిన దగ్గర్నుంచి సూపుల్ని బయట గుమ్మానికి అతుకుబెట్టిండు...

"ఓరి వారి! ఇయ్యాల వాళ్యంతా వత్తండ్రే! పెద్దోడికి చాపలిష్టం... చిన్నోళ్లకు కోడికూరంటే పావురం... బిడ్డకు గారెలు, పూరీలు చేసి పెట్టె..." రెండు రోజులనుండి చెప్పేదే మళ్ళీ మళ్ళీ చెబుతాండు భూమయ్య. కోపం ఎగదన్నుకొస్తున్నా, మొగని మొకం జూసి సప్పుడు జెయ్యక ఊరుకున్నది సుజాత.

ఎయిలివారంగానే కోడికూతతోనే లేసి, లేసిన దగ్గర్నుండి కాళ్ళకు బలపాలు కట్టుకుని తిరిగినా పని అయితలేదు సుజాతకు. పల్లెటూరు, పెద్ద వాకిలి, అంత ఊడ్చి పేడతో అలుకు కలిపి చల్లి, ముగ్గులు పెట్టి, కడపలు కడిగి, పొద్దున్నే చాయ్ లు, వేన్నీళ్ళు, పిల్లలకు పెద్దలకు టిఫిన్లు అయ్యేసరికే చాలా పొద్దు పోయింది. గారెల పిండి రుబ్బి, అండ్లకు ఉల్లి, మిర్చి లాంటివన్నీ కోసి, పూరీలకు పిండి కలిపి, కోడికూర వండి, చేపలు కడిగి వండే సరికే చాలా సమయం పడుతాందని కోపం వస్తంది సుజాతకి. అన్ని పనులు ఆమెకే పడేసరికి విసుగోస్తాంద ఆమెకు.

ఇంకా రాముడు తండ్రికి బాత్రూం పోవుడు దగ్గర్నుంచి, స్నానం బోసుడు, బట్టలు మార్చుడు వరకు అవన్నీ చేసాడు. అవన్నీ అయ్యాక భార్య ఒక్కటే కష్టపడుతుందని ఆమెకు సాయానికొచ్చాడు. ఆమె గారెలు వేస్తూ, కాలవడం చూసి, "నేను కాల్వనానే..." అన్నాడు గారెలను బట్టపై వేస్తున్న భార్యను చూస్తూ.

"కాల్వవయ్యా ... నన్ను కూడా అండ్లఏసీ కాల్వ ..." కోపంగా అంది.

"అదేందే... గట్లంటానవ్... నీకు కష్టమైతాంది. నాకు తెల్వదా? ఒక్కరోజు కొంచెం ఓపిక పట్టు పరాయోళ్లు కాదు కదా... మనోళ్లే కదా..."

"ఆ! అవునవును... వాళ్యెందుకు పరాయయితరు... మనం పరాయిలమయితం. నాకు కష్టమయితాందని బాధపడతలేనయ్యా... చెన్నల్ల చెలకల్ల కల్వబోయి, కాయ్యబోయి నీతోని సమానంగా పనిజేసినదాన్ని... కట్టానికి నేనెప్పుడూ బాధపడనయ్యా... నా బాధంతా ఇంత జేసినా మనం కూరల కరివేపాకు లెక్క ఏరి పారేసేటోల్లమే! సూశినవా... మావకు మనమెన్ని సేవలు జేత్తానం... ఎంత పావురంగా జూసుకుంటానం... అయినా ఆయన పాణం నీ అన్నా తమ్ముల్ల మీద గొట్టుకున్నట్లు మనమీద కొట్టుకుంటదా... చెప్పు... ఆయనకిష్టమైనవి, ఈయనకిష్టమైనవి అన్నీ

చేయమంటాడు... గాని మరి నీ కిష్టమైనయి ఆయనకు తెల్సా... మరి గిన్ని ఒక్క ఆడదాన్ని ఎంత కష్టపడతది అని ఒక్క మాటంటడా... బావ ఏదో సుట్టపు సూపుగా సూసి పోవస్తడు... ఆ అక్క రానే రాదు... వచ్చినా అత్తగారింటికి కాక తల్లిగారింటికి వచ్చినట్లు కూసుంటది... ఆమె ముద్దికాడికే అన్నీ అందియ్యాలే... ఆమెకంటే, అందరు పనిమనుషులాయే...”

“పోనీ లేవే... ఆమె పట్నంల సుఖంగా పెరిగింది... గట్లనద్దు...”

“అవునయ్యా... నాకుతెల్వదా... నీతోని కాబట్టి అంటాన... అందుకే నేనేమనను కదా... అలాగని ఆమె ఇంటికి వెళ్ళినా ఆడ నేను ఆమె కన్నా చిన్నదాన్ని కాబట్టి ఆడ కూడా నేనే సాకిరి జెయ్యాలే... ఇంట్ల ఈడ నేను లేక ఒక్క దినం జరగదని పుట్టింటికి పోవుడే మానుకుంటిని...”

“పోనీ లేవే... రేపు మా తమ్ముడికి పెళ్ళయితే అప్పుడు నువ్వు కూడా పెత్తనం చలాయిద్దువులే...”

“ఆ... నేను... పెత్తనం చలాయించుడు... కలల మాట... నీకు తెల్వదా? సదువుకుని ఉద్యోగం సేస్తున్న పిల్లగాడు నాలాంటి పల్లెటూరుదాన్ని జేసుకుంటడ... ఆ వచ్చేతోళ్ళు నాలాగుంటరా... అయినా నాగురించేం గాదు... నిన్ను సూత్తేనే నాకు బాధయితాంది. తొలుసూరు కొడుకని మీ అన్ననెంత పావురంగ పెంచింద్రు... ఎప్పుడూ ఆయనకే అన్ని కొత్తయి... ఆయనకు చిన్నగయిన అంగీలు, చివరకు సైకిలు కూడా ఆయన తర్వాతే మీ కొచ్చిందని ఎన్ని సార్లన్నరు... గంతేనా... ఆయన సదువు సరిగా సాగుతుంటే, నువ్వు కొంచెం సదువంగనే, మీ నాయనకు కట్టమయితాందని యవసాయానికి సాయం వత్తివి... మీ నాయనయినా మరి మీ అన్న లెక్క ఎందుకో సదివించలేదు? వాడు సదువుకోనీరా... ఎవరో ఒకరు భూమిని పట్టుకుని ఉండాలికదరా... నీకు దంట్లో గుట్టుమట్లు తెల్సు. వాడికేం తెల్వదురా... అంటూ నిన్ను ఈ చాకిరికి పెట్టాడు... తర్వాత పుట్టిన మీ చెల్లెళ్ళు, తమ్ముళ్ళను కూడా సదివిచ్చిండు... మీ జీవితం ఆగం జేసిండు...” ముక్కు చీదింది సుజాత.

“అరె... అయితేమయితాందే? భూమాతను నమ్ముకున్నోళ్ళం... ఇప్పుడేమయ్యిందని?”

“ఏమయితది... బయట సాకిరి నీకు, ఇంట్ల సాకిరి నాకయ్యింది... ఇంతయినా, ఏమయినా ఎవరైనా మన కట్టానికి గుర్తింపిత్తరా... మీమీద ప్రేమే లేకపాయే... మీ నాయనను మనం కాక ఎవరు జూత్తాంద్రు.... మీ అవ్వ మొన్న మొన్నటివరకు... సచ్చేవరకు మనమే సూత్తిమి...”

“అరె! ఎందే నీ లొల్లి... ఎన్నడూ లేనిది... వాళ్ళనంటే మనకేమయినా లాభమత్తదా... ఆ... గందుకే అంటరు... ఇంట్ల పెళ్ళి కాంగనే లొల్లి పుడుతదని...”

"ఛీ... ఎదవ బతుకు... నీ బాధ నేను మాట్లాడితే... సత్తెం మాట్లాడుడే తప్పంటారు. పెళ్ళాం అన్నీ నిజాలు మాట్లాడతదనే అంటరు. లోకంలందరూ ఆడోళ్ళ మీద రాయేసెటోళ్ళె. వాళ్ళ సాకిరిని సూసే తొల్లె లేరు'

"ఇగాపు గాని... అగ్గొ, నాయన పిలుత్తాండు.. .తొందరగా కానియ్..." అంటూ రాముడు లేసిందేగాని చిన్నప్పటి నుండి తను పడ్డ కష్టాలు కళ్ళ ముందు తిరిగినయ్. పెళ్ళాం అన్నదాంట్ల తప్పేం లేదని తెలుసు.

లేక లేక తొలుసూరు 'లక్ష్మి' అని అక్కను గావురంగా పెంచిండ్రు... నవ్విన నవ్వు, వేసిన అడుగు, తొడిగిన బట్టలు అన్నీ అపురూపమే... తర్వాత 'అన్న, రవీంద్ర'. ఇంటికి వారసుడు పుట్టిండని నాయన మీసం మెలేసిండు. ఇగ అప్పటి నుండి సకల రాచ మర్యాదలు. ఆ తర్వాత తను పుట్టిండు. అప్పటికి ఆర్థిక పరిస్థితి కొంచెం తగ్గింది. దాంతో తన పుట్టుకకి ఎలాంటి ప్రత్యేకతా లేదు. ఏదో పుట్టాడు, పెరిగాడు. అన్న అప్పటికే సదువుకుంటున్నాడు. తను పది వరకు సదివిండ. సెలవుల్లల్ల నాయన సాయానికి రమ్మన్నడు... అప్పటికే అన్న పట్నంల కోచింగ్ తీసుకుని ఇంజనీరింగ్ ల జేరిండు. ఇంజనీరును మట్టిల ఎట్లా పని జేయించాలనుకున్నడో ఏమోగాని అన్నను మట్టి పనికి పిలవలేదు.

తనకు చెలకల్ల తిరుగుడిష్టం... తమ్ముడు సదువుతాండని, ఇంగ్లీష్ మీడియంల ఏసినందుకు ట్యూషన్ లు పెట్టిచ్చి ఇంకా పెద్ద సదువులు సదువుతారని, ఎవలో ఒకలు నాయనతోని భూమి పనికి కావాలని తనను రమ్మన్నరు. తను కాదనలేదు... నాయనకు తోడయితాడనుకున్నాడు... తోటి సాయితాగాళ్ళంతా పట్నంల పోయి సదువుకుంటుంటే తానూ పోతానన్నాడు. అప్పుడు అవ్వకు ఆరోగ్యం బాలేదు. 'నాయనొక్కడే భూమి పని జేసుకోలేకపోతాండు. పోనీరాదు బిడ్డ... ఆళ్ళు సదువుకుంటాళ్ళు కదా... ఒక్కడయినా భూమిని పట్టుకునుండాలే కదా బిడ్డా' అన్నది. తనకు పెద్ద పీట వేసిందని ఎంతో ఫీలయి కాడిని భుజానికెత్తుకున్నాడు. భూమాతను తలకెత్తుకున్నడు.

అందరి పెళ్ళిళ్ళయినయ్, ఒక్క తమ్ముడిది తప్ప. వాడెవరో ప్రేమించిన అమ్మాయిని పెళ్ళి జేసుకుంటా నన్నడు. ఏ పండగొచ్చినా అందరు వస్తరు... ఇక్కడ వాళ్ళందరికీ అన్ని సౌకర్యాలు ఏ లోపం లేకుండా చేయడానికి తను,సుజాత, పిల్లలు శక్తి వంచన లేకుండా పని జెత్తరు. అవ్వ చనిపోయినప్పుడు కూడా ప్రతీ నెలనెలా మాసికానికి, ఏడాది మాసికానికి అన్ని రకాల కష్టాలు, చాకిరి తప్పితే తన మాట దేనికి పనికిరాదు. నాయన ఇప్పుడు మంచంలకే పరిమితమయినా ఆ బట్టలు శుభ్రం జేసుడు, అవి ఎత్తి పోసుడు, పిండుడు అంతా తనే చేస్తాండు... తానిలా కష్టపడడం సూడలేక, సుజాత 'మా నాయన అయితే జేయనా' అని అన్ని సపర్యలు చేస్తాంది.ఎందుకంటే ఎప్పటికీ కొడుకు ఇంట్లనే ఉండడు కదా. కాలకృత్యాలు ఏవీ చెప్పిరావు కదా..

అన్న, వదినే పిలుపుతో ఈ లోకంల కొచ్చి నాయన దగ్గర కొచ్చిండు. అక్కాబావ, తమ్ముడు కూడా వచ్చిండ్రు. అందరి మాటలల్ల పొద్దు తొందరగా గడిచింది. అందర్ని సూడంగనే ముసలి గుండె తట్టుకోలేక పోయిందో, ఆనందం గుండె పగిలేట్లు సేసిందో గాని ప్రాణం ఆగిపోయింది. అందరు గొల్లుమన్నారు. ఇక సుజాత రాముడులకు అందరికన్నా ఎక్కువ అనుబంధం కాబట్టి వారి ఏడుపు ఆపడం ఎవ్వరి తరం కాలేదు. తండ్రికి పెద్దకొడుకు, తల్లికి చిన్న కొడుకు కారివి పెట్టాలని రవీంద్ర తో పెట్టించింద్రు. పదిరోజులయ్యాయి. కర్మకాండలయ్యాయి. అంతా తెల్లారితే వెళ్లిపోతారనగా అంతా హాల్లో కూర్చుని ఉండగా రవీంద్ర మామ లేవనెత్తాడు విషయం.

"ఉన్న పెద్దాయన పోయాడు. మరి ఇప్పుడే ఎవరి పాలు వాళ్ళు పంచుకుంటే మంచిది. ఇంట్ల గాని, పొలంల గాని జేష్ఠ పాలు పెద్దాయనకు వస్తది. మిగతాది ఇద్దరికీ చెరిసగం" అంటూ తీర్మానించాడు.

"ఇంతకాలం భూమినే నమ్ముకున్నోళ్ళం... ఇన్నిరోజులు ఆయన ఏ సదువు సదువలేదు. ఇప్పుడు ఉన్న చెలక గుంజుకుని బజార్ల పడేస్తే మేమెట్లాబతకాలి" గుండె పగిలిన సుజాత అంది.

"అదే కొలుకు మీకే ఇస్తాం" ఆయనే అన్నడు.

"ఇదంతా ఇప్పుడే దయచేసి ఎవ్వరు అనొద్దు. కనీసం సంవత్సరీకమన్నా కానివ్వండి" అంటూ ఇక అక్కడ ఉండలేక భార్య చేయిబట్టి బయటకు తీసుకొచ్చాడు రాముడు.

నాయనతో ఆ ఇంటితో, భూమితో మొదటి నుండి తనకే అనుబంధం ఎక్కువ. జేష్ఠ పాలు, అందులో అన్నకు పైకి ఇవ్వలంటారు. కాబట్టి ఆ ఉన్న నాలుగొందల గజాల్లో పై వైపు ఉన్న భాగం మంచిగా ఇల్లు కట్టుకునేలా చతురస్రాకారంగా పైకి ఎక్కువ భూమి కల్గిన భాగం అన్నకు వస్తుంది. అది విశాలంగా మంచి గాలీ, వెలుతురూ ఉండేలా కట్టుకోవచ్చు. ఇటు చివర తమ్ముడ్కి కూడా రెండు వైపులా రోడ్డు వస్తుంది. మంచి డిమాండ్ ఉంటుంది. ఏ రకంగా కట్టుకున్నా చాలా బావుంటుంది. ఇవి రెండుపోతే తన కొచ్చే భాగం చాలా తక్కువ. రెండు వైపులా వీరి ఇళ్ళతో తనకు గాలీ వెలుతురూ అన్నీ తక్కువే. ఛ! నడిపోడుగా అస్సలు పుట్టకూడదు... ఇంతక ముందు ఎన్నోసార్లు అనుకున్నట్లే మరోసారనుకున్నాడు.

పుట్టినప్పటి నుండి తనకు అన్నీ 'అన్న రవీంద్ర' వాడినవే దొరికేవి. ఇప్పుడు అందరికి పోగా మిగిలింది తనకు. వారిపై తనకు ద్వేషం, కోపం లేదు కాని నడిపోడిగా తనపై తనకే కోపంగా ఉంది. నడిపోడిగా పుట్టడం తన తప్పా... ఇందులో తను చేసిన పాపమేంటి? అందుకే ప్రభుత్వం ఇద్దరు చాలంటుంది. ఇంటిభాగం పోతుందని కాదు తన బాధ... మనస్సును మెలితిప్పే ఎన్నో సంఘటనలు... ఎన్నో మాటలు.

తల కొరివి పెడితే ఎంతో పుణ్యమంటారు. అలాంటి పుణ్యానికి తను నోచుకోడు.

మొదట పెళ్ళప్పుడు, వారికి కొడుకులు లేరని, అత్తగారింటికి 'ఇలుటం' రమ్మన్నారు తనను. తానెలాగూ వెళ్ళడు. కాని తర్వాత వాళ్ళే అది కూడా పెద్దవాళ్ళో, చిన్నవాళ్ళో 'ఇలుటం' (ఇల్లరికం) రావాలి అని చిన్నోళ్ళను ఉంచుకున్నారు.

తన అత్తగారింటిలో వాళ్ళు కొత్త ఇల్లు కట్టుకున్నామని 'ఇండ్లల్లకు' (గృహప్రవేశం) పిలిచారు. తమ అదృష్టం ఏమిటో గాని, సుజాత కూడా అక్కడ నడిపిదే. కూరాడు కుండ ఇంట్లో పెద్దవాళ్ళుగాని, చిన్నవాళ్ళుగాని పట్టాలట. పెద్దామెకు అప్పుడు చుట్టు (పాలోల్లు చనిపోవడంతో) వచ్చిందని, చిన్నమె డెలివరీ అయి ఉందని వాళ్ళకనుగుణంగా గృహప్రవేశాన్ని వాయిదా వేసారుగాని సుజాతతో పని జరుపుకోలేదు.

అంతేనా? తమ ఇంట్లో కేదారేశ్వర వ్రతం ఉందని, తామిద్దరికీ భక్తి ఎక్కువ కాబట్టి అవ్వా, నాయన లతో తమకు నోమును పట్టివ్వమని అడిగాడు. (నోముకుంటామని) కాని వాళ్ళు 'పెద్దోళ్ళు పట్టుకోకుండా మీరు నోము పట్టుకోవడానికి లేదు' అని అన్న పట్టుకునెంత వరకు దాదాపు అయిదు సంవత్సరాలు పట్టియ్యలేదు. అంతే నడిపివాళ్ళు ఎందుకు పనికిరారా? తనలాగే సుజాతకు కూడా చేదు అనుభవాలు ఎన్నో ఉన్నాయి.

తొలుసూరు పుట్టినవాళ్ళకు పుట్టిన రోజులు, బహుమతులు, బట్టలు, ఫొటోలు ఎన్నో మధురానుభూతులు. మొదటిసారి నవ్వింది, అడుగువేసింది, మాట్లాడింది, పాడింది, ఇలా అన్నీ రికార్డ్ చేస్తారు. ఫొటోలు తీస్తారు. తర్వాత వాళ్ళకి ఏ ప్రత్యేకతా ఉండదు. వాళ్ళు వాడిన బట్టలు, పుస్తకాలు అన్నీ తర్వాత వారికి వారసత్వంగా వచ్చేస్తాయి. కొత్తయి, నడిపోళ్ళకు కేవలం కొన్నింటి కే పరిమితం.

చివరివాళ్ళను కూడా 'పాపం! చిన్నోడు' అని గారాబం చేస్తారు. ఏ గారాబానికి, ఏ ప్రత్యేకతకు నోచుకోనిది నడిపోల్లె! నాకే ఇంత బాధయితే ఇక నలుగురు, అయిదుగురు ఉన్నవాళ్ళకు ఇంకెంత దారుణమో? నిట్టార్చాడు రాముడు.

కాలం ఎవ్వరికోసం ఆగదన్నట్లు ఏడాది తిరిగి సంవత్సరీకం వచ్చింది. ఈ లోగా చిన్నోని పెండ్లి అయ్యింది. అంతా మళ్ళీ కలిసారు. అన్ని కార్యక్రమాలు అయ్యాయి. మళ్ళీ పెద్దమనుషులంతా కుటుంబసభ్యులతో హాల్లో కూసున్నారు.

"ఆరోజు సంవత్సరీకమయ్యాక అన్నారు. దేవుడి దయ వల్ల అంతా మంచిగానే జరిగింది. ఇక ఇప్పుడయినా ఇల్లు, చేను, చెలక పంపకాలు సుద్దామంటారా'

"ఆస్తుల పంపకమేనా? దానితో పాటు బాధ్యతలూ పంచుకోవాలి. ప్రతి ఏడాది నోముకునే కేదారేశ్వరనోము ఇప్పుడు నడిపోడింట్లనే ఉన్నది గదా మరి అది ఎవరింట్ల ఉంచుతారు. లేకుంటే అది కూడా పంచుకుంటారా?

"పొత్తులుంటే (కలిసి ఉంటె) మాత్రం అది ఉంటె, పెద్దోనింట్ల లేదంటే చిన్నోనింట్ల ఉండాలేగాని, నడిపోనింట్ల ఉండద్దు మరి..."

కళ్ళళ్ళ నీళ్ళు గిర్రున దిరిగినయ్ రాముడు సుజాతలకు . వీరావేశం వచ్చింది. కాని రవీంద్ర భార్య మాట్లాడుతుంటే ఆగిపోయారు.

"అమ్మో...నోమంటే పెద్ద పని. నాకు అవన్నీ ప్రతీ ఏటా చేయాలంటే చాతకాదు! నా పిల్లలు కూడా ఉద్యోగరీత్యా చాలా దూరం ఉన్నారు. కిందో మీదో పడి నేను చేసినా, నా తర్వాత నా కోడళ్ళు చేస్తారనే నమ్మకం లేదు.   అది ఒక్కటేనా? ఎల్లమ్మ, పోచమ్మ, దుర్గమ్మ ఇలా అందరు దేవతలకు చేయాలి. ఇంటికి సున్నాలేయించాలి. అబ్బో చాలా పెద్ద పని! నా వల్ల కాదు. నాకూ కష్టమే! కాబట్టి మా ఇంట్ల ఏమొద్దు..." అంది.

"ఆయనకు నాకు ఇద్దరికీ ఉద్యోగాలే... మాకు క్షణక్షణం ఉరుకులు పరుగులే... రేపు పిల్లలు పుడతారు... ఇవన్నీ ప్రతీ ఏడాది చేయడం నా వల్ల కాదు. కొత్తగా వచ్చినా, చిన్నదాన్ని. ఇలా మొత్తం ప్రతీ ఏడూ అంటే మాత్రం మా వల్ల కాదు. మా ఇంట్లో ఏమొద్దు" అంది కొత్తగా పెళ్ళయిన చిన్నమే.

"మా ఇంట్లో నేను ఉంచుకుంటాను. నేను అన్నీ చేసుకుంటాను. అంతా వచ్చి ఇక్కడే నోముకుంటే చాలు..." సుజాత అన్నది.

"కాని నడిపోళ్ళింట్ల ఉండద్దన్నారు కదా..." పెద్దమనిషన్నాడు.

"ఇంకా మనం పాతకాలంలో లేము.   ఇంకా ఇలాంటి మూమూడాచారాలు పట్టించుకోవద్దు. నడిపి వాళ్ళింట్ల ఉంటె తప్పేంటి? శాస్త్రాలు అన్నీ మనం నిర్మించుకున్నవే" రవీంద్ర గంభీరంగా అన్నాడు.

మొదటి నుండి బాగా చదువుకున్నవాడిగా, మేధావిగా అందరికీ అతనంటే భయం, గౌరవం.

"ఎప్పటి నుండో వచ్చే ఆచారాన్ని మనం పాటించాలి.   లేదంటే అరిష్టం..." పెద్దమనిషన్నాడు.

"ఎవరన్నారు అరిష్టం అని. వాకిట్లో పేడనీళ్ళు చల్లి, ముగ్గుపెట్టి, కడపకు పసుపురాసి, పచ్చని తోరణం కట్టడం, గోమాతను పూజించడం కూడా ఆచారాలే. కాని వాటి వెనకాల సైన్స్ ఉంది. పసుపులో, పేడలో ఆంటి బాక్టీరియా ఉంటుంది. అవి మనకు కవచాల్లా పని చేస్తాయి. ముగ్గు పెట్టిన ఇల్లు అందంగా ఉండి లక్ష్మీదేవికి నెలవవుతుంది. పచ్చని ఆకులు తిన్నా, ఆ గాలి పీల్చినా ఆరోగ్యమే. కంటికీ ఆహ్లాదాన్ని కల్గిస్తుంది.   ఇలాంటి ఆచారాన్ని గౌరవించాలి, వారసత్వంగా అందించాలి. అంతేగాని పుట్టుకతో పాటు ఆడవారికి వచ్చిన పసుపు కుంకుమ, పూలను మధ్యలో వచ్చిన భర్త చనిపోయినపుడు తీసేయడం అమానుషం. అపుడు బలిపశువుగా

చేసి ఆడవారి గాజులు పగలగొట్టడం, పసుపు కుంకుమలు చెరిపేయడం, పూలకు దూరం చేయడం అరాచకం. వారికి ఇష్టమైనట్లు, వారిని పుట్టినప్పుడు ఎట్లా ఉన్నారో అలా ఉండనివ్వండి. ఇది దురాచారం. అలాగే 'ఇలా ప్రతీదానికి 'నడిపోడు' పనికిరాడు ' అనేది కూడా దురాచారమే. ఇప్పటికి 'నడిపోడు' అని ఎన్నో విషయాల్లో వాడిని గాయపరిచింది చాలు... 'ఆస్తుల దగ్గర లేని ఉదారత్వం, ఒక బాధ్యత దగ్గరకు వచ్చేసరికి వచ్చిందనో', 'నా భార్యకు కష్టం అవుతుందనో' దీనికి కొత్త రంగులు పులమకండి. న్యాయంగా నేను, తమ్ముడు ఇప్పుడు సమాజంలో ఉన్నతస్థాయిలో ఉన్నామంటే దాని వెనక వెల కట్టలేని రాముడి శ్రమ, చెమట ఉంది. దానికి చేదోడు, వాదోడుగా తోడూ, నీడ అయిన సుజాత కష్టం ఉంది. దానికి విలువ కట్టలేం. ఆ ఋణం తీర్చుకోలేం... అందుకే తమ్ముడిది, నాది ఇద్దరిదీ కూడా ఏదీ పాలు పంచుకుని విడిపోవడం వద్దు. అంతా కల్సి ఉండడమే. పెరుగుతున్నా కొద్ది మధ్య గోడలు నిర్మించుకోవద్దు. వంతెనలు నిర్మించుకోవాలి. ఇది మనం పురోగమిస్తున్నామనడానికి నిదర్శనం. అందుకే ఇప్పటిలాగా అంతా తమ్ముడు రాముడి దగ్గరే ఉండనివ్వండి. ప్రతీ ఏటా ఇలాగే వస్తాం. వచ్చినపుడు ఆదరంగా, ఆప్యాయంగా ప్రేమ కురిపించే వారి ఆతిథ్యం ఎప్పటికీ ఇలా ఉంటె చాలు. అలాగే ఏడాదికోసారి నోములు ఇక్కడే నోముకుందాం. ఇది నడిపోడి ఇల్లని, ఇక్కడ నోముంచకూడదనే మూఢాచారాన్ని ఇకనైనా రూపు మాపుదాం.

బాట ఏర్పడాలంటే ఎవరో ఒకరు ముందు, ఆటంకాలను తొలగించుకుంటూ నడవాలి. అలా 'నడిపోడు' కూడా అందరిలా అన్నింటికీ తగిన వాడే అనే నవోదయానికి మనమే నాంది పలుకుదాం." నిశ్శబ్దంగా ఉన్న ఆ హాల్లో రవీంద్ర ఇలా ముగించాడో లేదో, అతని కాళ్ళని కన్నీళ్ళతో కడుగుతున్న రాములు, సుజాతలను ఆర్తిగా లేపి తమ్ముని గుండెలకు హత్తుకున్నాడు రవీంద్ర.

ఆ పరిష్వంగంలో తండ్రి భరోసా కనిపించగా నిశ్చింతగా కళ్ళు మూసుకున్నాడు రాముడు. అక్కడున్నవాళ్ళంతా హర్షం వ్యక్తం చేస్తున్నట్లు చప్పట్లు కొట్టారు. దూరంగా గుడిలోని జే గంటలు 'శుభం' అన్నట్లు మంగళకరంగా మోగాయి.

తంగేడు లో ప్రచురితం.

పునరావృతం కాకుండా

భారతికి మనస్సంతా ఆందోళనగా ఉంది. ఇది అని ఇదమిత్థంగా చెప్పలేని బాధ. వంటింట్లో పని చేస్తున్నదన్న మాటేగాని, మనస్సు మాత్రం ఎదో ఆలోచిస్తూనే ఉంది. మనసు గుబులు గుబులుగా ఉంది. ఇక ముందేం జరుగుతుందో అనే ఆందోళన.

తన పెంపకంలో లోపముందా? మళ్ళీ తనలాగే తన కూతురి జీవితం కూడా... తల విదిలించింది. మనస్సంతా సాయంత్రం చూసిన సంఘటన చుట్టే సుడులు తిరుగుతుంది.

సాయంత్రం 'టైలరింగ్ మెటీరియల్' షాప్ కెళ్ళి దారపు బిందలు కొనుక్కుని, ఇంటికి రావడానికి తిరిగి ఆటో ఎక్కింది. ఆటోలోని వాళ్ళెవరో మధ్యలో దిగి డబ్బులిస్తుంటే ఆటో ఆపాడు ఆటోడ్రైవర్. చిల్లర లేనట్లుంది. వాళ్ళు పర్స్ లో వెదుకుతున్నారు. యథాలాపంగా బయటకు చూస్తున్న తన కంటికి అల్లంత దూరాన, ఫుట్ పాత్ పైనున్న కుర్చీల్లో అతి దగ్గరగా ఒదిగి కూర్చున్న వాళ్ళిద్దరూ కనబడ్డారు. అనుమానంతో పరీక్షగా చూసింది. సందేహం లేదు. తను ప్రాణాతిప్రాణంగా పెంచిన తన కన్న కూతురు సౌమ్యే... ప్రక్కన ఎవరో కుర్రాడున్నాడు. అతన్ని దగ్గరగా ఆనుకుని కూర్చుని అతని చెయ్యి తన చేతుల్లోకి తీసుకుని ఏదో చెబుతోంది సౌమ్య. భారతి నిశ్చేష్టురాలయ్యింది. ఈ మధ్య అప్పుడప్పుడు కాలేజ్ నుండి ఆలస్యంగా వచ్చినపుడు తానడిగితే, ప్రైవేట్ క్లాస్ అనో, బస్ దొరకలేదనో చెబుతుంటే నిజమేననుకుంది. కానీ తన కూతురు కనీసం పెళ్ళికెదిగిందని కూడా గుర్తించలేదు. అందరు తల్లుల్లాగే తనూ తన కూతురు ఇంకా చిన్నపిల్లేననుకుంది. సౌమ్య ఇంత పెద్దగయ్యిందని తనకిపుడే తెలిసింది.

ఈ విషయం భర్తకు చెబుదామంటే అసలే ఆయన కోపిష్టి. నెమ్మదిగా తనే పరిష్కరించాలి... కానీ ఎలా? నెమ్మదిగా కూర్చోబెట్టి, ప్రేమగా అడగాలి. లేదంటే కథ అడ్డం తిరుగుతుంది. అసలు ఆ అబ్బాయి ఎలాంటివాడో? ఏ కులమో? ఆలోచనల్లో ఉండగానే కూతురు వచ్చినట్లు, ఫ్రెషప్ అవుతున్నట్లు నీళ్ళ చప్పుడుతో తెలుస్తూనే ఉంది.

'అమ్మా! ఆకలి దంచేస్తోంది. ఇంకా టిఫినేం చేయలేదా?' సౌమ్య గట్టిగా అంటోంది. ఇంకా భర్త ఆఫీస్ నుండి రాలేదు. కొడుకు కూడా ట్యూషన్ నుండి మరో గంట దాటితే గానీ రాడు. అడగడానికి ఎవరూ లేని ఇదే మంచి సమయం. టిఫిన్ పెట్టి అడిగితే, అసలే ఆకలిగా ఉన్న కూతురు కోపంగా టిఫిన్ తినడం మానేస్తుందేమో? 'పోనీ టిఫిన్ తిన్నాక అడుగుదాం' అని, చేసిన వేడి వేడి సర్వపిండిని ప్లేట్లో పెట్టి అందించింది. టీవీ పెట్టుకుని చూస్తూ తింటోంది సౌమ్య. లోపలి నుండి నీళ్ళు తెచ్చిచ్చి ఎదురుగా కూర్చుంది.

టిఫిన్ అయిపోయి నీళ్ళు తాగుతుంటే, 'సౌమ్య! నేనొక విషయం అడుగుతాను. నిజం చెబుతావా?' అంది సూటిగా, మళ్ళీ తను, ' ఎక్కడినుండి వస్తున్నావనో, ఇంత ఆలస్యం

అయ్యిందేమనో అడిగితె కూతురు చెప్పె అబద్ధం విని తట్టుకునే శక్తి లేదనో... లేక కూతుర్ని మరో తప్పు చేయడానికి

అవకాశం ఇవ్వద్దనో గాని అడిగింది.

"అదేంటమ్మా? కొత్తగా అడుగుతున్నావు. నిజమే చెబుతాను చెప్పు..." అంది ఆపేసిన నీళ్ళను మళ్ళీ తాగుతూ...

"నువ్వెవరినైనా ప్రేమిస్తున్నావా..." దెబ్బకు పొలమారింది సౌమ్యకు.

"అయ్యో... నెమ్మదిగా తల్లీ..." గబుక్కున లేచి కూతురు చేతిలోని గ్లాస్ తీసుకుని సుతారంగా తలపై కొడుతూ అంది.

చప్పుడు చేయలేదు సౌమ్య.

"చెప్పు తల్లీ..." మళ్ళీ అడిగింది.

"అవునమ్మా... శర్మ అని నా క్లాస్మేట్. అతను కూడా నేనంటే ప్రాణమిస్తాడు ..."

'ఇలా అంటున్నానని అనుకోకు తల్లీ! నువ్వింకా చిన్నపిల్లవి. తెల్లనివన్నీ పాలు, నల్లనివన్నీ నీళ్ళు అని నమ్మేదానివి. నీకు ప్రపంచం తెలీదు. అందులో 'లవ్ మ్యారేజ్' అస్సలొద్దు ' నచ్చజెపుతూ అంది.

"ఏం ఎందుకని?" కొంచెం తీక్షణంగా అంది సౌమ్య.

"ఎందుకంటే కర్ణని చావుకు సవాలక్ష కారణాల్లా చాలా కారణాలున్నాయి... పెద్దదాన్ని ఎందుకు చెబుతున్నానో అర్థం చేసుకో..."

"అదే! ఎందుకని అడుగుతున్నా... మీదీ లవ్ మ్యారేజే కదా... మీరే అర్థం చేసుకుంటారనుకున్నా..."

"అవును... లవ్ మ్యారేజే. అందుకే వద్దు అంటున్నాను. అందులో ఉండే కష్టాలు నీకు తెలీవు...."

"ఎందుకు తెలీవు? నువ్వు, నాన్న బాగానే ఉన్నారు కదా?"

"చాలా సున్నితమైన విషయాలు ఉంటాయి. అవి అనుభవించినవారికే తెలుస్తుంది."

"అంతే మీకు మ్యారేజ్ అయ్యింది కాబట్టి నాకు వద్దంటున్నారా?"ఎగతాళిగా అంది.

"లేదు... అందులోని సాధక బాధకాలు అనుభవించి అలాటి కష్టాలు నా బిడ్డ చవిచూడకూడదని చెబుతున్నా..."

"అన్ని కష్టాలున్నాయా? ఏమిటవి?"

"నీకు ఆ బాధలేం తెలుసు? జీవితం అంటే యాంత్రికం కాదు. ఒక్కోసారి కోపం, అలక , ఆనందం... ఇలాఎన్నో ఉంటాయి. కాని మనం ఇక అన్నీ కోల్పోతాం.

తల్లిగారిల్లు, బంధువులు, ఆత్మీయులు ఎవరూ ఉండరు. ఒక రకంగా చూస్తే, సమాజం నుండి మనం వెలివేయబడతాం. జీవితంలో చైతన్యాన్ని కోల్పోతాం. జీవితాంతం ఇంటికే అంకితమవుతాం. చిన్న చిన్న ఆనందాల్ని కూడా అనుభవించలేక పోతాం.

పొరపాటున విధి వల్ల ఎక్కడైనా కష్టాలు ఎదురైతే మనకు వెన్ను దన్నుగా ఉండడానికి వెనకెవరూ ఉండరు. ప్రపంచమంతా ఒకవైపు, మనమొక్కరం ఒక వైపు అయిపోతాం. జీవితంలో ఒంటరితనం, మనకంటూ ఎవరూ లేరన్న బాధ ఎంత ఘోరమైనవో నీకు తెలీదు. దానికోసం నేను ఎన్ని నిద్రలేని రాత్రులు
గడిపానో, ఎంత కుమిలి పోయానో నీకు తెలీదు. కొన్ని విను..."

★★★

"ఏమండీ! నిన్నటి నుండి నోట్లో నీళ్ళు తప్ప ఏమీ పోయలేదు. బాగా ఆకలవుతుంది. చేతకావట్లేదు. ఈవేళ ఏదైనా తినడానికి తెండి. పైగా ఇంటి ఓనర్ వచ్చి, అద్దె ఇచ్చి ఇల్లు ఖాళీ చేయమన్నారు..."

"ఎక్కడి నుండి తేవాలి? అమ్మడానికి ఇంకేమైనా ఉంటే ఇవ్వు..."

"నేను తెచ్చిన బంగారమంతా మీకే ఇచ్చాను కదా! ఈ మంగళసూత్రం తప్పితే నా దగ్గరేముంది?"

"అంటే నేను తెచ్చినదంతా మీరే అమ్ముకు తిన్నారు కదా... భార్యకు తిండి పెట్టలేని అసమర్థుడివి అని దెప్పి పొడుస్తున్నావా?"

"అయ్యయ్యో! నేనలా ఎందుకన్నానండీ? మీరు కోపంగా ఉన్నారు. పోనీలెండి, తినడానికేమీ వద్దు లెండి..." భారతి అంటుండగానే విసురుగా బయట కెళ్ళిపోయాడతను.

నీరసంగా గోడకు జారగిలబడిన భారతి దగ్గరకు ఓనర్ వచ్చింది.

"అమ్మాయ్! నిన్ను చూస్తుంటే కడుపు తరుక్కుపోతుంది. ఏమీ అనుకోబాకు. వట్టి మనిషివి కూడా కాదు. ఇదిగో ముందర ఇది తిను..." అంటూ అన్నం గిన్నె ముందు పెట్టింది.

"ఇలా అడుగుతున్నానని ఏమీ అనుకోకు... మా ఇంట్లో, ప్రక్కింట్లో పని మనిషి మానేసింది. మీ ఆయనకి ఉద్యోగం దొరికే వరకు చేస్తావా? ఇందులో సిగ్గుపడాల్సిందేమీ లేదు. పని చేస్తావు, డబ్బులు తీసుకుంటావు. నువ్వేం ఊరికే చేయి చాచట్లేదు కదా?" అంటున్న ఆమె దేవతలా కనిపించింది భారతికి.

★★★

"ఏమండీ.... అన్నం వండాను... తిందాం, వస్తారా?"

"బియ్యం ఎక్కడివి? అప్పుడిగావా? మా ఆయన చేతగానివాడని బిచ్చమెత్తావా?"

"ఛ, ఏం మాటలండీ అవి? పనిమనిషి రాలేదని బాధపడుతుంటే పనుల్లో సాయం చేసాను..." భయం భయంగానే అంది.

"ఛీ...ఛీ... పనిమనిషివయ్యావా? మాదెంత గొప్ప వంశం? వారి ముందు తలెత్తుకు తిరగాలంటే రేపటినుండి నాకెంత నామోషీ! ఛీ... ఏం రెండు రోజులు తినకపోతే చస్తారా?" గర్భిణి అని కూడా చూడకుండా పళ్ళెం విసిరి వెళ్ళిపోయాడు.

★★★

"నాకు ఉద్యోగం వచ్చింది కదా... నేను చేస్తున్నాను కదా... ఇక నువ్వేం ఆ బోడి ఉద్యోగం చేయక్కర లేదు..."

"ఏదో చన్నీళ్ల కు వేన్నీళ్ళలా తోడుంటాయి కదా! ఇంట్లో ఊరికే ఉండే బదులు ఏదో ఒక వ్యాపకం. ఏమవుతుంది?"

"అవసరం లేదన్నానా? అలా నువ్వు నలుగురిలో నేనేదో చేతకానివాడినయినట్లు ఉద్యోగం చేయడం నాకిష్టం లేదు... మానెయ్యమన్నాను... మానెయ్ .... అంతే..."

"ఏమిటో... మీకీ మధ్య కోపం ఎక్కువయ్యింది... అసలు మనం ప్రేమించుకునే రోజుల్లో ఎంత ప్రేమగా మాట్లాడేవారు! 'ఎవరెస్ట్ ఎంతెత్తైనా ఎక్కిస్తానే నీ కోసం... పసిఫిక్ లో దూకెయ్ మన్నా దూకేస్తానే నీ కోసం!' అని పాడేవారు గుర్తుందా?" టాపిక్ జోవియల్ గా మార్చడానికి, మనస్సులో బాధగా ఉన్నా అంది.

"ఆ... అయితే? ఇంకా బాధ్యత లేకుండా... ఏమైనా టీనేజ్ పిల్లలమనుకున్నావా?"

భార్య, భర్త సరదాగా, ఏకాంతంగా ఉండడానికి దానికి ఏమి సంబంధమో అర్థం కాలేదు భారతికి...

ఇవి మచ్చుకు కొన్ని మాత్రమే... ఇలాంటివెన్నో...

డెలివరీకి ఎవరూ లేక పడ్డ బాధలు, గర్భిణిగా ఉండగా అందరికీ చేసే చిన్న చిన్న సంతోషాలైన శ్రీమంతం లాంటి వాటికి నోచుకోక బాధపడ్డ సంఘటనలు, పిల్లల్ని పెంచే దగ్గర, లాలించే దగ్గర కరువైన అనుభవం... మన ఫ్రెండ్స్ సర్కిల్ లో చిన్న ఫంక్షన్ లకి అటెండ్ అయినప్పుడు వారు అనుభవిస్తున్న ఆనందాన్ని చూస్తే, మనం కోల్పోయిన దాని గురించి కించిత్ బాధ తలెత్తక మానదు.

ఇవన్నీ అనుభవిస్తే కాని తెలియని మనస్సుని మెలిపెట్టే సంఘటనలు. పైకెంత సున్నితంగా కనపడతాయో... అంతగా జీవితాన్ని ప్రభావితం చేస్తాయి... మీకు తెలీదు... ఇటు అటు అందర్నీ వదిలేసుకుని వచ్చాం, కాబట్టి మనకు మరో ఆప్షన్ ఉండదు, భర్తతో గొడవ పెట్టుకోవడానికి.

అదే పెద్ద వాళ్ళుంటే వారి మాటల్లో ఓదార్పు, అనుభవాల్లో పరిష్కారాలు కనబడతాయి. అంతే కాదు, రిలాక్సేషన్ కు తల్లిగారిల్లో, బంధువుల ఇళ్ళు లో ఉండవు. ఏదైనా అనుకోని కష్టమో, ప్రమాదమో ఎదురైతే నా వెనక ఇంతమంది ఉన్నారనే ధైర్యం ఉండదు. వాళ్ళు సహాయం చేస్తారా, చేయరా... అన్నది వేరే విషయం. ప్రపంచంలో ఒంటరివాళ్ళమవుతాం...

ఇక అంతేనా... తర్వాత వారి పిల్లలకి కూడా ఆ బాధలు తప్పవు. మిగతా పిల్లలు నాన్నమ్మ, తాతయ్య, అమ్మమ్మ అంటూ అన్ని చెబుతుంటే అలాంటివన్నీ కోల్పోయిన వీరి మానసిక పరిస్థితి అనుభవించిన నీకు ఇప్పటికే అవగతమయి ఉంటుంది...." తన అనుభవాలన్నింటినీ పూస గుచ్చినట్లు చెబుతూ అంది భారతి.

★★★

"శర్మ అలాంటి వాడు కాదమ్మా. చాలా మంచివాడు... నన్ను పువ్వుల్లో పెట్టి చూసుకుంటాడు..."

"ప్రేమలో పీకల్లోతు కూరుకుపోయినపుడు ఇలాగే ఉంటుంది. ఇలా కులాలు వేరయితే ఇంకా కష్టం. వారి ఆచార వ్యవహారాలూ, మనవి చాల తేడా ఉంటాయి... ఇద్దరూ దూరంగా ఉండి ,వయసు వేడిలో ఉన్నప్పుడు అవి ఎంత చిన్నగా కనబడతాయో... ఒక్కటై సహజీవనం చేస్తున్నప్పుడు అవే పెరిగి పెనుభూతాలై సంసారాల్నే నాశనం చేసిన సంఘటనలు ఎన్నో ఉన్నాయి. ఎక్కడికెళ్ళినా ఎక్కడో ఒకచోట చదస్తం ఉన్న ఏ మామ్మగారో ఏదో అనక పోదు. మీ మనస్సులు బాధపడకపోవు... ఇలాంటి వెన్నో తట్టుకోవాలి..."

"అయినా... మాకు, మీ అనుమతి, ఆశీస్సులు ఉంటాయి కాబట్టి నాకు నీలాంటి బాధలుండవుగా... అఫ్ కోర్స్ శర్మ వాళ్ళది నిప్పులు కడిగే వంశమని ఒప్పుకోరన్నారు..."

"ఒప్పుకోరని తెలిసినప్పుడు ఎందుకు ప్రేమించాడు?"

"అమ్మా... అలా అన్ని బేరీజులు వేసుకున్నాక పుట్టేది కాదు ప్రేమంటే. ఈ విషయం నాకన్నా నీకే బాగా తెలుసు... అనుభవజ్ఞురాలివిగా..."

"అందుకే నాలా నువ్వు బాధపడొద్దని చెబుతున్నా... ఇంతకి పెళ్ళి చేసుకుంటానన్నాడా?'

"ఏమో... ఎప్పుడూ అనలేదు... అయినా కాదనడు... మీరంటే ఇరువైపుల ఒప్పుకోక బయటకొచ్చేసారు... నాకు మీరున్నారుగా..."

"ఇంట్లో ఒప్పుకోరన్నాడు. పెళ్ళి చేసుకుంటాను అనలేదు అంటున్నావు... మోసం కాదు కదా... ఇక నీకు మేమున్నది నిజమే కావచ్చు. కాని పెళ్ళయ్యాక నువ్వు నన్ను పరాయిదానివిగానే చూస్తావు... నా దగ్గర పది రూపాయలడగడానికి కూడా మొహమాటపడతావు. ఇప్పుడు నీ వయసెంతని? 18 ఏళ్ళు. అతనికెన్నేళ్ళు? ఉద్యోగంచేస్తున్నాడా?"

"ఇరవై... డిగ్రీ చదువుతున్నాడు."

"ప్రతి సంవత్సరం... కొన్ని లక్షల మంది డిగ్రీ పాసయి వివిధ కాలేజీ లనుండి బయటకొస్తున్నారు. ఇంకా ఎంతో చదవాల్సిన వయసు ఇద్దరిదీ. డిగ్రీకి ఏ ఉద్యోగం దొరకదు... 'ఆకలి' అనేది ప్రేమ కన్నా ఎంత శక్తివంతమైనదో నీకు తెలీదు... ఒక్కసారి ఆలోచించు... ప్రేమ కడుపు నింపదు...

ముందు మీరనుకున్న లక్ష్యాలను చేరుకోవడానికి, కెరీర్ని మలుచుకోవడానికి తపన పడండి. ఇది చదివే వయసు. ఈ అవకాశం మళ్ళీ రాదు. ఇప్పుడు మంచిగా చదువుకుంటేనే రేపు జీవితాంతం హాయిగా ఉండొచ్చు... ఇప్పుడు పెళ్ళి జంజాటం లో పడి 'ఎంజాయ్' అంటే, జీవితాంతం మీ 'గోల్' చేరుకోలేక, పిల్లలతో, ఆర్థిక బాధలతో నరకంగా ఉంటుంది...

ఒక్కసారి ఆలోచించు. ఎప్పుడైనా ఒక్క విషయం గుర్తుంచుకో... నీ మంచి కోరే వాళ్ళలో మొట్టమొదటి స్థానంలో మీ అమ్మానాన్నులుంటారని... నిన్ను విమర్శించి సరైన దారిలో పెట్టాలనుకునే వాళ్ళు నీ ఆత్మీయులని తెలుసుకో... ఆత్మ విశ్వాసం మనిషికి పెట్టని ఆభరణం...

మీ కాళ్ళమీద మీరు నిలబడ్డాక, మీ ఈ నిర్ణయంలో ఏ తేడా లేకుండా ఉంటే, అపుడు మీ ఇష్టం. నీకు ఆలోచించే తెలివి ఉంది. తర్కాతర్కాలు ఆలోచించే విచక్షణాజ్ఞానం ఉంది. పెద్దవాళ్ళ మాట గౌరవించే వివేకం ఉంది. భవిష్యత్తును ఎలా తీర్చిదిద్దుకోవాలో ప్రణాళిక ఉంది. నా కూతురు తెలివైన నిర్ణయం తీసుకుంటుందని నాకు నమ్మకం ఉంది. ఆ పైన ఆ భగవంతుని కృప..." ముగించింది భారతి.

అమ్మ చెప్పిందంతా సబబుగానే ఉండటంతో ఆలోచనల్లో పడింది సౌమ్య. ఇది భావితరానికి తొలి వేకువలా ఉంది.

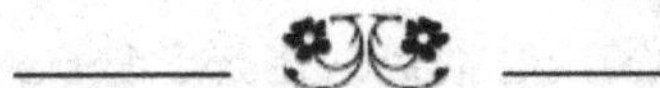

ఆకాశవాణి వరంగల్ ద్వారా ప్రసారం అయింది. మామ్స్ ప్రెస్సో వెబ్సైట్ లో, నేటి నిజంలో ప్రచురితం.

గాయం

పరుగెడుతూనే ఉంది విశ్వేక. కాళ్ళకి ముళ్ళు గీసుకుపోతున్నా, రాళ్ళు ముళ్ళయి గుచ్చుతున్నా, పాదాలు రక్తాలు కారుతున్నా లెక్క పెట్టడం లేదు. ఆ బాధ ఆమె లక్ష్యాన్ని ఏమీ సడలించడం లేదు. వెనక్కి తిరిగి ఆ సెకను సమయాన్ని సైతం వృధా చేసుకోవడం ఆమెకు ఇష్టం లేదు. ఆమె లక్ష్యం ఒకటే! వెనక వెంబడిస్తున్న ఆకారం నుండి వీలయినంత దూరం వెళ్ళిపోవాలి. అతని చేతులకు అందనంత దూరం వెళ్ళిపోవాలి. ఆపకుండా పరుగుపెట్టడం వల్లనేమో గొంతు తడారి పోతోంది. దాహానికి ప్రాణం పోయేలా ఉంది. అల్లంత దూరంలో నీటి చెలమ. ప్రాణం లేచి వచ్చినట్లయ్యింది. ఒక్క నిమిషం అయితే అందుకునేదే. కానీ, సరిగ్గా అప్పుడే పడింది గట్టిగా భుజం మీద చేయి. అవి గింజుకుంటున్న ఆమెను నొక్కి పట్టి ఆక్టోపస్ లా బంధిస్తున్నాయి. ఆమె శక్తి వంచన లేకుండా పెనుగులాడుతూనే ఉంది. కాని బలమైన ఆ చేతుల నుండి తప్పించుకోలేకపోతోంది.

"ప్లీజ్ దయచేసి నన్ను విడిచి పెట్టండి!" అరుస్తూ గింజుకుంటూ ఉంటే, చేతికి చిక్కిన జింకను చూసిన పులిలా వికటాట్టహాసం చేసిందా ఆకారం. ఆకారం మనిషే కాని తల మాత్రం వ్యాఘ్రం. అంతలోనే ఆ తల మాయమైంది. సుపరిచితమైన ముఖం ప్రత్యక్షమైంది. దగ్గరకు వచ్చిన ఆ ముఖం మరెవరిదో కాదు తన భర్తది. ప్రేమించి ఇంట్లోవారిని ఎదిరించి, అతనే లోకమనుకుని పారిపోయి వచ్చి పెళ్ళి చేసుకున్న సుహాస్ ది.

"ఏయ్! నిన్ను! ఏంటి? ఎవరు పట్టుకున్నారు? విడిచిపెట్టండి అంటున్నావు. ఎవడు పడితే వాడికి మెస్సేజీలుపెడితే ఇలాగే అవుతుంది..."కోపంగా అంటున్న ఆ కంఠం అతనిదే! బెడ్ లైట్ వెలుతురులో ఆమె రెండు భుజాలూ గుచ్చి పట్టుకుని అడుగుతున్నాడు భర్త సుహాస్.

భయంగా కళ్ళు తెరిచింది. అప్పటికే వణికి పోతున్న ఆమె మోము మొత్తం చెమటలతో తడిచిపోయింది. ఇంకా వణుకుతోంది విశ్వేక. భయంకరమైన కల. ఆమెకు ఇంకా అది కల అని నమ్మబుద్ధి కావడం లేదు. కళ్ళ ముందు జరిగినట్లే ఉంది. భర్త వ్యంగ్యపు మాటలు కొత్త కాదు ఆమెకు. భర్త అదిలింపులకు పిల్లలమధ్య నుండి నెమ్మదిగా లేచింది. ఇక ఆ రాత్రంతా జాగరణమే అయ్యింది. మది గతం తలుపు తెరిచింది.

★★★★★

"ఏయ్!నిన్నే! ఆ మూలుగుడు ఏంటి? పక్కకు పడుకుని నిద్ర చెరిపేస్తావు. నిద్ర లేకపోతే తెల్లవారి లేచి ఆఫీస్ కెళ్ళి నేను ఎలా వర్క్ చేస్తాను అని ఆలోచించవు... లేచి వెళ్ళి బయటపడుకో..." పొద్దుటి నుండి పని చేసి చేసి, అలసిపోయి, ఆమెకు తెలియకుండానే మూలిగినప్పుడు, మొట్టమొదటిసారి నిద్రలో ఉండగా, గట్టిగా కొట్టి చెప్పిన భర్త మాటలకు ఉలిక్కిపడింది. బిత్తరపోయింది. అలసిపోయిన ఏ భార్య అయినా, భర్త నుండి కోరుకునేది పైసా కూడా ఖర్చులేని

సానుభూతి మాత్రమే. దానికే పొంగిపోయి మళ్ళీ అంతకు మించి పనిచేయడానికి ఉత్తేజాన్ని పొందుతుంది. కాని అదేంటో చాలా మంది మగవాళ్ళకి ఆ విషయమే తెలీదు.

"ఏయ్! నిన్నే! పిల్లలు కొట్టుకుంటుంటే ఏం చేస్తున్నావ్? 'పొద్దననగా వెళ్ళి అలసిపోయి వచ్చాడు', అనే జ్ఞానం ఏమైనా ఉందా?" సుహాస్ మాటలకి కోపం వచ్చింది విశ్వేకకి. గత కొన్ని రోజులుగా రోజు రోజుకూ ఎక్కువవుతున్న భర్త కోపం, ఆమెకంటూ ఓ పేరు ఉందని మరచింది.

"నేనేమీ ఖాళీగా లేను. పొద్దున్న అయిదు గంటలకు లేచింది మొదలు పనితో పరుగు పందెం మొదలవుతుంది నాకు. ఇక్కడ వంట పనిలో ఉన్నా కదా! మీరు చూస్తే తప్పా?"

"పోయి పోయి కష్టపడి వచ్చాడు అనే బాధే లేదు నీకు. వెధవ కొంప, వెధవ సంత అని..."

"నీ పిల్లలు నీకు సంత అయిపోయారా? మీరే కాదు నేనూ పోయి పోయి, కష్టపడే వచ్చాను. పిల్లల ముందు ఇలా గొడవ పడొద్దని తెలీదా?"

"వెళ్ళి నాలుగు ముక్కలు చెప్పగానే కష్టపడినట్లా? నాకు ఎన్ని టెన్షన్ లు ఉంటాయి?"

"ఒక్క నాలుగు ముక్కలు చెప్పిందే కనబడుతుందా మీకు? ఇంకా ఎన్ని పనులు చేస్తున్నాను?"

"ఏంటో అవి?"

"పొద్దున్న అందరికీ టిఫిన్లు, మధ్యాహ్నానికి భోజనాలు, సాయంత్రానికి స్నాక్స్ తయారు చేయాలి. పిల్లలిద్దరూ లేవగానే, వారి పనులు అన్నీ చేసి, వారికి తినబెట్టి, హడావుడిగా నేనూ ఇంత కుక్కుకుని, వారికి మధ్యాన్నం తినిపించాల్సిన బాక్స్ లు, సాయంత్రాని కి తినిపించే స్నాక్స్ అన్నీ కలిపి వారిని కేర్ సెంటర్ లో (లాంటి దూరపు బంధువుల ఇంట్లో) పాప ఏడుస్తుంటే, గుండె రాయి చేసుకుని అప్పజెప్పి, బాబును స్కూల్లో దింపి కాలేజీకి పరుగెత్తాలి. అక్కడ క్లాసెస్ చెప్పుకుని, తెల్లవారి చెప్పే క్లాసెస్ ప్రిపరేషన్ చూసుకుని, సాయంత్రం వస్తూ కూరగాయలు తీసుకుని, పిల్లల్ని తీసుకుని ఇల్లు చేరాలి. అప్పటికి పొద్దున్న హడావుడిగా తిన్న టిఫిన్, మధ్యాన్నం చారు, పెరుగు లేకుండా ఏదో తిన్నానంతే తిన్నానన్నట్లు తిన్న భోజనం అంతా ఆవిరై, నీరసం వస్తుంది. ఇంటికి రాగానే వాషింగ్ మిషన్ లో వేయాల్సిన మాసిన బట్టలు, సాయంత్రం, మర్నాడు చేయాల్సిన టిఫిన్ కోసం తయారుచేసుకోవాల్సినవి, దండేలపై మడత పెట్టడం కోసం ఎదురు చూసే బట్టలు... ఎన్ని పనులు? రాగానే పిల్లలకి స్నానాలు చేయించి బట్టలు వేయాలా? తినడానికి పెట్టి, బాబుకు హోం వర్క్ చేయించి, వారిని చూసుకుంటూ రాత్రి వంట చేయాలా! ఇక నేను ఎక్కడ మీకు ఖాళీ గా కనబడుతున్నాను?"

"లోకంలో నువ్వొక్కదానివే ఇవన్నీ చేస్తున్నావా? ప్రతీ పనీ సాగదీసి చెప్పావు. పనిమనిషిని కూడా పెట్టానుగా?"

"కేవలం బయట ఊడ్చి, గిన్నెలు తోమేసి వెలుతుంది. మిగతా పనేమైనా తక్కువ ఉందా?"

"ఇది అందరూ రోజూ చేసేదేగా? ఈ మాత్రం దానికి అలసి వచ్చిన మొగుడిని డిస్టర్బ్ చేయకుండా పిల్లల్ని త్వరగా పడుకోబెట్టాలనే ఆలోచనే ఉండదు. నిద్ర సరిగ్గా లేకపోతే తెల్లవారి ఎలా పని చేస్తాడనే ఇంగితమే లేదు."

ఇక మాట్లాడాలనిపించలేదు ఆమెకు.

అలుపు లేకుండా తిరిగే యంత్రమైనా అతిగా తిరిగితే అరిగిపోవడమో, పాడవడమో తప్పదు. దానికి మనుషులు అతీతులు కారన్నది నిరూపిస్తూ, రోజు రోజుకూ పెరుగుతున్న పని వల్ల, విశ్రాంతి లేకపోవడం వల్ల, నిద్ర తక్కువవడం వల్ల ఒకరోజు కళ్ళు తిరిగినట్లయి, వచ్చేప్పుడు బండి అదుపు తప్పి పడిపోవడంతో, తప్పనిసరయి డాక్టర్ దగ్గరకు తీసుకెళ్ళాడు సుహాస్. అక్కడ తెల్సిన విషయం ఆమె గుండెల్ని బద్దలు చేసింది.

"చూడండి సుహాస్! రక్తహీనత, పోషకాహార లోపం, నిద్రలేమితో పాటు కాన్సర్ కూడా ఉంది ఈవిడకి. ఇక నుండి గాజుబొమ్మల్లా, చాలా జాగ్రత్తగా ఎలాంటి మానసిక, శారీరక ఇబ్బంది లేకుండా చూసుకోవాలి. ప్రస్తుతం ఉద్యోగం చేయక పోతేనే మంచిది" అని చెప్పి తీసుకోవాల్సిన జాగ్రత్తలు చెప్పి, మందులు రాసి ఇచ్చింది డాక్టరమ్మ.

"ఇప్పటికే ఈ జీతంతో, ఈ భాగ్యనగరమైన మహానగరంలో బతకడం కష్టమంటే, ఇక ఒక్కరి జీతంతో ఈ రోగానికి, మందులకు పెడుతూ ఎలా బతకాలి? బండిపై వస్తుంటే చూసుకోవద్దా? అలా బండి మీద నిద్రపోతావా?" ఇంటికి రాగానే, భర్త నుండి సానుభూతి వచనాలు ఊహించిన విశ్వేక అంచనాలు పటాపంచలు చేస్తూ, భర్త మాట్లాడిన మాటలు విని నిర్ఘాంతపోయింది.

మానసిక స్థైర్యం ఇవ్వాల్సింది పోయి, అంటు వ్యాధిలా ఆమెను దూరం పెట్టడం చూసి ఆమె మనసు కుంగిపోయింది. ఆమె కళ్ళముందు పిల్లల భవిష్యత్తు, తన భవిష్యత్తు ప్రశ్నార్థకమై భయపెడుతోంది.

స్టాఫ్ రూమ్ లో ఎవరూ లేకపోవడంతో ఒంటరిగా కూర్చుని ఆలోచనల్లో పడిన ఆమె కళ్ళు, ఆ పరధ్యానంలో, బాధలో ఆమెకు తెలియకుండానే కన్నీరు కార్చాయి. అప్పుడే ఆ గదిలోకి అడుగుపెట్టిన ఇంగ్లీష్ లెక్చరర్ శ్రీనివాస్ కంట పడింది ఆమె కన్నీరు.

"మేడం! ఆర్ యు ఆల్ రైట్? ఏమైనా ప్రాబ్లమా?" అతని మాటలకు తుళ్ళిపడిన విశ్వేక, కన్నీరు తుడిచేసుకుని, "అబ్బే! అదేం లేదు" అంది.

"మేడం! మిమ్మల్ని చూస్తే మా చెల్లెలు గుర్తొస్తుంది. అందుకే అడుగుతున్నా! ఏమైనా బాధ ఉంటే ఆత్మీయులతో పంచుకుంటే పోతుంది అంటారు. నాచేతులతో చేయగలిగిన ఏమైనా సహాయం ఏమైనా ఉంటే చేస్తాను. మీకేం అభ్యంతరం లేకపోతే చెప్పండి." ఆత్మీయంగా అడిగిన ఆయన మాటలను తీసేసి, ఆయనను బాధ పెట్టాలని లేకపోయినా, ఎవరికీ చెప్పాలనిపించని బాధ చెప్పుకోలేక మాట మారుస్తూ, "ఒకసారి ఆమెను చూడాలని ఉంది సర్" అంది.

"ఈ లోకంలో ఉంటే తప్పక చూపించేవాడిని అమ్మా! మమ్మల్నికాదని ప్రేమించిన వాడితో వెళ్ళిపోయింది. మోసపోయానని తెలుసుకున్నక, మొహం చెల్లక అందర్నీ విడిచి శాశ్వతంగా వెళ్ళిపోయింది..." అంటున్న ఆయన కంఠంలో జీర ఆమె దృష్టిని దాటి పోలేదు. షాక్ తింది.

అప్పటి నుండి కాలేజ్ లో అడపాదడపా ఆత్మీయంగా మాట్లాడ్డం, అప్పుడో ఇప్పుడో ఆ కాలేజ్ స్టాఫ్ వాట్సప్ గ్రూప్ లో మెస్సేజ్ లు పెట్టడం చేసేవాడు.

★★★

"ఏయ్! ఇంత సేపు ఎక్కడెక్కడ, ఎవడితో తిరుగుతున్నావు?" రాత్రి పొద్దుపోయాక ఇంట్లోకి అడుగుపెట్టగానే కోపంతో ఊగిపోతూ ఒక్కటేసాడు సుహాస్.

"మీరు...మీరు... నన్ను అనుమానిస్తున్నారా? నన్ను కొట్టారా? కోరి చేసుకున్న ప్రతిఫలమా ఇది? పిల్లలున్నారని కూడా చూడకుండా!" కళ్ళల్లో కడలే ఉప్పొంగింది.

"రాత్రయింది. ఇంట్లో ఎదురుచూస్తారు అనే ఇంగితం అయినా లేదా? డిస్టర్బ్ లేకుండాఉండడానికి, సెల్ కూడా స్విచ్ ఆఫ్ చేసి మరీ ఇంత రాత్రి వరకు వెలగబెట్టే రాచకార్యాలేంటో?"

"ఆఫీస్ లో ప్రిన్సిపాల్ తో మీటింగ్ ఉండటంతో సెల్ సైలెంట్ మోడ్ లో పెట్టాను. ఛార్జింగ్ అయిపోవడంతో స్విచ్ ఆఫ్ అయిపోయింది. కనీసం ఏం జరిగింది? అని బాధపడటం, ఆలోచించడం కాక... ఛీ! ఇలా ఎలా ఆలోచించారు?" చెప్పాలనుకున్నా, చెప్పలేదు విశ్వేక. చెప్పాలనిపించలేదు.

అతను అలా ఆలోచించడానికి కారణం ఆమెకు మరో రెండు రోజుల్లో తెలిసింది.

ఆ రోజు రాత్రి వంటగదిలో ఉన్న ఆమె, ముఖ్యమైన ఒక మెస్సేజ్ పెట్టడానికి సెల్ కోసం బయటకు వచ్చింది. అప్పటికే సుహాస్ చేతిలో ఆమె సెల్ ఉంది. అప్పటివరకు, ఆమెకే తెలిసిన కొన్ని విషయాలు మాటల మధ్యలో సుహాస్ కి ఎలా తెలిసాయో అర్థమైంది ఆమెకు. అంటే ప్రతిరోజూ సెల్ లో వచ్చినవన్నీ చెక్ చేస్తున్నాడన్నమాట. ఛీ! ఎంత నీచమైన పని. అదే తన ముందే అలా చేస్తే తనకు ఏమీ అనిపించేది కాదేమో!

"ఏం చూస్తున్నారు?" ఆమె మాటలకు తొట్రుపడుతూ, "వీడెవడు శ్రీనివాస్? వాడు గుడ్ మార్నింగ్ పెట్టడం ఏమిటి? దానికి నువ్వ సిగ్గుపడుతూ ఈ నవ్వే సింబల్ పెట్టడం ఏంటి? అసలు వాడెవడు, నీకు నవ్వుతూ, గుడ్ నైట్ లు, స్వీట్ డ్రీమ్స్ అంటూ చెప్పడానికి?" కళ్ళల్లో నిప్పులు కురిసాయి.

"మంచిగా మాట్లాడండి. ఆయన నాకు కొలీగ్... గుడ్ మార్నింగ్ అని మాత్రమే చెప్పారు. అయినా ఇలా దొంగతనంగా ఒకరి సెల్ చెక్ చేసే దురలవాటు మీరెప్పటి నుండి చేస్తున్నారు?"

"అంతే చేసిన రంకు (నేరం) బయటపడిందని భయమా? "

"మాటలు చక్కగా రానివ్వండి"

"ఏంటే! నీతో చక్కగా మాట్లాడేది? రోగాల్ని, ఇలాంటి సంబంధాలను దాచి నన్ను చేసుకుని మోసం చేసింది చాలక. పెళ్ళాం అంటే ఎలా ఉండాలో తెల్సా? సతీ సావిత్రి, సతీ సుమతి గురించి చదివావా? కార్యేషు దాసీ, కరణేషు మంత్రీ అని తెలుసా? నువ్వు చదవవు. నాకు తెల్సు..."

"పెళ్ళాం ఎలా ఉండాలో చెప్పేవాడివి, మొగుడు ఎలా ఉండాలో తెల్సుకున్నారా?

'మాంగల్యం తంతునానేన

మమజీవన హేతునా!

కంశే భద్నామి సుభగే

త్వం జీవ శరదాం శతం!!'

అంటే నూరు సంవత్సరాలు మెండైన, నిండైన ఆనందం కోసం ఆయురారోగ్యాల కోసం మంగళ ప్రదమైన ఈ మాంగల్యాన్ని నీ కంఠము నందు ధరింప జేయుచున్నాను, అని. జీవితాంతం స్నేహంగా జీవించాలని అగ్ని సాక్షిగా ఏడవ అడుగు వేసారు. అవేమైనా మీరు చేస్తున్నారా?

"అంటే...నేను చేయడం లేదని, నువ్వు నీతి తప్పుతావా? బజారు... ఛీ..."

"ఏం కూసావురా?"

"ఆ...నన్నేరా అంటావా? నిన్ను ..."

కోపంగా ఆమె గొంతు పట్టుకున్నాడు. ఆమె గింజుకోసాగింది. చేతులతో ఎంత విదుల్చుకోవాలని చూసినా అతని బలం ముందు ఓడిపోతోంది. అతని బలానికి వెనక్కి జరుగుతోంది. ఆ క్రమంలో తల, వెనక ఉన్న గోడకు తాకి ఇక జరగడానికి లేక ఆగిపోయింది. అతని బలం ఎక్కువై, అస్సలు ఊపిరి ఆడడం లేదు విశ్వేక కి. ఒక్క సెకన్ అయితే ప్రాణం పోయేదే.

అదిగో, అప్పుడు ఆమెను రక్షిస్తూ సెల్ మోగింది. ఒక్క క్షణం అతని పట్టు సడలేసరికి బలవంతాన లేని బలం తెచ్చుకుని, అతని పట్టు విడిపించుకుని కూలబడింది. శ్వాస తీసుకోవడానికి కొంత సమయం పట్టింది. ఫోన్ తీసుకుని మరో గదిలోకి వెళ్ళిపోయాడు సుహాస్.

ఆ సంఘటన ఊహించనిది కావడంతో భయంతో ఆమె శరీరం వణికిపో యింది. అతని కళ్ళల్లో ఆ క్షణంలో చూసిన క్రౌర్యానికి అతను కోపం వస్తే ప్రాణం తీయడానికి వెనకాడడని తెలిసిపోయింది.

దాని పర్యవసానమే ఈ కల ఏమో!

★★★

ఆరోజు నుండి ఇంట్లో ముభావంగానే ఉంటున్నారు ఇద్దరూ.

ఒకరోజు ఆఫీస్ లోని కాలీగ్ విరించి ఫామిలీని భోజనానికి పిల్చాడు సుహాస్. వారి ముందు అతను చూపించే ప్రేమకు, అనురాగానికి ఆశ్చర్యపోయింది విశ్వేక.

"ఏం విశ్వేకా! ఆరోజు నువ్వు అందరి ముందు దిష్టి తగులుతుందనే అబద్ధం చెప్పవు కదూ! ఆయన ప్రతి మాటలో నీపై ప్రేమ ఎంత పొంగిపోతోందో చూడు!" విరించి భార్య మాధవి అననే అన్నది.

ఆమెకు అంతకు పూర్వం అందరూ ఫామిలీలతో కల్సి వెళ్ళిన టూర్ లో మాట్లాడుకున్న మాటలు గుర్తొచ్చాయి.

"మా వారైతే నేను లేనిది అస్సలు ఉండలేరు. ఇంతవరకు నాతో తప్ప, విడిగా ఒక్కసారి కూడా ఒక్క సినిమాకు కూడా వెళ్ళలేదు!"

"మా వారు కూడా అంతే. నన్ను విడిచి ఒక్క రోజు కూడా ఉండలేదు!"

"ఆయన వచ్చే వరకు నేను తినకుండా ఎలా ఎదురుచూస్తానో, నేనెక్కడి కయినా బయటకు వెళితే మావారు కూడా అలాగే ఎదురు చూస్తారు. నేనంటే ప్రాణం!"

"అదేంటో! అందరూ చెబుతున్నా విశ్వేక మాట్లాడ్డం లేదేంటో! సిగ్గా...?"

"ఆ... వీళ్ళకేం చెప్పేది అనుకుంటుందేమో!"

"దిష్టి తగులుతుంది అనుకుంటుందేమో?"

"ఏం విశ్వేకా? ఏమీ మాట్లాడవు? ఇద్దరూ చక్కగా ముద్దుగా చిలకా గోరింకల్లా ఉంటారు. మేమెంత అసూయ పడతామోనని అనుకుంటున్నావా? నువ్వు చెప్పకపోతే ఇవ్వాళ వెళ్ళనిచ్చేది లేదు. చెప్పాల్సిందే!"

చిలకా గోరింకలు? నిజమే! తాము అవేనేమో?

అందరూ బలవంతం చేయడం తో అబద్ధం చెప్పడం ఇష్టం లేని విశ్వేక నోరు విప్పింది.

"మీరంతా అసూయ పడేంత, అందరి దిష్టి తగిలేంత ప్రేమేం లేదు లెండి!" చిన్నగా దాటేయ బోయింది.

"ఎంత తెలివిగా తప్పించుకుంటున్నావు? మేమేం వదిలేది లేదు!"

బలవంత పెట్టడంతో ఇంతవరకు ఎవరితో పంచుకోని విషయాలలో ఒకటి చెబుతూ, "ఆయనకు పని మీద ఉన్న ప్రేమ, నాపై ఉండదులే!" అంది.

ఆ విషయాలు ఇప్పుడు గుర్తు వచ్చాయి. ఇప్పుడు మొన్న జరిగిన సంఘటన, తను చెప్పినా ఎవరూ నమ్మరని అర్ధమైంది. మౌనంగా ఒక వెర్రినవ్వు నవ్వింది.

అదొక్కటేనా! మరో వారానికి ఎవరింట్లోనో పార్టీ ఉందని బయల్దేరదీసాడు. అక్కడ అందరూ సరదాగా, బయటకు అలా షాపింగ్ కి వెళదామని వెళ్ళినప్పుడు, అక్కడ ప్రతి ఫామిలీలోని పిల్లలకి ఎవరికి నచ్చినవి వారికి కొనిచ్చాడు. ఇంట్లో పిల్లలకు కావాలన్నా, ఏ అత్యవసరవస్తువుల గురించి తెమ్మని చెప్పినా, 'డబ్బులు లేవు' అంటూ చెప్పి, గీచి గీచి ఖర్చు చేసే భర్త అలా ఖర్చు పెట్టేసరికి బిత్తరపోయింది విశ్వేక.

"మీ వారికి పిల్లలంటే ఎంత ఇష్టమో! మీ వారు ఎంత మంచివారో కదా!" అన్న వారి మాటలకు వెర్రి నవ్వొకటి నవ్వింది. సుహాస్ ఆమె వైపు చూసి నవ్విన నవ్వు వెనక ఉన్న వంకర నవ్వు, ఒక్క విశ్వేకకు మాత్రమే కనబడింది. అప్పుడు ఆమెకు అతని గుణం అర్థమైంది. అంటే ఒక్క తన దగ్గర కాకుండా అందరికీ అతని మంచి తనమే తెల్సు. కేవలం తనకు మాత్రమే అతని అసలు గుణం తెల్సు. కాని అతను తెల్సిన ఎవరైనా ఆ మాట చెబితే నమ్మరు. కాదు కాదు. అలా నమ్మించాడు. ఇప్పుడు ఆమెకు ఇంకా భయం ఎక్కువైంది.

ప్రపంచంలో ఎవరైనా ఆదర్శ దంపతులంటే తామే అని చెప్పుకునేలా ఉండాలి తమ జంట అనుకుంది తను. కాని, ఇంత ఘోరంగా మొగుడూ పెళ్ళాలు ఉంటారా? అనేలా ఉన్నారు.

ఇదొక్కటేనా! మానసిక చిత్రవధ అంటే ఏమిటో క్షణ క్షణం కనబడుతోంది. భవిష్యత్తు భూతంలా భయపెడుతుంటే, అనారోగ్యం ఇంకా ఎక్కువైంది. మందులకు అంటే ససేమిరా డబ్బులు ఇవ్వడు.

'మీ ప్రిన్స్ పాల్ కి, నాకు ఆరోగ్యం బాలేదని చెప్పి అడుక్కో' అన్న మాటతో ఆమెకు మనస్సు మొత్తం విరిగిపోయింది. కావాలని వదిలించు కోవాలని ఆలోచిస్తున్నట్లు అర్థమవుతోంది. ఎవరికి చెప్పుకోవాలో అర్థం కాలేదు.

ఆత్మీయంగా అడిగిన కొలీగ్, సోదరునిగా పిలిచే శ్రీనివాస్ దగ్గర ఏడుస్తూ బయట పడింది.

"నా పరిస్థితి నాకేం అర్థం కావడం లేదు అన్నయ్యా! నేనంటూ లేకుండా పోతే, పిల్లల పరిస్థితి ఏంటి? అనేది కూడా నాకు అర్థం కావడం లేదు. ఆయన మారతారనే నమ్మకము నాకు లేదు"

"లేదమ్మా! ఇలాంటప్పుడు కావాల్సింది మనోధైర్యం. భయపడ వద్దు, భయపడితే ఇంకా భయపెడతారు. బయటకు వెళ్ళినా, చట్టాలు ఆడవారికి అనుకూలంగా ఉన్నాయి. అది గుర్తుంచుకుని, ఆయనకు అర్థమయ్యేలా చెయ్యి" అనడంతో తలూపింది.

అనుకోకుండా వేసుకున్న టాబ్లెట్స్ కొంచెం తేడా చూపించడంతో డాక్టర్ దగ్గరకు వెళ్ళింది విశ్వేక. ఆరోజు డాక్టర్ దగ్గర చాలామంది పేషంట్ లు ఉండటంతో, చూపించుకుని బయల్దేరే సరికి చాలా ఆలస్యం అయింది విశ్వేక కి. ఎప్పటిలాగే సెల్ లో చార్జింగ్ అయిపోయింది. ఆమె సెల్ కలవక పోవడంతో సుహాస్ నే వెళ్ళి పిల్లలను ఇంటికి తీసుకొచ్చేసాడు.

★★★

ఇంట్లోకి వెళ్ళగానే, "ఎన్ని సార్లు చెప్పినా నీ బుద్ధి మార్చుకోవా?" అంటూ కోపంగా చెయ్యి ఎత్తిన అతని చేయిని గట్టిగా తనచేయితో అడ్డుకుంటూ అక్కడే ఆపింది.

"నేనం తప్పు చేయలేదు. ఎందుకు ఆలస్యం అయ్యిందని అడగాలనే ఇంగితం కూడా లేని మీతో చెప్పడం కూడా అనవసరమే"

"ఆలస్యంగా వచ్చింది కాక అంత పొగరెంటే నీకు? నాకు నచ్చినట్లు ఉంటానంటేనే ఉండు. లేదంటే, ఈ క్షణమే వెళ్ళు".

"వెళతాను. పెళ్ళి చేసుకుంది నీకు బానిసగా బతకడానికి కాదు. నాకూ ఓ వ్యక్తిత్వం ఉంది. అది అమ్ముకోలేదు. కాని వెళితే ఊరికే వెళ్ళను. ఏం చేస్తానో చూడు. నీ వేధింపులన్నీ బయట పెడతాను. చంపాలని చూసిన దానితో సహా. చట్టాలన్నీ నాకే అనుకూలంగా ఉన్నాయి. ఒక్కసారి గృహహింస కేసు పెడితే చాలు. ముందు నువ్వు కటకటాల వెనక్కి. దానితో నీ ఉద్యోగం ఊస్టు. నువ్వప్పుడు కోరలు పీకిన పామువే !"

ఈసారి బిత్తర పోవడం సుహాస్ వంతయ్యింది. ఆమె ఇలా ఎదురు తిరుగుతుందని ఊహించని సుహాస్ దెబ్బ కు ఖంగు తిన్నాడు.

★★★

ఇలా ఇవన్నీ ఊహించుకుంటూ వెళ్ళిన విశ్వేక అందుకు భిన్నమైన వాతావరణాన్ని చూసి ఆశ్చర్యపోయింది. వెళ్ళేసరికి పిల్లలు స్నానాలు చేసి స్నాక్స్ తిని, సుహాస్ చెబుతుంటే బాబు హోం వర్క్ కూడా చేసి, అంతా ఆడుకుంటున్నారు.

"ఏంటి విశూ! ఎటు వెళ్ళావు?"

"హాస్పిటల్ కి" చాలా కాలం తర్వాత భర్తకు గుర్తొచ్చిన తన పేరు విని ఆశ్చర్య పోతూ అంది.

"చెబితే నేను వచ్చేవాడినిగా! ఇంతకూ ఏమన్నారు? నీ ఆరోగ్యం కుదుట పడేంతవరకు రెస్ట్ తీసుకో. నేను కొంచెం ముందు లేచి సహాయం చేస్తాలే " గిచ్చుకుని చూసుకుంది విశ్వేక. నొప్పి తెలిసింది. కల కాదు. ఇన్ని రోజుల పూజలు ఫలించాయని దేవుడికి మనస్ఫూర్తిగా మనసులోనే సర్వస్య శరణాగతి చేసింది. తన మనసుకు అయిన గాయం ఇంత తొందరగా మానుతుంది అనుకోలేదు ఆమె.

విరించికి క్లోజ్ ఫ్రెండ్ అయిన శ్రీనివాస్, విరించి ద్వారా సుహాస్ కి రాబోయే పరిణామాల గురించి చూచాయగా హెచ్చరించి బ్రెయిన్ వాష్ చేసిన సంగతి, కౌన్సిలింగ్ చేసిన సంగతి ఎవరికీ తెలిసే అవకాశమే లేదు .

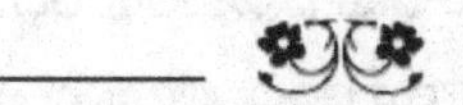

నతెలుగు కథ లు డాట్ కాం లో బహుమతి పొందిన కథ.

తప్పెవరిది?

"అమ్మా! సిస్టరమ్మా! డాక్టర్ ఇంకెప్పుడొస్తారమ్మా? బిడ్డ యమ యాతన పడతాంది. జర సూడు తల్లీ!" దీనంగా అడిగింది లక్ష్మి పదోసారి, బిడ్డ పద్మ బాధ చూడలేక.

"అరె! ఎన్నిసార్లు చెప్పాలమ్మా, టైం పడతదని. రోజు ఇలాంటివి వంద సూస్తుంటము. వస్తరు. అప్పటివరకు ఉండు. వద్దనుకుంటే మరో దవాఖానకు తీస్కపో" గయ్యమంది సిస్టర్.

"అయ్యో! గట్లంటే ఎట్లా తల్లీ? బిడ్డ నిండు చూలాలు, తొలుసూరు. ఆడకు పోయినంక డబ్బులిస్తనే చేర్చుకుంటామంటారు. ఎడతేనమ్మా? సర్కారు దవాఖానా అనేకదా ఈడకొచ్చింది"

"తేకపోతే అన్నీ మూసుక్కుర్చో! ఒరించకు. నువ్వేడి నుండి తెస్తే నాకెందుకు? ఉంటే ఉండు, పోతే పో! కడుపెవరు చేసుకోమన్నారు? కష్టాలెవరుపడమన్నారు?" దురుసుగా అంది సిస్టర్.

"గట్ల కోప్పడకమ్మా! నీ దండం పెడతా! ఒక్కసారి నువ్వయినా వచ్చి చూసి పో తల్లీ!"

"అబ్బా! నా పాణం తింటానవ్ గదా! సరే. పా!" అంటూ వచ్చి చూసింది.

"తొందరగా వైద్యం అందాలే! బిడ్డ అడ్డం తిరిగినట్లుంది. అప్పటి నుండి చెప్తాన! వేరే దవాఖానాకు తీస్కపొమ్మని" అంటూ గదమాయించింది.

"పైసలుంటే ఈడకెందుకొస్తం తల్లీ! ఆడికిపోతే పైసలు ఎక్కువయితయి కదా! కొంచెం డాక్టరమ్మకి ఫోన్ చేస్తావా బిడ్డ! లేకుంటే ఏ డాక్టర్ ఉన్నా, కొంచెం పిల్వరాదు. నీ కాల్మొక్క" బ్రతిమాలింది లక్ష్మి.

"అమ్మా! సిస్టరమ్మ! డాక్టరమ్మ ఎప్పుడొస్తది? కూసోని కూసుని నడుం పోతాంది, బిడ్డకు. చానా దూరంనుండి వచ్చినం. నిన్నగూడ గిట్లనే అయ్యింది. పొట్టతో నున్నదాయె. బేజారయితాంది పాణం. నిన్న కూడా ఆటోకు యాభై పెట్టుకుని వచ్చినం" దీనంగా అంది అక్కడ కూతురుతో పాటు వచ్చిన ఒక తల్లి.

ఏం మాట్లాడలేదు సిస్టర్. ఆమె పని ఆమె చేసుకుంటోంది, ఏమీ వినబడనట్లు.

ఆ హాలంతా గర్భిణీ స్త్రీలతో నిండిపోయి ఉంది. అందరూ చుట్టుపక్కల ఊర్ల నుండి వచ్చిన, రెక్కాడితే గాని డొక్కాడని కుటుంబాలవాళ్ళే. ఎక్కువ సేపు కూర్చుంటే, నడుంనొప్పి వస్తుండటంతో అటు ఇటు తిరుగుతూ, కాస్సేపు నిలబడి మళ్ళీ కూర్చుంటున్నారు అక్కడున్నస్త్రీలు. కుర్చీలు కూడా సరిపడేన్ని లేకపోవటంతో కొందరు కిందనే కూర్చున్నారు. వాళ్ళ బాధలు చూడలేక గర్భిణీల వెంట వచ్చిన ఆడవాళ్ళు, వారికి కుర్చీలిచ్చి తాము కింద కూర్చున్నారు. ఒక బల్ల ఉంటె అందులో ఇరికిరికి కూర్చున్నారు. ఆ దవాఖానాలో ఇద్దరు లేడీ డాక్టర్ లున్నారు. ఒకరు లీవ్ లో ఉండటాన, ఒక్కరే డ్యూటీ చెయ్యాల్సివస్తుంది. ఆవిడ కూడా గత రెండురోజులుగా రావడంలేదు. ఆమె లీవ్ పెట్టిందో, లేనిదో అక్కడెవ్వరికీ తెలీదు. నిజానికి ఏ డాక్టర్ లీవ్ పెట్టినా, పై దవాఖానాలోని ఆఫీసర్ కి విషయం

చెప్పాలి. అప్పుడు వారు ఆ స్థానంలో మరొకర్ని డిప్యుటేషన్ కింద వేస్తారు. కాని మరి ఈ డాక్టర్ సెలవన్నది పైకి వెళ్ళలేదో ఏమోగాని, పై నుండి ఇంకా ఎవరూ రాలేదు.

ఎమర్జెన్సీ కేసుల వాళ్ళయితే అక్కడ చూసీ చూసీ ప్రాణం మీదకు తెచ్చుకోలేక, తప్పదన్నట్లు ప్రైవేట్ కి వెళుతున్నారు. ఆ చుట్టుపక్కల పల్లెటూర్లు, తండాలు దాదాపు పది వరకుంటాయి. అందరికీ ఆ ఒక్క సర్కార్ దవాఖానే ఆధారం. ఆటోల్లో, కాలినడకన అలా చేరినవాళ్ళంతా డాక్టర్ కోసం పడిగాపులు కాస్తున్నారు. గర్భిణీ అయ్యాక వారు ప్రశాంతంగా ఎలాంటి ఒత్తిడి లేకుండా ఉండాలన్నది డాక్టర్ చెప్పే జాగ్రత్త. ఎందుకంటే వారిపై పడే మానసిక, శారీరక ఒత్తిడి పిల్లలపై ప్రభావం చూపుతుంది. కాని అక్కడున్నవారెవరూ ప్రశాంతవదనాలతో లేరు. ఇక్కడ ఎంత సేపవుతుందో, అసలు డాక్టరమ్మ వస్తుందో, రాదో, ఇంట్లో వదిలివచ్చిన చిన్నపిల్లలు ఏడుస్తున్నారేమో? ఇలా రకరకాల ఆలోచనలు. రెక్కాడితేగాని డొక్కాడని తమ బ్రతుకులకు, వెంట వచ్చినవారికి ఒకరోజు కూలీ పోయిందనే బాధ! ఇంత కష్టపడివచ్చినా తమవంతు ఎప్పుడొస్తుందో, అనే ఆందోళనే ద్యోతకమవుతుంది. పైగా కొంతమందికి చాలా సేపవటాన ఆకలి కూడా అవుతుంది. కొందరు అనుభవంతో ఊహించి ఇంటి నుండి తెచ్చుకున్న సద్దులు తింటున్నారు. కొందరు దాన్ని అధిగమించడానికి వారిలో వారే ఒకరికొకరు మాట్లాడుకుంటూ, తమ తమ ఆవేదనలను వెళ్ళబోసుకుంటున్నారు.

అందర్ని చూస్తున్న పద్మ ఆలోచనలో పడింది. అంతా కూలినాలి చేసుకునే బడుగువర్గం వాళ్ళే. తాను పది వరకు చదివి, ఆ పై చదువులు చదువుతానన్నా తండ్రి లేని పిల్లనని తల్లి తొందరగానే పెళ్లి చేసింది. భర్త సుతారి పని చేస్తాడు. ఉన్నంతలో తనను మంచిగానే చూసుకున్నా, ఏ రోజు సంపాదించి తెచ్చిన డబ్బులు ఆ రోజుకే సరిపోతాయి. పైగా పొద్దుటి నుండి పడ్డ కష్టం మర్చిపోవడానికి సోపతిగాళ్ళతో తాగుడొకటి. ఈ సారి తను భర్తతో ఒట్టు కూడా పెట్టించుకుంది, 'బిడ్డ భూమి మీద పడుతుంది, నాలుగురాళ్ళు వెనకేసుకోవాలన్నా, ఆరోగ్యం మంచిగా ఉండాలన్నా, తాగకూడదని'. తన మాట వినో, బిడ్డ మీద ప్రేమతోనోగాని ఇప్పటికి నెల నుండయితే, భర్త తాగుతలేడు. దేవుని దయ వల్ల భర్త ఇలాగే మొత్తం మానేస్తే తిరుపతికి, బిడ్డతో నడిచి మెట్లెక్కి గుండు కొట్టించుకుంటానని మొక్కింది. మరి ఎదురింటి వాళ్ళంత బాగా బతకక పోయినా, తానూ ఏదో వ్యాపకం, కూరగాయల వ్యాపారం లాంటిది పెట్టుకుంటే, చిన్న ఇల్లు కట్టుకోవచ్చు. ఎప్పటికీ అందరికి బంగళాలు కట్టడమే కాని, తమకంటూ పూరిగుడిసె కూడా లేదాయే!

ఎదురింటివాళ్ళు గుర్తుకురాగానే మనస్సంతా అటు మళ్ళింది. ఇంటికెదురుగా ఒక ఇంజనీరు వాళ్ళ కుటుంబం ఉంటుంది. ఆమెకూడా తనలాగా గర్భిణీనే కేవలం ఒక నెల తేడా. ఎంత వద్దనుకున్నా, తమ పెంకుటింటి నుండి వాళ్ళ ఇల్లు స్పష్టంగా కనబడుతుంది. ప్రతిరోజు ఆమె కోసం రకరకాల పళ్ళు భర్త తెస్తుంటాడు. అమ్మ, అదే ఇంట్లో పనిచేస్తుంది కాబట్టి అన్ని విషయాలు తెలుస్తాయి. 'నువ్వు నీళ్ళుపోసుకున్నా నీకే సుఖం లేదు, రాణి యోగం అంటే ఆ అమ్మది.

నీళ్ళోసుకుందని కాలు కింద పెట్టకుండా చూసుకుంటాడు. నువ్వు ఇంటెడు చాకిరీ చేసి, బట్టలుకుట్టాల్నాయే!' అని ఆమె గురించి చెబుతూ ఎప్పటికీ అనేది అమ్మ. పైగా తాముున్నది చిన్న పల్లెటూరు. అక్కడ నుండి పట్నంలోని సర్కార్ దవాఖానాకు రావాలే. ఆమె ఏ పని చేయదు. వ్యాయామమని పొద్దన్న, సాయంత్రం ఆమె ఇంటి ముందు ఉన్న గార్డెన్ లో నడుస్తుంది. నెలకోసారి కారులో భర్త హాస్పిటల్ కి తీస్కెళతాడు. వాళ్ళు వెళ్ళిన గంటలోపు వచ్చేస్తారు. తామెప్పుడు ఇలా వచ్చినా ఒక రోజంతా పోతుంది. పది రోజుల ముందు కొంచెం నొప్పులొస్తున్నాయని హాస్పిటల్ కి తీస్కెళ్ళారు. బాబు పుట్టాడు. రెండురోజులకింద ఇంటికి తీసుకొస్తే, తానూ వెళ్ళి చూసింది. బాబు బొద్దుగా, తెల్లగా బావున్నాడు. తనని ఎన్నోనెల అని ఆరా తీసింది. వద్దన్నా తీసుకొమ్మని కొన్నిపళ్ళు ఇచ్చింది. 'తన ఒంట్లో రక్తం లేదని అందుకే కళ్ళు, చేతులు తెల్లగా కనబడుతున్నాయని ఇప్పుడు మంచిగా తినాలని' చెప్పింది.

ఇద్దరిదీ ఇంచు మించు ఒకే వయసయినా తనకెందుకీ నరకయాతన. ఇటీవల ఏదో సరుకులకు చుట్టి వచ్చిన న్యూస్ పేపర్ పై, సర్కార్ దవాఖానా గురించి రాసిన కథనం కళ్ళ ముందు కదలాడింది.

'ఏ సర్కారు దవాఖానా చూసినా వ్యధా భరితమే. ఇక నరకం అంటే ఎక్కడో లేదు. ప్రభుత్వాసుపత్రికి వెళితే చాలు, ప్రత్యక్షనరకం కనబడుతుందన్నట్లు వాటికి నిలయాలుగా మారాయి. అక్కడ పేషంట్లను మనుషులుగా కాదు, కుక్కల్లా, పందుల్లా ట్రీట్ చేసే విధానం ఎటువంటి కర్కశ హృదయాలనైనా కరిగించి కళ్ళ నీళ్ళు తెప్పించక మానదు.'

నిజంగా రాసిన వాళ్ళెవరోగానీ, సర్కార్ దవాఖానాను చూసే రాసి ఉంటారు. అసలు ఒక్కొక్కరిది ఒక్కోబాధ. కాళ్ళు, చేతులు విరిగిన వాళ్ళు, కాలిపోయిన వాళ్ళు, గుండెనొప్పి ఉన్నవాళ్ళు, చిన్నవాళ్ళు, పెద్దవాళ్ళు, ఆడవాళ్ళు, మగవాళ్ళు ఒక్కొక్కరిది ఒక్కో బాధ. ఇదంతా భర్తతో కల్సి పనిచేసే మరో సుతారి దవాఖాన్ల ఉంటె చూడడానికి వెళ్ళినప్పుడు చూసింది. తడిక పైకెక్కి పని చేస్తూ, సిమెంట్ తో తడిసి చీకిడున్న ఆ తడికె విరగటంతో, పై నుండి జారి కిందపడితే తలకు గాయం అయ్యింది, కాలు విరిగింది అతనికి. అతన్ని చూడడానికి దవాఖానాకెలితే, ఒక్కో వార్డ్ దాటుకుంటూ వెళుతుంటే చూసింది. కాలినవాళ్ళ మూలుగులు, తట్టుకోలేక అరిచే అరుపులు. అమ్మో! ఆ బాధ వర్ణనాతీతం. తండ్రి కూడా ఇలాగే సర్కార్ దవాఖానాలో పడి నెల రోజులు తీసుకుని, తీసుకుని చని పోయాడట. అమ్మ ఎప్పటికీ చెబుతూ ఏడ్చేది. అందుకే తనకు ఈ దవాఖానకు రావాలంటే భయం. కానీ తప్పదు.

అదే ప్రైవేట్ హాస్పిటల్ లలో ఈ శబ్దాలతే ఉండవు. ఇక్కడ అరిచినా పట్టించుకునే నాథుడే ఉండరు. అక్కడ అనుక్షణం అప్రమత్తతనే. అసలు తాము చేసిన తప్పేమిటి? పేదఇంట్లో పుట్టడమేనా? ఒక్కసారిగా నొప్పులు మొదలవ్వడంతో 'అమ్మా' అంటూ అరిచింది చిన్నగా.

'అమ్మా! అమ్మా...' పళ్ళ బిగువున బాధ భరిస్తున్న పద్మ, ' పెద్దగా కేకలేస్తే ఏమంటారో' నన్నట్లు పళ్ళ బిగువున బాధ భరిస్తూ అరుస్తుంటే, చుట్టూ ఉన్న వారందరి దృష్టి ఇటువైపు తిరిగింది.

"ఏమయితాంది బిడ్డా! కొంచెం ఓర్చుకో!   నేనేం జేయ తల్లి...' తల్లి లక్ష్మి ప్రాణం తల్లడిల్లింది. కన్నీరయ్యింది.

"అమ్మా! నేను భరించలేనే అమ్మా! ఒక్కసారి సిస్టర్ కైనా జెప్పవే అమ్మా!

కాళ్ళు మొక్కుతానని చెప్పవే అమ్మా!" కళ్ళ నుండి నీళ్ళు కారిపోతుంటే అంది పద్మ.

ఇరవై సంవత్సరాలైనా నిండలేదు పద్మకి. తొలుసూరు, కాబట్టి అమ్మ ఇంట్లనే ఉన్నది. నాలుగిల్లలో పాచిపని చేసే లక్ష్మి, ఆ ఇళ్ళల్లోఈ ఒక్కరోజు కోసం పొద్దున్నే 4 గంటలకే లేచి వెళ్ళి తొందరగా పని చేసి వచ్చి కూతుర్ని తీసుకుని వచ్చింది. తొందరగా అయిపోతే కూతురు ఒళ్ళో వేయడానికి కొన్ని ఫలహారాలన్నా చేయాలనుకుని పిండి పట్టించి పెట్టి వచ్చింది. అయిదు నెలల పెద=దామంటే అప్పుడు పాలొల్లు చనిపోయి సూతకం వచ్చింది. వచ్చేప్పుడే కొంచెం నలతగా ఉన్న కూతురుకు కాన్పు కావడానికి ఎక్కువ రోజులు పట్టదనిపించి, ఆమె ముచ్చట తీర్చాలని పిండి పట్టించింది. కాని ఇప్పటి పరిస్థితి అస్సలు బాలేదు.

పరుగు పరుగున మళ్ళీ సిస్ట రమ్మ దగ్గరకు పోయి ఏడుస్తూ చెప్పింది. ఆ ఏడుపుకో ఏమోగాని, మారు మాట్లాడకుండా వచ్చింది సిస్టర్. పరీక్ష చేసి "అమ్మా! తొందరగా వేరే దవాఖానాకైనా తీస్కపో! డాక్టరమ్మ రాలేదు. బెడ్ లు కూడా ఖాళీ లేవు. నేనైనా చేద్దామంటే బిడ్డ అడ్డం తిరిగినట్లుంది. తొందరగా పో!" అంది కంగారుగా.

"ఏందమ్మొ! ప్రాణాని కన్నా ఎక్కువా? తొందరగా తీస్కపో! పాపం పిల్ల ఒడ్డునపడ్డ శాప పిల్లెక్క ఎట్ల గిలగిలలాడుతాంది సూడు" అక్కడున్నవారెవరో అన్నారు.

'ఏదయితే అదయ్యింది. చేతులున్న డబ్బులు వాళ్ళ చేతులబెట్టి పుస్తెలతాడయినా తాకట్టుబెట్టి బిడ్డను కాపాడుకోవాలే! బిడ్డ పాణం పోతే మల్లోస్తదా' అన్ని ఆలోచనల నడుమ, "పా బిడ్డ! వేరే దవాఖానాకు పోదాం. నెమ్మదిగా లే బిడ్డా!" అంది లక్ష్మి.

"నా వల్లగాదే అమ్మా! నా పాణం పోతాంది. ఏమన్నా చెయ్యవే అమ్మా!"

"నా బుజ్జివి గదూ! బంగారు తల్లివి గదూ! కొంచెం ఓపిక చేసుకో బిడ్డా! అమ్మా! ఎవరన్న 10 8 కి ఫోన్ చేయండ మ్మ" ఏడుస్తూ అంది లక్ష్మి. ఎవరో చేసారు. నెమ్మదిగా బిడ్డను చేయిబట్టి లేవదీసింది.

పద్మకు కళ్ళు తిరుగుతున్నాయి. లోపల ఏదో అవుతోంది. చక్కగా నిలబడలేకపోతోంది. చెప్పలేని బాధ. నడుం అయితే విపరీతమైన నొప్పితో లాగుతోంది. డాక్టర్ ఇంతకు ముందు వచ్చినపుడు మరోవారం తర్వాత రమ్మంది. కానీ నాలుగు రోజులకే తనకెలాగో అవుతోందని వచ్చింది. గంటకోసారి లోపలంతా తడి అయిపోతోంది. నడుం ఊడిపడుతుందేమోనన్నంత బాధ. నడవలేని పరిస్థితి. అయినా అమ్మ ఏడుపు చూడలేక ఉబికి వస్తున్న కన్నీళ్ళు, చెంపలపై

జాలువారుతుంటే, తల్లితో కలిసి అతికష్టంపై బయటకొచ్చింది. తల్లి లక్ష్మి, పద్మ చేయి ఒక చేత, తను తెచ్చిన సంచి ఒకచేత పట్టుకుంది.

"స్ట్రెచర్ అయినా తీస్కురాదమ్మా" ఎవరో అంటుంటే, కర్తవ్యం గుర్తొచ్చినట్లు వెళ్ళింది సిస్టర్.

బయట ఆవరణ కొచ్చారుగానీ, గేట్ దగ్గరకు ఉన్న నాలుగుఅడుగుల దూరమే, నాలుగు ఆమెదల దూరంలా అనిపించింది పద్మకు. చల్ల చెమటలు వచ్చాయి. కళ్యకు చీకట్లు కమ్మాయి. అయినా లేని ఓపిక తెచ్చుకుని కళ్ళు మూసుకునే రెండడుగులు వేసింది. గేట్ బయటకు ఒక్కడుగు ఎలా పడిందో తెలీదు. అంతే కడుపుపట్టుకుని మెలికలు తిరుగుతూ కూలబడి పోయింది.

సంచి అక్కడ పడేసి,"బిడ్డా... ఏమయ్యిందే..." ఏడుస్తూ గుండెలు బాదుకుంది లక్ష్మి. ఆ మాటలేవో లీలగా వినబడుతున్నాయి పద్మకు. శక్తి అంతా అయిపోయింది. కళ్ళు బెర్లు కమ్మాయి.

"అమ్మా! సిస్టరమ్మా! డా క్టరమ్మా! నా బిడ్డను కాపాడమ్మా..." ఏడుస్తూ లోపలికి పరుగెత్తింది లక్ష్మి.

లోపలికెళ్ళి స్ట్రెచర్ తెస్తున్న సిస్టర్ ని వెదుక్కుని పరిస్థితి చెప్పి, తీసుకుని వచ్చేసరికి, జరగాల్సిన అనర్ధమంతా జరిగి పోయింది. నరకయాతన నుండి విముక్తి పొందినట్లు ఆమె శరీరంలో కదలిక ఆగిపోయింది. నిర్లక్ష్యానికి, పేదరికానికి ఒక నిండు ప్రాణం బలయ్యింది.

తెరుచుకున్న కళ్ళు, "నిర్లక్ష్యానికి ఖరీదు కట్టగలరా? ఎన్ని డబ్బులు పోసినా నా ప్రాణాన్ని తెచ్చివ్వగలరా?" అని సమాజాన్ని నిలదీస్తున్నట్లున్నాయి. తల్లిలా, తనకూ అన్ని కష్టాలెదురొతాయనుకుని, ఈ పాడు లోకం చూడలేననుకున్న శిశువు హాయిగా తల్లితోనే తనువు చాలించింది. వెల్లకిలా పడుకుని తెరిచి ఉన్న ఆమె కళ్ళు "నేను చేసిన పాపం ఏమిటని" సమాజాన్ని ప్రశ్నిస్తున్నట్లున్నాయి.

(పేదరికం, బీదరికం నేరం కాదు. పాపం కాదు. హాస్పిటల్ లో పేషంట్ కు కింద అన్నం పెట్టిన దైన్యాన్ని, డాక్టర్ లు లేరని నిండు గర్భిణులను వెళ్యగొట్టిన ఉదంతాలను, పాముకాటుకు సరైన వైద్యం అందక కుర్చీలోనే ప్రాణాలు విడిచిన దృష్టాంతాల్ని, పసిగుడ్డు చనిపోయిందని వైద్యులు ధృవీకరించిన తర్వాత తల్లిరోదనకు, 'కేరు... కే రు' మని ఏడుస్తూ వైద్యుల నిర్లక్ష్యాన్ని ప్రశ్నించిన వైనాన్ని, బ్రతికున్న మనిషిని చనిపోయాడని వైద్యులు ధృవీకరించిన తరవాత, స్మశానానికి తరలించిన తర్వాత బ్రతికిన విషయాన్ని ఇలా చెప్పుకుంటూ పొతే ఇలాంటి ఉదంతాలు కోకొల్లలు. స్వాతంత్ర్యం వచ్చిఏళ్ళు గడుస్తున్నా, ఎన్నో మార్పులొచ్చినా, మారని సర్కార్ దవాఖానాల తీరుపై స్పందించి, కొంతమంది అభిమానులు ఫోన్ చేసి రాయమని చెప్పడంతో, ప్రజల బాధను వెలికి తీసుకురావాలని యథార్థ సంఘటనకు అక్షర రూపం ఇచ్చాను)

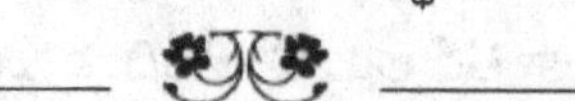

మన తెలంగాణా ఆదివారం అనుబంధం మకుటంలో ప్రచరించబడింది.

ప్రతి లిపిలో ప్రచరించబడింది.

అసలు రహస్యం

'నీలాతుంగా స్తనగిరి తటీం శుద్ధ ముద్బోద్య కృష్ణం...' ధనుర్మాసపు చలిలో పొద్దుటే, చీకటితోనే వెంకటేశ్వరస్వామి గుడిలో కూర్చుని, కాలనీలోని మహిళలందరితో కల్సి, తిరుప్పావై చదువుతూ పంతులుగారితో గొంతు కలుపుతుందే కాని, మనస్సంతా చికాకుగానే ఉంది శైలజకు.

ఎన్నో రోజుల తర్వాత గుడికి వచ్చిన తనను, అందరూ గుచ్చి గుచ్చి చూస్తున్న ఫీలింగ్! తన తప్పేమీ లేకపోయినా, కూతురు చేసిన పనికి సమాజం వేసిన శిక్ష. అందుకే ఇన్ని రోజులు రాలేదు. కాని ప్రతీ ఏడాది గుళ్ళోకొచ్చే అందరితో పాటు చేసే గోదాదేవి వ్రతాన్ని, పొద్దుటే చిమ్మచీకట్లో మృదుమధురంగా చదివే ఆ పాశ్రాల సొగసును, అందరూ మంగళహారతులు వెలిగించి పాడే పాటలను వదలలేక, ఇలాగైతేనన్నా మనస్సు ప్రశాంతం అవుతుందేమోనని, పక్కింటి పారిజాతం బలవంత పెడితే వచ్చింది. పొద్దున్నే చీకటిలోనే ముప్పె మంది మహిళల చేతుల్లో మంగళ హారతులు పట్టుకుని, గోదామ్మవారికి రెండు వైపులా, ఇక్కడి నుండి అక్కడికి, నిలుచుంటే అసలు ఆ దృశ్యం సొగసు, ఆ సౌందర్యమే వేరు! ఎంత చలి అయినా అందుకేనేమో ఎవ్వరూ మిస్ కాకుండా వచ్చేవారు.

తనతో పాటూ వద్దన్నా, పొద్దుటే లేచి వచ్చి, చక్కటి కంతంతో మంగళహారతులు, భజనలు చెప్పే కూతురు శ్రీజ, తనతో పాటు లేనివిషయం అడుగడుగునా గుర్తొస్తోంది.

"ఇంత పొద్దున్నే చలిలో నువ్వు ఎందుకమ్మా శ్రీజా?"అంటే, "పొద్దుటే స్నానం చేస్తే, చలి క్షణంలో పోతుంది. అయినా అందరి అమ్మలు రమ్మంటే, నువ్వేంటి వద్దంటావు. నువ్వు ఇలా చేస్తేనే కదా నీకు బంగారం లాంటి నాన్న దొరికాడు. మరి నాకు వద్దా?" అనేది గడుసుగా.

నిజంగా అదే అయ్యిందా? ఛీ ఇదేంటి? ఆ కృష్ణ పరమాత్మునితో కులం తక్కువ వాడిని పోల్చడమేంటి?

'అన్నిఒలగ నందాయ్ అరల్ పొత్తి... శెన్నంగు తెన్ని లంగె శెత్తాయ్ తిరల్ పొత్తి...' గోదామ్మవారికి మంగళహారతి పాడుతున్న అందరితో గొంతు కలిపింది. తర్వాత 'అమ్మా! గోదా... హారతి గైకొని అమృతము చిలకవే మా యమ్మా...' తన కూతురు అందరికి తనతో రాయించి పంచిన మంగళ హారతి పాటను, అంతా పాడుతున్నారు. హారతి కాగానే, పూజారి 'ఉకార్' అనగానే అంతా ప్రసాదం కోసం కూర్చున్నారు. కూతురుంటే తనే అందరికి పొంగలి ప్రసాదం తీసుకునే ఆకు డిప్పలు పంచుతూ 'ఆనందా సాగరా... మురళీధరా ...' అంటూ భజన అందుకునేది. ఎందుకంటే దాదాపు ఇరవై నుండి ముప్పె మంది మహిళలు వస్తారు. వారందరికీ ప్రసాద వినియోగం అయ్యేంత వరకు ఖాళీగా ముచ్చట్లు చెబుతూ కూర్చుంటున్నారని, రోజూ ఒక భజన చెప్పేది. ఎవరో ఆకులు అందరికీ పంచారు. మరెవరో పాడుతున్నారు 'శేష శైలావాసా శ్రీ

వెంకటేశా...' అంటూ.పక్కనే కూర్చున్న పారిజాతం, 'మన శ్రీజ లేని లోటు బాగా కనబడుతుంది. శ్రీజ చిన్న వయస్సయినా ఎంత మంచిగా భజన చెప్పేది. 'శివుడికి అభిషేకం అంటే ఇష్టం, వెంకటేశ్వరునికి భజన అంటే ఇష్టం, పాట అయితే ఒక్కరే పాడుతారు. భజన చేస్తే అందరూ కల్సి ఐకమత్యంగా చప్పట్లు కొడుతూ పాడతారు. అందరి మనస్సు ప్రశాంతంగా అవుతుంది. అందరం లీనమై పాడితే ఈ గుడి గోపురం దాటి ఆ దేవుడికి చేరుతుంది' అనేది...' అంటూ కూతురుని గుర్తు చేసింది గుస గుసగా మాట్లాడుతూ. కనుకొలుకుల్లో నీళ్ళు చిప్పిల్లాయి.

గోదమ్మ వారు నెల రోజులు ముప్పై పాశురాలు చదివి వ్రత మహాత్యంతో శ్రీకృష్ణుని పెళ్ళి చేసుకుంది. తనతో పాటు వచ్చి తిరుప్పావై చదివినందుకు, కూతురు కోరుకున్న వరుణ్ణి పెళ్ళి చేసుకుందా?

"శైలజా! కూతురు ఆచూకీ ఏమైనా తెలిసిందా? ఆమెకు నచ్చిన వాడితో వెళ్ళినా ఫర్వాలేదు. ఇంటికి రమ్మను. ఇవ్వాళా, రేపు ప్రేమ, దోమా అని అంతటా ఇవి కామన్ అయిపోయాయి. అన్నయ్యగాని నువ్వుగాని ఏమీ అభ్యంతరపెట్టకండి. నీకు ఒక్కగానొక్క కూతురు. వాళ్ళు ఎక్కడున్నా బావుండడమే కదా మనకు కావాల్సింది. నువ్వు మాత్రం ప్రేమించి పెళ్ళి చేసుకోలేదా ఏమిటి?" బాగా క్లోజ్ గా ఉండే పక్కింటి పారిజాతం ఆప్యాయంగా అంది ఇంటికి వెళుతుంటే.కూతురు చెప్పాపెట్టకుండా, 'తన ఫ్రెండ్ భరత్ తోపెళ్ళి చేసుకుని వెళ్ళిపోతున్ననని, నాన్నకు తెలిస్తే కులం తక్కువవాడని పెళ్ళి చేయడని, అలాగని అతని పై ప్రేమను చంపుకోలేనని, అతని మంచి హృదయం చూసే ప్రేమించానని, దయచేసి ఆశీర్వదించి క్షమించమని', తన సెల్ కి మెస్సేజ్ పెట్టి వెళ్ళిపోయింది. అది తెలిసి భర్త శ్రీధర్ అగ్గి మీద గుగ్గిలం అయ్యాడు. 'కూతురు చచ్చిందన్నాడు. వీధిలో సమాజంలో తల ఎలా ఎత్తుకోగలనన్నాడు. జైలుకు పోయినా ఫర్వాలేదు వాళ్ళని చంపి తను చస్తానన్నాడు' తన బాధ దిగమ్రింగి ఎన్ని రకాలుగానో అతన్ని ఊరడించింది. మనం కూడా అలాగే ప్రేమించి పెళ్ళి చేసుకున్నాం కదాని చెప్పినా, ఆ కాలనీలో అందరికీ తెలిసిందని కాలు బయట పెట్టలేదు చాలా రోజులు ఇద్దరూ.

కాని పారిజాతం, 'ఎన్ని రోజులని ఎవరినీ కలవకుండా ఇంట్లో దాచుకుంటావ్? గుడికి రా! ఒక్కసారి అందరూ పలకరించినా, తర్వాత ఆ బెరుకు పోతుంది. అందరూ అడుగుతున్నారు' అంటూ తీసుకొచ్చింది. నిజంగానే అప్పటికి ఇప్పటికీ, అందరినీ ఒకసారి చూసినందుకు కొంచెం బాధ, బరువు తగ్గింది. కాని అది జీవితాంతం ఉండే బాధ.

కూతురి ఫ్రెండ్స్ ద్వారా అతను మంచివాడని తెల్సింది. కాని లోకము తీరు తనకు తెలీదా? ముందు అలాగే నటిస్తారు. కనీసం ఎప్పుడూ అతన్ని చూడలేదు. ఎవరి దగ్గర ఫోటో కూడా లేదు. కూతురిలా అంత అందంగా ఉండదని మాత్రం తెలుసుకుంది. ఏం ప్రేమలో? నిజంగా గుడ్డి ప్రేమలే! ప్రేమించి పెళ్ళిచేసుకున్న ఆయన కోపం చవి చూసినప్పుడు, తనకు భావప్రకటన స్వాతంత్య్రం లేనప్పుడు ఎన్నిసార్లు గుండెలు పగిలేలా ఏడ్చింది? ఇది ఎవరికి తెల్సు? కూతురు

హైదరాబాద్ లో చదువుకునేది. అక్కడే హాస్టల్ లో ఉండేది. ఇటీవల క్యాంపస్ సెలక్షన్ లో ఉద్యోగం కూడా వచ్చింది. ఒకటి రెండు సార్లు తనతో మాటల్లో భరత్ అని అతని పేరు తీసుకొస్తే, తానె 'మగవాళ్ళతో ఏం స్నేహాలు' అంటూ కోప్పడింది.

"అమ్మగారూ! ఈ సారి ఏం ముగ్గేస్తారమ్మా? మన శ్రీజమ్మగారు ఉంటే, ఓ యబ్బో... రోజుకొక్క కొత్త ముగ్గు వేసేది... మీరేమో రేపటికి రంగుల ముగ్గులే కానలేదు..." పనిమనిషి గౌరి యధాలాపంగా అన్నా, చురుక్కుమంది శైలజకు.

నిజమే! అసలు సంక్రాంతి పండగంటే కూతురికి ఎంత ఇష్టమో? పత్రికల వాళ్ళు పెట్టె ముగ్గుల పోటీల్లో పాల్గొనేది. తప్పక బహుమతి రావాల్సిందే! వాకిలి నిండా ముగ్గులు పరిచేది.

పేపర్లలోనివి ముందు రోజే నేర్చుకుని వేసేది. భోగి, సంక్రాంతి రోజుల్లో శ్రీజ ఏం ముగ్గు వేసిందోనని చుట్టుపక్కల ఉన్న వీధిలోని వారంతా తప్పక తమ వాకిలి చూడాల్సిందే!

చెరకు గడలు, గంగిరెద్దులు ఆడించేవారు, పొంగే పొంగలి, ఇల్లు చేరే ధాన్యం, అమ్మవారు ఒకటేమిటి అన్నీ వాకిట్లోముగ్గుల్లా అందంగా కొలువు తీరేవి. గొబ్బెమ్మలకు ముందు రోజే పేడ కోసం పాలవాన్ని తొందర పెట్టడం. వాటిలో గరికపోసలు, పిండికూర పెట్టి కుంకుమ, పసుపు బొట్లు పెట్టి వాకిట్లో గడపలపై రేగుపళ్ళు, నవధాన్యాలతో అలంకరించడం, సాయంత్రం పెట్టాల్సిన బొమ్మల కొలువు కోసం ఫ్రెండ్స్ తో రకరకాల ఆలోచనలు చేసి చక్కగా తీర్చిదిద్దడం, నువ్వుల పిండి తయారు చేసి ఆకు, వక్క, నోముకున్న వస్తువులు, పళ్ళతో వాయనం ఇవ్వడానికి తయారు చేయడం, ఇంట్లో సకినాలు పిండివంటలకు సాయం చేయడం, వీధిలో పిలిచిన అందరిళ్ళకు పసుపు కుంకుమ పేరంటానికి, పని సాయానికి వెళ్ళడం... ఇలా ఒకటేమిటి అన్నీ మీదేసుకుని చేసేది. 'మేమెంత మంచిగా ముగ్గు వేసినా శ్రీజలా రాదు. నిజంగా అదొక కళ' అనేవారు చివరికి. అంతేనా... 'ఎవరు చేసుకుంటారోగాని అదృష్టవంతుడు' అనేవారు... ఇలా కులం కాని వారితో వెళ్ళిపోవడమేనా అదృష్టం? ఇందుకేనా అన్ని నోములు నోమింది?

కళ్ళ నుండి నీళ్ళు కారి పోతుంటే అలా గే ఉన్న శైలజ, సెల్ ఫోన్ రింగ్ కావడంతో కన్నీళ్ళు తుడుచుకుంటూ చూసింది. ఎవరిదో కొత్త నెంబర్... "హలో" అంటూ ఎత్తింది.

"అమ్మా... అమ్మా..." అటునుండి కూతురి గొంతు. ఒక్క క్షణం తను వింటున్నది కలా, నిజమా అర్థం కాలేదు.

"చిట్టతల్లీ..." అప్రయత్నంగా సంభ్రమాశ్చర్యాలతో అంది.

"అమ్మా... నేనే నమ్మా... నన్ను క్షమించమ్మా... క్షమించమనే అర్హతలేనిదాన్ని అయినా, తల్లి మనసు ఎలాంటిదో నాకు తెలుసు కాబట్టి అడుగుతున్నా... నేను బావున్నాను. మీరెలా ఉన్నారమ్మా? నాన్న బావున్నారా? నా మీద ఇంకా కోపంగానే ఉన్నారా?"

"..." ఏడుస్తున్న శైలజ ఏమీ మాట్లాడలేక పోయింది.

"అమ్మా! ఏడవకమ్మా! నేను బాగానే ఉన్నాను. నాకు తెలుసు. నాన్న నాపై కోపంగా ఉన్నారని. కాని ఏం చేయనమ్మా? నేను ఒకవేళ అతన్ని ప్రేమించిన విషయం చెప్పినా నాన్న అర్థం చేసుకోరు. నాకు అతనితో పెళ్లిచేయరు. నాకు తెలుసు, అందుకే తప్పనిసరి పరిస్థితుల్లో ఇలా వచ్చేసాను. దీనివల్ల మీరెన్ని అవమానాలు ఎదుర్కున్నారో నాకు తెలుసు... కాని అదేంటో ప్రేమ ఎలాంటి ధైర్యాన్నయినా ఇస్తుంద మ్మా... నా అదృష్టం ఏమిటంటే అతను మనకన్నా కులం తక్కువవాడే అయినా, గుణం లో చాలా గొప్పవాడు..."

"అనవే, అను. ఇరవై ఏళ్ళు గుండెలపై పెట్టుకుని పెంచిన మాకన్నా, నీకు నాలుగు రోజులు పరిచయమైన అతనే ఎక్కువయ్యాడే? అసలు అతనిలో ఏం ఉందని ప్రేమించావే? తల్లీ, తండ్రీ లేరట కదా! నీకన్నా అందంగా కూడా ఉండదట. మన ఆస్తి చూసి వల వేసాడు. నువ్వు పడ్డావు. అతనిలో ఏం చూసి ప్రేమించావే.." ఆవేశంగా అడిగింది.

"అమ్మా! ఆయన మనసు చూసాను. చూడగానే మళ్ళీ చూడాలనిపించే రూపాన్ని చూస్తే సుఖపడతానో లేదోగాని చూడగానే, దండం పెట్టలనిపించే వ్యక్తిత్వం ఉన్నవారిని చేసుకుంటే మాత్రం సుఖపడతాను. అతను నాకెలా పరిచయం అయ్యాడో తెలుసా?

రైల్వే స్టేషన్ లో షిర్డీ కోసం మనం వెళ్తుంటే, అక్కడ చలిలో ముడుచుకుని పడుకున్న వాళ్ళందరిపై ఇతను దుప్పట్లు కప్పుతూ కనిపించాడు. నాకు ఆశ్చర్యం వేసింది. ఎవరితను అనుకున్నా. అప్పుడే మర్చిపోయా.. తర్వాత మా కాలేజీ బస్ కి ఆక్సిడెంట్ అయినపుడు, అందులో దెబ్బలుతగిలిన మా ఫ్రెండ్స్ హాస్పిటల్ లో ఉంటె పలకరించడానికి వెళ్ళా. అక్కడా ఇతనే! స్వచ్ఛందసంస్థ తరఫున వారి టీంతో కల్సి రక్తదానం చేసాడని, పుట్టిన రోజున అనాథశరణాలయానికి పండ్లు పంచడానికి నీతో కల్సి వెళ్ళినప్పుడు అక్కడి పిల్లలందరికీ చెప్పులు, షూ పంచుతూ కనబడ్డాడు. యాదృచ్ఛికం అయినా అతని మనస్సు నాకు బాగా నచ్చింది. అప్పుడు నేనే వెళ్ళి ఫ్రెండ్ షిప్ చేసుకున్నాను. తర్వాత తర్వాత ప్రేమలో నేనే పడ్డా! ఆ విషయం వ్యక్త పరిచినప్పుడు, వద్దన్నాడు. నేను కన్విన్స్ చేస్తే, నాకెలాగూ ఎవరూ లేరు, మీ అమ్మా నాన్నలతో చెప్పి, వాళ్ళ ఆశీర్వాదం తీసుకుని చేసుకుందాం అన్నాడు. నాన్న సంగతి నాకు తెలుసు. పరువంటే ప్రాణం ఇచ్చేవారు కదా! ఒప్పుకోరు, కొంత కాలం పోయాక కోపం చల్లారాక, క్షమాపణ అడుగుదాం అని ఆయనను ఒప్పించి గుళ్ళో పెళ్ళి చేసుకున్నాం. అమ్మా! నాన్న కోపం చల్లారిందా? ఒక్కసారి మీ ఆశీర్వాదం తీసుకోవాలని ఉంది..."

"మీ నాన్నే అడగక పోయావా?"

"అమ్మా! నీకూ ఇంకా కోపం తగ్గలేదా? నువ్వు, నాన్న కూడా ప్రేమించే పెళ్ళిచేసుకున్నారు కదా..."

"అయతే మాత్రం! ఆ బాధలు మేము అనుభవిస్తున్నాం కాబట్టి నువ్వు అలాంటి బాధలు అనుభవించవద్దనే కదా..."

"ఏమయ్యిందమ్మా! బాగానే ఉన్నారుగా!"

"నీకేం తెల్సు... ఈ బాగుండే ఆకారం వెనక, ఎన్ని అగ్నిగోళాలు బద్దలవుతున్నాయో?

అటు తల్లిగారు, ఇటు అత్తగారు, బంధువులు ఎవరూ నా అనే ఆత్మీయులు ఉండరు. బాధ అయినా సంతోషమయినా అలా పంచుకునే వారు లేని జీవితం ఎంత దుర్భరమో తెల్సా? నువ్వు పుట్టినప్పుడు కేవలం ఒక్క మీ నాన్న తప్ప హాస్పిటల్ లో నా దగ్గర ఉండడానికి ఎవరూ లేరు తెల్సా! చుట్టుపక్కల వారందరికీ ఎందతో ఉండేవారు. ఏమీ తెలియని నాకు, అప్పుడప్పుడు వచ్చే ఆయన ఫ్రెండ్ భార్య తప్ప ఎవరూ లేకపోయేవారు. వారితో అన్నీ పంచుకోలేము. ఇలాంటివి ఎన్నో సంఘటనలు. అనుభవించినవారికే ఆ లోటు తెల్సుస్తుంది"

"నిజమే అమ్మా! నేనూ అది ఫీలవుతున్నాను. బాధ తెలుస్తుంది. మరి అన్ని అనుభవించిన నీకయినా నాపై దయ లేదా? నా కూతురు అలా అనుభవించవద్దు అని చేరదీయవచ్చు కదా!"

"ఒక్క కూతురువని ఎంత అల్లారుముద్దుగా పెంచాము? ఏం తక్కువ చేసామని, ఇరవై ఏళ్ళ మా ప్రేమను గుండెలపై తన్ని, ముక్కు మొహం తెలియని అనాథ తో వెళ్ళి పోయావు. ఇప్పుడు నాన్న కంటపడకు... నిలువునా పాతేస్తారు..."

"నేను చేసింది తప్పే అమ్మా! కాని మొన్న పేపర్లో కూడా చూసాను. ఒకమ్మాయి ఇలా వెళ్ళిపోయిందని ఆ తండ్రి ఆమె భర్తను కిరాయి వాళ్ళతో చంపించాడు. మరో తల్లి, తండ్రి ప్రేమ నటించి పిల్చి తెగనరికారు. ఒకరు అమానుషంగా గర్భిణి అని కూడా చూడకుండా కడతేర్చారు. ఏమిటీ అమానుషం? ఇంత అల్లారుముద్దుగా పెంచిన వాళ్ళను చంపడానికి చేతులెలా వస్తాయి? మనం పుడుతూ ఏమీ తీసుకుని రాము, వెలుతూ ఏమీ తీసుకునిపోము.

కాని మనం పోతే మన గురించి మన ఆత్మీయుల మనస్సుల్లో చిన్నచోటు కోసం తపిస్తాం.

కొన్ని వాగ్దానాలు చెప్పకపోయినా, కొన్ని మధురజ్ఞాపకాలు రాయకపోయినా ఆత్మీయబంధానికి అవి తెల్సిపోతాయి. ఎందుకమ్మా ఈ పంతాలు? మీ అంత తెలివి, సహనం మాకు లేవు. అయినా, తెలీనితనం అని క్షమించి అక్కున చేర్చుకోవచ్చుగా!"

"..."

"అమ్మా! రేపు మేమిద్దరం వస్తున్నాం. నాన్న కోపంతో మమ్మల్ని ఏం చేసినా నేను సిద్ధమే! మీ చేతుల్లో పోవడంకన్నా అదృష్టం ఉంటుందనుకోను. ఆయనకు తల్లి, తండ్రులు లేరని మీలో వాళ్ళను చూసుకోవాలనుకున్నాడు. అందుకు ఎప్పుడో మీ కోసం బట్టలు వగైరాలు తీసిపెట్టాడు. ఆయన ఇంజనీర్! మంచి ఉద్యోగమే. ప్రభుత్వమే వెహికిల్, క్వార్టర్ ఇచ్చింది. మీపై, మీ ఆస్తిపై కన్నువేసి రావడం లేదు. కేవలం ఒక్కసారి వచ్చి మీ ఆశీర్వాదం తీసుకుని వెళ్ళిపోతాం. అన్నట్లు మీరు అనమతిస్తే మన గుడిలోని గోదా కల్యాణానికి హాజరవుతాను. లేదంటే వేరే గుళ్ళో కల్యాణానికి వెళతాను. ఏమీ తెలియని వారయినా ఆపదలో ఉంటే, మన చేతనైన సహాయం

చేయాలని మీరు చెప్పారు. అదే సూక్తి పాటిస్తున్న ఆయన అందుకే నాకు నచ్చాడు. దయచేసి మా వినతి మన్నించమ్మా! ఉంటాను...” అంటూ పెట్టేసింది శ్రీజ.

చేష్టలుడిగి అలాగే నిలబడి పోయింది శైలజ.

ఇంతలో అనుకోని సంఘటన జరిగింది. శ్రీధర్ వస్తున్న కారును గుర్తు తెలియని వాహనం గుద్దడంవల్ల ఆక్సిడెంట్ కి గురయ్యి డ్రైవర్, అందులో ప్రయాణిస్తున్న శ్రీధర్, మరొకతను తీవ్ర గాయాల పాలయ్యారు. అది రాత్రి కావడంతో గుద్దిన వాహనం గుట్టుచప్పుడు కాకుండా వెళ్లి పోయింది . బాట వెంట ఉన్నవాళ్లెవరూ ఆ చలిలో, చీకట్లో చూసీ చూడనట్లు వెళ్లినట్లున్నారు. చివరకు ఎవరో వారి కారులో హాస్పిటల్ కి చేర్చడంతో దెబ్బలతో బయట పడ్డాడు శ్రీధర్.

కాని చాలా రక్తం పోవడంతో, సమయానికి ఆ చేర్పించిన వ్యక్తి రక్తం సరిపోవడంతో బతికిబట్ట కట్టాడు . విషయం తెల్సి పరుగెత్తుకొచ్చింది శైలజ.

తెల్లవారి పండగ కావడంతో, డాక్టర్ ని బతిమిలాడి ఇంటి దగ్గర్ట్రీట్ మెంట్ ఇప్పించేట్లు ఒప్పించాడు శ్రీధర్. అయితే వెళ్ళేప్పుడైనా తనను రక్షించి, రక్తంతో ప్రాణదానం చేసినవారెవరో ఒక్కసారి కృతజ్ఞత చెబుదామని అతన్ని చూపించమన్నాడు శ్రీధర్.

“అతను మాకు చిరపరిచితుడండీ! ప్రతీ వారం మా పేషంట్లకు పళ్ళు పంచుతాడండీ! ఈ రోజు ఆదివారం కదా, ఇక్కడే ఎక్కడో ఉండే ఉంటాడు. అయినా అతనెందుకో, తనను కలవనియ్యవద్దు అన్నాడు. ఎడమ చేతితో చేసిన మంచి, కుడి చేతికి తెలవద్దు అనే మనస్తత్వం అతనిది. అతనికి అలా తన మంచి గురించి ఒకరు పొగడడం ఇష్టముండదు. అయినా కృతజ్ఞత తెలపడం మన కనీస బాధ్యత కదా!” అంటూ వెలుపలికి వచ్చి తన గది వైపు వెళుతుండగా మరో వార్డ్ దగ్గర బ్రెడ్, పళ్ళు పంచుతున్న అతను కనబడ్డాడు. సరాసరి అక్కడికే తీసుకెళ్ళి, ’సాయీ! నువ్వు రక్తదానం చేసి బతికించిన పేషంట్, నిన్ను చూడా లంటే తీసుకొచ్చాను. మీట్ మిస్టర్ సాయి భరత్” అంటూ పరిచయం చేసాడు డాక్టర్.

అకస్మాత్తుగా ఇటు తిరిగిన అతన్ని చూసి, శ్రీధర్, శైలజలు ఇద్దరూ చేతులు జోడించారు.

“మీరు పెద్దవాళ్ళు! అలా పెట్టకూడదు” అంటూ సున్నితంగా తిరస్కరించాడు అతను. మీరే నన్ను క్షమించాలి. నేను మీ కూతురు భర్తను. రాత్రి ఇలా నేను హాస్పిటల్ లో ఉన్నానని చూడడానికి వచ్చింది. మిమ్మల్ని చూసి, మీరే నాన్న అని కన్నీరయి చెప్పింది. నేనే బలవంతాన ఇక్కడికి రావొద్దన్నాను. అయినా మీరు ఇంటికి రావొద్దన్నారని ఇక్కడయినా, మీరు పడుకున్నపుడు మీ పాదాలు తాకుదామని వచ్చింది...” అంటుండగానే పక్క నుండి శ్రీజ వచ్చింది.

“నన్ను క్షమించండి అంకుల్! మీరెవరో తెలియకుండానే ఆపదలో ఉన్నారని రక్తం ఇచ్చాను. మీకు ఇష్టం ఉండదని తెల్సినా మిమ్మల్ని ఆపదలో అలా వదిలి వెళ్ళడానికి మనస్కరించలేదు. నిజానికి చాలా అరుదైన రక్తం ఇక్కడ లేదు. ఎక్కడి నుండో రక్తం వచ్చేంత వరకు అవసరం ఆగదు. రక్తానికి కులం తెలీదంకుల్. మీ పేరులోని మొదటి అక్షరం, అత్తయ్య పేరులోని

చివరి అక్షరం కలిపి, తనకి పేరు పెట్టారని, కాని మీరు వేరే పెళ్లి చేస్తాననడంతో తప్పని సరి గా వచ్చేసానని శ్రీజ ఎప్పటికీ చెబుతుంది. అందుకే మీకు విషయం తెలియనీయవద్దని, మిమ్మల్ని కలవనీయవద్దని అన్నాను. సారీ! ఒక్కసారి మీ ఆశీర్వాదం ఇవ్వండి అంకుల్... మీ పై బెంగతో శ్రీజ సగం అయ్యింది. 'మా నాన్న చంపినా ఫర్వాలేదు.ఒకసారి మానాన్న ను చూపించరూ అంది' నిజానికి రేపు వచ్చి మీ ఆశీర్వాదం తీసుకుందామనుకున్నాం. ఆశీర్వదించండి అంకుల్..." కాళ్ళు మొక్కుతున్న అతన్ని, కూతుర్ని ఆప్యాయంగా లేవనెత్తి హత్తుకున్నాడు శ్రీధర్. దూరంగా గుడిలోని జేగంటలు మంగళకరంగా మోగాయి.

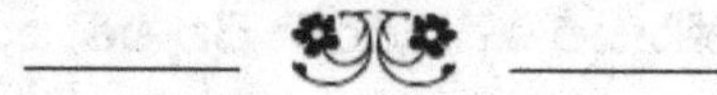

చక్ర భ్రమణం

రోడ్డు మీద నడుస్తున్నాడన్న మాటే గాని శ్రీనివాస్ మస్తిష్కం నిండా ఆలోచనలే. తెల్లవారితే స్కూల్లో బాబు ఫీజు కట్టడం చివరి తేదీ. చేతిలో చిల్లిగవ్వ లేదు. చేస్తున్న చిన్న ప్రైవేట్ ఉద్యోగానికి అప్పెక్కడా పుట్టలేదు. తాకట్టు పెట్టడానికో, అమ్మడానికో భార్య మెడలో వీసమెత్తు బంగారం లేదు. ఇంతకాలం వాడి ఫీజు కోసం కూడబెట్టిన డబ్బులు, వారం కింద తల్లికి జబ్బు చేసినప్పుడు అణా పైసాతో సహా ఖర్చయ్యాయి. ఒకప్పుడు బాగా బతికి, దానధర్మాలు చేసిన కుటుంబమే అయినా, ఇప్పుడు ఆ మంచితనం వల్లే ఆస్తి, అంతస్తులు అన్నీ పోయి కట్టుబట్టలతో మిగిలారు. కొడుకు చదువులో, ఆటల్లో అన్నింట్లో ఫస్ట్ వస్తాడు. పరీక్షలకి బాగా చదువుకుంటున్నాడు. రేపు చివరి తేదీ తాను ఫీజు కట్టకపోతే పరీక్ష రాయడు. రోడ్డు మీద నడుస్తూ ఆలోచిస్తున్నవాడల్లా పెద్ద శబ్దానికి, వెంటనే వినిపించిన అరుపులకు ఈ లోకంలో కొచ్చాడు.

కారు ఎదురుగా వచ్చిన కుక్కను తప్పించబోయి స్పీడ్ కంట్రోల్ కాక డివైడర్ ను వేగంగా గుద్దుకుంది. బెల్ట్ పెట్టుకోలేదేమో ఆ వేగానికి కారు ముందు భాగం నుజ్జునుజ్జయి డ్రైవర్ సీట్లోని కుర్రాడు బయట ఎగిరిపడి గాయాలయ్యి అపస్మారకంలోకి వెళ్ళిపోయాడు. బాగానే దెబ్బలు తగిలాయి. శ్రీనివాస్ వెంటనే 108కి ఫోన్ చేశాడు. గుమికూడిన వాళ్ళల్లో కొంతమంది సాయంతో రోడ్డు పక్క చెట్లల్లో ఉన్న అతన్ని బయటకు తీస్తుండగా 108 వచ్చింది. శ్రీనివాస్ కి అలా వదిలి వెళ్ళుబుద్ధి కాలేదు. ఏ తండ్రి కన్నబిడ్డో, అతనితో పాటు 108 ఎక్కి సిబ్బందికి కాటన్ తో రక్తం తుడవడంలో సాయం చేయసాగాడు. దగ్గరలోని గవర్నమెంట్ హాస్పిటల్ కి వేగంగా దూసుకు పోయింది అంబులెన్స్.

ఎమర్జెన్సీ వార్డ్ కి తీసుకెళ్ళారు. అప్పుడు డ్యూటీలు మారే సమయం. డాక్టర్ ప్రవీణ్ వెళ్ళడానికి సిద్ధంగా ఉన్నాడు. రావాల్సిన డాక్టర్ కొంచెం లేట్ అవుతుందని ఫోన్ చేయడంతో వెయిట్ చేస్తున్నాడు. కాని ఇక్కడ పేషంట్ కండీషన్ చాలా సీరియస్ గా ఉంది. చాలా రక్తం పోయింది. ముందు అర్జెంట్ గా రక్తం ఎక్కించాలి. డాక్టర్ కోసం చూసే సమయం లేదు. విషయం వేరే డాక్టర్ కి చెప్పో, ఎవరినయినా అరేంజ్ చేసో వెళ్ళొచ్చు, కాని అదంతా సమయం తీసుకుంటుంది. ఈ లోగా పేషంట్ పరిస్థితి ఇంకా తీవ్రస్థాయిలోకి వెళుతుంది. డాక్టర్ గా చార్జ్ తీసుకుంటున్నప్పుడు తండ్రి చెప్పిన హితబోధ గుర్తొచ్చింది. 'దేవుడు తన ప్రతిరూపంగా భువిపైకి ప్రాణం కాపాడడానికి పంపిన దేవదూతలుర్రా డాక్టర్ అంటే, అందుకే 'వైద్యో నారాయణా హరి' అన్నారు. డబ్బుకు దేనికీ తలవంచకు. మానవత్వంతో పనిచేయి, దేవుడు నీకు మేలు చేస్తాడు.'

తండ్రి మాటలు మనసులో మెదలడంతో ఇక ఆలోచించలేదు ప్రవీణ్. ఇతర డాక్టర్లతో కల్సి ఆపరేషన్ థియేటర్ కి తీసుకెళుతుండగా, ఇంటి నుండి ఫోన్ అని సిస్టర్ చెప్పింది. కానీ అడ్డంగా తలాడిస్తూ ప్రాణానికన్నా అర్జెంట్ ఏమీ ఉండదనుకుంటూ లోనికెళ్ళాడు.

పేషంట్ కి సరిపడే రక్తం కూడా బ్లడ్ బాంక్ లో లేదు. దానితో శ్రీనివాస్, తన బ్లడ్ సరిపడితే ఇస్తానన్నాడు. పరీక్ష చేసారు. లక్కీగా సరిపోయింది. ఇచ్చాడు. ఈలోగా అతనితో పాటు పడిపోయిన సెల్ ని అంబులెన్స్ ఎక్కేప్పుడు తను తీసి జాగ్రత్త చేయడం తో అందులోని, 'నాన్న' అన్న సెల్ కి ఫోన్ చేసాడు. అతను భయపడకుండా, చిన్నదెబ్బలు అని చెప్పి హాస్పిటల్ పేరు చెప్పాడు. అతను ధన్యవాదాలు తెలుపుతూ, చాలా దూరంలో ఉన్నందున గంట పడుతుందని, అక్కడి డాక్టర్లు అందరూ పరిచయమేనని అయినా, తను వచ్చేవరకు ఉండాలని అభ్యర్ధించాడు. సరేనంటూ ఆకలవడంతో హాస్పిటల్ లో తనకిచ్చిన ఆపిల్ , బ్రెడ్ తిన్నాడు . అక్కడే మరో బెడ్ పై ఉండి భార్య శారదకు ఫోన్ చేసాడు. హడావుడిగా వచ్చింది. విషయం అంతా చెప్పి, 'వాళ్ళ నాన్న వచ్చాక అప్పజెప్పి వెళదాం' అన్నాడు. ఆమె సరే నంటూ బయటకొచ్చింది.

భర్త వచ్చాక తిందామని ఎదురు చూస్తున్న ఆమెకు ఫోన్ రాగానే హాస్పిటల్ కి రావడంతో, పొద్దటి నుండి ఏమీ తినక పోవడంతో విపరీతంగా ఆకలేయసాగింది. చేతిలో కేవలం పదిరూపాయలు మాత్రమే ఉన్నాయి. బయటకు వచ్చింది. బయట రోగుల బంధువులంతా ఎదురుగా ఉన్న 'అమ్మ సేవాసదనం' లోకి వెళుతున్నారు. ఏమయితే అది అయిందని వెళ్ళింది. ఇస్మాయిల్ అనే అతను ప్రతిరోజూ రోగుల బంధువులకు ఆహార పొట్లాలను ఉచితంగా ఇస్తారని చెప్పారు. ఆత్రంగా అందుకుని తిని నీళ్ళు తాగింది. అందరికీ ఇస్తున్న అతని దగ్గర కెళ్ళి నిండు నూరేళ్ళు బతకమని నమస్కరించింది. అతను వినయంగా తనది కేవలం సంకల్పం, సేవ మాత్రమే అని, కొంత మంది దాతలు తోడయ్యారని ఎదురుగా ఉన్న వాళ్ళ ఫోటోలు చూపించాడు. వారికి నమస్కరించి వచ్చింది. పది నిమిషాల్లో ఆ అబ్బాయి తండ్రి వచ్చాడు. డాక్టర్లు ప్రాణభయం లేదని చెప్పగానే వారికి, శ్రీనివాస్ కి పదే పదే కృతజ్ఞతలు తెలిపాడు.

అతన్ని ఎక్కడో చూసినట్లు ఉండటంతో అనుమానంగా, ఎదురుగుండా ఉన్న సత్రంలో మీ ఫోటో ఉందా అని అడిగింది శారద. అవునన్నాడు. ధన్యవాదాలు తెలుపుతున్న ఆమెతో, 'ఎప్పుడైనా ఏ సహాయం కావాలన్నా అడగండి' అంటూ అతని విజిటింగ్ కార్డ్ ఇచ్చాడు. బాగా పేరున్న వజ్రాల వ్యాపారి అతను. దంపతులు నమస్కరించి బయటకు వచ్చారు. కొడుకు పరీక్షకు డబ్బుల గురించి అడుగుదామని శారద అన్నా, శ్రీనివాస్ వద్దన్నాడు. డాక్టర్ ప్రవీణ్ వేరే డాక్టర్ రాగానే హడావుడిగా వెళ్ళిపోయాడు.

ప్రవీణ్ ఇంటికి రాగానే భార్య ఏడుస్తూ అతనికి ఎదురొచ్చింది. బాబును ఎవరో కిడ్నాప్ చేసారని, బాబు డ్రైవర్ కోసం ఎదురుచూస్తుంటే, ఎవరో బాబు దగ్గర కొచ్చి కారులో తీసుకెళ్ళి

పోయారని , అక్కడున్నవాళ్లు డ్రైవర్ కి ఈ చెప్పారని ఏడుస్తూ చెప్పింది మాధవి. వెంటనే స్కూల్ యాజమాన్యానికి, అతని క్లోజ్ ఫ్రెండ్స్ కి ఫోన్ చేసాడు. ఎవరి దగ్గర సరైన సమాచారం లేదు. పోలీస్ కంప్లైంట్ ఇవ్వడానికి మాధవితో కిందకొచ్చి కారు దగ్గర కెళుతుంటే,గేట్ ముందు ఒక బైక్ ఆగింది. నడిపే అతని వెనక కూర్చున్న పండు, 'అమ్మా' అంటూ లోనకొచ్చాడు. మాధవి హత్తుకుని, 'ఎక్కడికెళ్లావురా' అంటూ అతనిపై ముద్దుల వర్షం కురిపించింది. ప్రవీణ్ పండును దగ్గరకు తీసుకుంటూ ఆ అబ్బాయి వైపు చూసాడు. పండు, "నాన్న! మరేమో పరీక్ష కాబట్టి హాఫ్ డే కాగానే నేను డ్రైవర్ కోసం ఎదురుచూస్తుంటే ఎవరో ఇద్దరు అంకుల్స్ నా దగ్గరగా కారు ఆపి వచ్చి , 'ఈ ఫొటోలో బబ్లూ మీ క్లాసేనా?' అంటూ ఏదో ఫొటో చూపించారు. అప్పుడే నా ముక్కుకేదో వాసన తగిలింది. నాకింకేం గుర్తులేదు. తెలివొచ్చేసరికి కార్ లో వెనక సీట్లో పడుకుని ఉన్నాను. కార్ ఆపి ఉంది. కారులో ఎవరూ లేరు. కిటికీ కర్టెన్ పక్కకి చూసాను. చిన్న హోటల్ లో చాయ్ తాగుతున్నారు నన్ను తీసుకొచ్చినవాళ్లు. తలంతా దిమ్ముగా ఉంది. నాకు జలుబు వల్ల మత్తుమందు పూర్తిగా పీల్చలేదేమో త్వరగా మెలకువ వచ్చింది. భయమేసి కారు డోర్ తీసుకుని కిందకు దిగుతుండగా వాళ్లు చూసారు. వెంటపడ్డారు. నేను అక్కడ నిలబడి ఎవరితోనో మాట్లాడుతున్న ఈ అన్నయ్య(బైక్ పై తీసుకొచ్చినతన్ని చూపుతూ) వెనకాల చేరి, 'హెల్ప్! నన్ను వాళ్లు ఎత్తుకుపోతున్నారు, కాపాడండి' అని అరిచాను. వాళ్లు 'మా అబ్బాయికి జ్వరం వచ్చి ఏదో ఏదో మాట్లాడుతున్నాడు' అంటూ బలవంతాన నా దగ్గరకు రాబోతుంటే అన్నయ్య అడ్డం వచ్చాడు. ఒకతను చిన్నకత్తి తీసాడు, అన్నయ్య నా చేయి పట్టుకుని లోన ఉన్న షాప్ లోకి లాగుతూ పరుగెత్తాడు. వాళ్లు పెనుగులాడుతుంటే అన్నయ్య చేయికి కత్తితో చిన్న గాయమయ్యింది. అక్కడున్న వాళ్లు గుమికూడుతున్నారని వాళ్లు వెళ్లేలోపే అంతా కల్సి పట్టుకుని పోలీసులకు ఫోన్ చేసారు. పోలీసులు తీసుకెళ్లారు. అన్నయ్య, మీరు కంగారు పడుతున్నారేమోనని, చేయికి కర్చీఫ్ కట్టుకుని తీసుకొచ్చాడు.' అంటూ ముగించాడు.

ప్రవీణ్ అతనికి థాంక్స్ చెప్పి అతన్ని తన కార్లో కూర్చోబెట్టుకుని హాస్పిటల్ కి తీసుకెళ్లాడు. అతని గురించి అడిగితె, అతని తండ్రి పేరు 'అమ్మ సేవా సదనం' ప్రారంభించిన ఇస్మాయిల్ అని , కాన్సర్ తో బాధపడుతున్న తల్లి మందుల కోసం ఉన్న పొలం అమ్మకానికి పెట్టామని, వ్యవసాయం తప్ప తనకేమీ రాదని చెప్పాడు. ప్రవీణ్ కొడుకును రక్షించినందుకు కృతజ్ఞతలు తెలుపుతూ, ఇక పై ఆమె పూర్తి ఖర్చు తాను భరిస్తానని, మెరుగైన డాక్టర్ లకు చూపిస్తానని, అతన్ని పొలం అమ్మకుండా చూసుకొమ్మని, ఏ మెడికల్ సేవలైన వారికెప్పటికీ ఉచితంగా అందిస్తానని చెప్పాడు.

★★★

నీరసంగా శ్రీనివాస్, శారదలు ఇల్లు చేరారు. తెల్లవారి కొడుకు పరీక్ష రాయాలంటే మరో రెండు రోజులు గడువు ఇవ్వమని ,ప్రిన్స్ పాల్ ని అడగాలని అనుకున్నారు. కాని కాస్సేపటికి ఇంటికి

వచ్చిన కొడుకు, 'నాన్నా మనం ఫీజు కట్టక్కరలేదు! ఈ రోజు ఏం జరిగిందో తెలుసా? మా స్కూల్లో ఇంటర్ వెల్ లో బయటకు వచ్చిన నాకు గ్రౌండ్ లో ఎవరిదో పర్స్ దొరికింది. ప్రిన్స్ పాల్ కి అందించాను. అప్పుడు అక్కడ ప్రిన్స్ పాల్ ఎదురుగా ఉన్నతనే పర్స్ పోగొట్టుకున్నతనట. ఆయన 'సాయి శివ అనాధ శరణాలయ' వ్యవస్థాపకుడట. బాగా మెచ్చుకున్నాడు. మా ప్రిన్స్ పాల్ నన్ను పరిచయం చేస్తూ, మంచి మెరిట్ స్టూడెంట్ కాని, రేపటి పరీక్షలకి ఇంకా ఫీజు కట్టలేదన్నాడు. ఆయన వెంటనే ఫీజు కట్టడమే కాదు, ఇక ముందు నేనెంత వరకు చదువుతానంటే అంతవరకు ఆయనే చదివిస్తానన్నాడు. నేను, మా నాన్న కోప్పడతారన్నాను.

ఆయన, 'నేను అనాధను! ఒక పెద్దాయన నన్ను దత్తత తీసుకుని నేనీ స్థాయికి రావడానికి తోడ్పడ్డాడు. అందుకే ఆయన పేరుతో ఇలా ఏదో తెలిసిన వారికి ఉడతాసాయం చేస్తున్నాను. ఫర్వాలేదు, నేను వచ్చి మీ నాన్నతో మాట్లాడతా!' అన్నారు. నేను, 'మీకెందుకు శ్రమ? నేనే మీదగ్గరకు తీసుకొస్తాను. చాలా థాంక్స్ సర్' అన్నాను. రేపు ఆదివారమే కదా! పొద్దున్నే ఒక్కసారి వెళ్ళి వద్దాం నాన్నా" అన్నాడు ఆనందంగా.

శ్రీనివాస్ కళ్ళ నిండా నీళ్ళు నిండాయి.

"చూసారాండీ! మన మంచితనమే మనకు శ్రీరామ రక్ష! మనమొకరికి సాయం చేస్తే, మనకొకరు సాయం చేసారు. అంతా దైవ లీల" అంది శారద ఆనందంతో.

తెల్లవారి శ్రీనివాస్ కొడుకుతో కల్సి ఆయనకు ధన్యవాదాలు తెలపడానికి పొద్దుటే 'సాయిశివ ' అనాధ శరణాలయానికి వెళ్ళారు. వీరు గేటు లోనికి వెళ్ళి మెట్లు ఎక్కుతుండగా, అప్పుడే కారు పార్క్ చేసి వచ్చిన డాక్టర్ ప్రవీణ్ కూడా మెట్లెక్క సాగాడు. శ్రీనివాస్ గుర్తుపట్టి, 'నమస్కారం డాక్టర్ గారు' అన్నాడు. ప్రవీణ్ డాక్టర్ కూడా షేక్ హ్యాండ్ ఇస్తూ "హౌ ఆర్ యు" అన్నాడు.

"ఫైన్ సర్! మీరెంటి ఇక్కడ?" అన్నాడు శ్రీనివాస్.

"నేను ప్రతి ఆదివారం ఇక్కడి వారికి ఫ్రీ మెడికల్ చెకప్ చేస్తాను" అన్నాడు లోనికెలుతూ. ముగ్గురు లోనికెళ్ళారు. లోన ఉన్న వ్యవస్థాపకుడు రామ కృష్ణ సాదరంగా ఆహ్వానించాడు. రామకృష్ణ వెనక దండ వేసి ఉన్న పటం చూస్తూ, "ఇదేంటి? మా తాతయ్య ఫోటో మీ దగ్గర" అన్నాడు శ్రీనివాస్ ఆశ్చర్యంగా.

"ఏంటి? ఇది మీ తాతయ్య ఫోటోనా? నిజంగానా..."

"నిజంగానా ఏంటి సర్? ఇదిగో చూడండి. నా పాకెట్ డైరీలో తాతయ్య, అమ్మ నాన్నతో కల్సి నేను దిగిన ఫోటో ఇప్పటికీ, ఎప్పటికీ పదిలంగా ఉంటుంది..." అంటూ జేబులోని పాకెట్ డైరీ తీసి అందులోని ఫోటో చూపించాడు శ్రీనివాస్.

"నిజమే! ఆహో... ఈ రోజెంత సుదినం... వారి కోసం మేము చాలా కాలం నుండి వెదుకుతున్నాం..." అన్నారాయన ఆశ్చర్యంగా చూసి, ఆప్యాయంగా హత్తుకుంటూ.

"అదిగో! ఆ ఎదుటి బోర్డ్ పై కొటేషన్స్ ఒకసారి చదవండి..." అన్నాడు మళ్ళీ ఆయనే విడివడుతూ.

ఎదురుగా అక్కడక్కడ కొన్ని బోర్డ్ లు, వాటిపై కొన్ని కొటేషన్ లు చాలా నీట్ గా రాయబడి ఉన్నాయి. ఆయన చూపించిన వైపు చూసాడు. అది అమ్మ నాన్నల గురించి...

'ఆకలి తెలీకుండా అమ్మ చూస్తే, ఆకలి విలువ తెలిసేలా నాన్న చూస్తాడట...

అమ్మ భద్రత అయితే నాన్న బాధ్యత!

తన అనుభవం విద్యలా అమ్మ బోధిస్తే

నీ అనుభవమే విద్య అని తెలిసేలా నాన్న చూస్తాడట..

అమ్మ ఆలోచన ... నాన్న ఆచరణ!

పడిపోకుండా పట్టుకోవాలని అమ్మ చూస్తే

పడినా పైకి లేవాలని నాన్న చూస్తాడట...

నడక అమ్మది... నడవడిక నాన్నది!

అమ్మ! ప్రపంచానికి నిన్ను పరిచయం చేస్తుంది

నాన్న! ప్రపంచాన్ని నీకు పరిచయం చేస్తాడు...

జీవితం అమ్మది! జీవనం నాన్నది ...''

"అద్భుతంగా ఉన్నాయి సర్, అలతి అలతి పదాల్లో అనంతమైన అర్థం" చప్పట్లు కొడుతూ అన్నాడు శ్రీనివాస్.

"చాలా బావుంది కదూ! అమ్మ, నాన్న అనే భావన మన మనస్సులోకి రాగానే మనస్సు చాలా సంతోషంతో నిండి పోతుంది. అమ్మా, నాన్న లేని జీవి జగత్తులోనే లేదు. కాని మేము మా అమ్మా, నాన్నలను చూడలేదు. అదిగో అలా కొటేషన్లలో, పుస్తకాల్లో చదివాము. పుట్టగానే అక్కర లేదని వదిలేసిన అనాథలం. కాని మాకు ఆ ప్రేమ మీ తాతయ్య రూపంలో కనబడింది. ఆయన పిలుపులో వినబడింది.

అనాథల మైన ప్రవీన్ ను, నన్ను ఇంతటి వాళ్ళను చేసింది ఆయనే. ఈ సంస్థ మా ఇష్టదైవం సాయి, ఆయన పేరు శివరామయ్య గారి పేరు కలిపి 'సాయిశివ' అని పెట్టాము. కాకతాళీయంగా ఇలా మీరు కలవడం మాకెంత సంతోషంగా ఉందో! మీరేమనుకోకపోతే ఈ ట్రస్ట్ బాధ్యతలు చూసుకోవడానికి మీలా సేవాభావం ఉన్న నమ్మకమైన సెక్రెటరీ కోసం చూస్తున్నాము. దయచేసి మా అభ్యర్ధన మన్నించి ఆ భాద్యతలు స్వీ కరించగలరు. మీ జీతం కూడా చాలా ఎక్కువ ఉంటుంది. ఇక ముందు మీకు ఆర్ధికబాధలుండవు. నాకు ఆ మహానుభావుడి ఋణం కొంచెమైనా తీర్చుకున్న సంతృప్తి... దయచేసి కాదనకండి..." అంటూ శ్రీనివాస్ చేయి పట్టుకున్నాడు రామకృష్ణ.

"అనాథలమై అమ్మా, నాన్న ప్రేమ లేక పెడదోవపడుతున్న మమ్ము చేరదీసి, 'దీపం మీద కోపం వస్తే, చీకటి మిగిలేది నీకే; ఆకలి మీద కోపం వస్తే, కడుపు మాడేది నీకే;

ప్రేమించిన వాళ్ళ పై కోపం వస్తే ఒంటరి అయ్యేది నువ్వే!" అంటూ జీవితసత్యాలు బోధించి మాకు విద్యా బుద్ధులు నేర్పించి సన్మార్గం వైపు నడిపించింది మీ తాతయ్యే! కాబట్టి మీరు మా విన్నపాన్ని మన్నించక తప్పదు"   ప్రవీణ్ కూడా అనడంతో, ఇంకా బతిమాలించుకోవడం బావుండదని, తన ప్రవృత్తికి సరైన వ్యాపకమని శ్రీనివాస్ నమస్కారం పెట్టాడు అంగీకరిస్తున్నట్లు.

"ఆహ్! .దైవ లీల ఎంత అద్భుతం? భూమి గుండ్రంగా ఉంటుందన్నట్లు, ఒకరితో ఒకరు, ఒకరికోసం ఒకరు, ఒకరి పై ఒకరు ఆధారపడి బతికేదే సమాజం. మనం ఒకరికి సహాయం చేస్తే మనకు ఏదో విధంగా మరో సహాయం అందుతుంది, రోడ్డుపై నున్న అపరిచిత యువకునికి రక్తమిచ్చి ప్రాణదానం చేసారు. శారదగారు క్షుద్బాధ తీర్చుకున్న స్త్రీకం వాళ్ళ నాన్న సహాయకుడు . ఆ సేవను ప్రత్యక్షంగా అందరికీ అందిస్తున్న ఇస్మాయిల్ కొడుకు నా కొడుకును కిడ్నాప్ నుండి కాపాడాడు. మీ అబ్బాయి ఫీజు మీ తాత ద్వారా లబ్ది పొందిన వారి ద్వారా వచ్చింది. అంటే మీరు ప్రతిఫలమాశించక ఒకరికి రక్తదానంతో ప్రాణ దానం చేసారు. డ్యూటీ అయిపోయినా డాక్టర్ గా నేను వారికి ఏదో ఉడతా సాయం చేస్తే, నా కొడుక్కి అంటే నా కుటుంబానికి మరొకరు సాయం చేసారు. మీరొకరికి సహాయం చేసారు. వాళ్ళు మరొకరికి, ఆ మరొకరు మరొకరికి... అలా అలా అది సాగింది... మీ తాత మాకు సాయం చేసారు. కాబట్టే ఇవన్నీ చేసే అవకాశం మాకు దక్కింది. ఇది ఒక చక్రంలా మన మొకరికి సహాయం చేస్తే మన కష్ట కాలంలో మనకెక్కడి నుండో సహాయం అందుతుంది. కాకతాళీయమైనా దైవలీల విచిత్రం..." అన్నాడు ప్రవీణ్.

'సత్యం' అన్నట్లు దూరంగా ఉన్నజే గంటలు మంగళకరంగా మోగాయి.

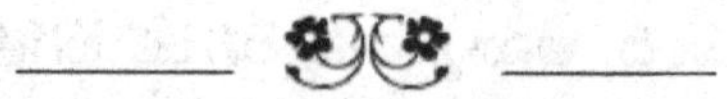

షార్ వాణి పత్రిక లో బహుమతి పొందిన కథ

KASTURI VIJAYAM

SUPPORTS

- PUBLISH YOUR BOOK AS YOUR OWN PUBLISHER.

- PAPERBACK & E-BOOK SELF-PUBLISHING

- SUPPORT PRINT ON-DEMAND.

- YOUR PRINTED BOOKS AVAILABLE AROUND THE WORLD.

- EASY TO MANAGE YOUR BOOK'S LOGISTICS AND TRACK YOUR REPORTING.

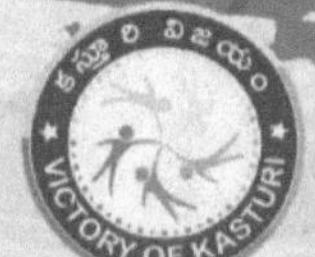